YERSIN

Peste & Choléra

Peste & Choléra - Patrick Deville
© Éditions du seuil, août 2012
Bản tiếng Việt © Nhà xuất bản Trẻ, 2012.
Cet ouvrage a bénéficié du soutien des Programmes d'aide à la
publication de l'Institut Français
Cuốn sách này được xuất bản với sự giúp đỡ
của Trung tâm Văn hóa Pháp trong khuôn khổ
Chương trình Hỗ trợ Xuất bản

BIỂU GHI BIÊN MỤC TRƯỚC XUẤT BẢN DO THƯ VIỆN KHTH TP.HCM THỰC HIỆN
General Sciences Library Cataloging-in-Publication Data

Deville, Patrick
  Yersin Peste & Choléra / Patrick Deville ; Đinh Thế Linh dịch ; Đoàn Cầm Thi - Hồ
Thanh Vân hiệu đính. - Tái bản lần thứ nhất - T.P. Hồ Chí Minh : Trẻ, 2016.
  277 tr. ; 20 cm.
  1. Yersin, Alexandre, 1863-1943. 2. Nhà vi khuẩn học -- Tiểu thuyết . I. Đinh Thế
Linh. II. Đoàn Cầm Thi - Hồ Thanh Vân. III. Ts: Yersin, dịch hạch và thổ tả.

  579.3092 -- dc 22
  D494

Yersin

PATRICK DEVILLE

YERSIN

Peste & Choléra

Đặng Thế Linh *dịch*
Đoàn Cầm Thi - Hồ Thanh Vân *hiệu đính*

NHÀ XUẤT BẢN TRẺ

lời tựa

Nếu như có một người Pháp (gốc Thụy Sĩ) trong thời kỳ thuộc địa mà tất cả mọi người ở Việt Nam đồng lòng khi nhắc đến, thì đó chính là Alexandre Yersin, nhân vật mà tên tuổi được biết đến ở miền đất này còn nhiều hơn tại Pháp. Nhà văn Patrick Deville đã đặc biệt quan tâm tới trường hợp của Alexandre Yersin và nhanh chóng phát hiện ra một nhân vật tiểu thuyết hết sức đặc biệt. Một trực cảm chính xác. Bởi vì lần theo dấu chân của Yersin là cả một cuộc phiêu lưu kỳ lạ. Là học trò đầy hứa hẹn của Louis Pasteur, Yersin lại mong muốn những hướng đi mới, để mãi khám phá điều chưa từng được biết đến. Thay vì theo đuổi sự nghiệp tại Viện Pasteur Paris, ông lại quyết định lao vào khám phá trường đời xa lạ và đặt chân tới những con đường núi hiểm trở của một đất nước trồng lúa – đó là Việt Nam. Yersin không phải là nhà văn, nhưng ông đã góp những trang phiêu lưu nhất và kỳ thú nhất trong cuốn sách vĩ đại về thành tựu của những học trò đầu tiên của Pasteur.

Là người khám phá ra trực khuẩn dịch hạch – *Yersinia pestis* – khi bệnh dịch này hoành hành ở Hồng Kông năm 1894 và là người đầu tiên cứu sống một bệnh nhân dịch hạch, ông không dừng chân tại chỗ mà tiếp tục lao vào khám phá những miền đất xa xôi. Không thỏa mãn, ông thú nhận *"sớm chán nản mọi thú, trừ Nha Trang"*. Bởi lẽ nhà thám hiểm không ngừng nghỉ này, người luôn luôn vận động, đã sống một nửa cuộc đời mình tại Nha Trang. Ông chăm sóc những người bệnh xung quanh và phát triển việc trồng cây cao su, cây canhkina và trồng rau trên các cao nguyên miền Trung của đất nước. Những sáng kiến của chỉ riêng ông hiện đã làm nên một phần bản sắc Việt Nam.

Patrick Deville đưa vào văn chương cuộc đời độc đáo và đầy đam mê của một trong những nhà tiên phong trong nghiên cứu y học. Nhà văn lần theo dấu vết của nhà khoa học trên khắp thế giới và nhất là ở Việt Nam, nơi ông liên tục quay trở lại. Virút mang tên Việt Nam mạnh kỳ lạ, nhất là khi virút này lây sang một người Pháp. Liệu pháp duy nhất được biết đến để đối phó với loại virút này là quay trở lại và mãi mãi ở lại Việt Nam. Bác sĩ Yersin hẳn đã hiểu rõ điều đó khi quyết định ở hẳn lại Nha Trang, trên vùng đồi núi cao nhìn xuống thành phố này.

Việc xuất bản cuốn *Yersin: dịch hạch và thổ tả* bằng tiếng Việt nhằm tôn vinh Alexandre Yersin và cả Patrick Deville. Cuốn sách được phát hành trong khuôn khổ Năm Pháp-Việt Nam, kỷ niệm 70 năm ngày mất của Yersin và 120 năm hình thành thành phố Đà Lạt nhờ công lao của Alexandre Yersin. Chúng tôi xin cảm ơn tác giả Patrick Deville, người đã dành cho chúng tôi sự giúp đỡ quý báu trong việc thực hiện dự án này. Chúng tôi cũng xin gửi lời cảm ơn tới Nhà xuất bản Trẻ, tới dịch giả Đặng Thế Linh, cũng như tới bà Đoàn Cầm Thi và bà Hồ Thanh Vân, những người đã tham gia hiệu đính bản dịch.

Jean – Noël Poirier
Đại sứ Pháp tại Việt Nam

préface

S'il est un Français (d'origine suisse) de la période coloniale qui fait l'unanimité au Vietnam, c'est bien Alexandre Yersin, héros plus connu dans cette partie du monde qu'en France même. Patrick Deville s'est penché sur le cas Alexandre Yersin et a vite décelé un animal de roman. Bonne intuition. Car suivre Yersin à la trace est une sacrée aventure. Disciple prometteur de Louis Pasteur, Yersin privilégie les changements de cap, pour toujours privilégier l'inconnu. Plutôt que de mener carrière à l'Institut Pasteur de Paris, il décide de faire l'école buissonnière et emprunte les sentiers de montagne d'un pays de rizières, le Vietnam. Yersin n'est pas écrivain, mais il fournira au grand livre des exploits des premiers pastoriens les pages les plus aventureuses et les plus insolites.

Découvreur du bacille de la peste – *Yersinia pestis* – lors de l'épidémie qui ravage Hong Kong en 1894 et premier homme à sauver un pestiféré, il ne sait pas rester en place et se lance dans l'exploration de terres lointaines. Insatiable, il avoue « se lasser vite de tout, sauf de Nha Trang ». Car cet explorateur incurable, toujours en mouvement, y passera la moitié de sa vie. Il s'occupe des malades qui l'entourent et développe la culture de l'hévéa, de l'arbre à quinquina et de la culture potagère sur les plateaux du centre du pays. Toutes ces initiatives d'un seul homme font aujourd'hui partie de l'identité du Vietnam.

Patrick Deville fait entrer en littérature la vie inclassable et passionnante de l'un des pionniers de la recherche médicale. Il suit sa trace autour du monde et surtout autour du Vietnam, où Alexandre Yersin revenait sans cesse. Le virus du Vietnam est particulièrement puissant, surtout quand il frappe un Français. Le seul remède connu de ce virus consiste à revenir encore et toujours au Vietnam. Le docteur Yersin l'avait bien compris qui décida de s'installer à Nha Trang et sur la montagne qui surplombe la ville.

En publiant « Peste et Choléra » en vietnamien, hommage est rendu à Alexandre Yersin et à Patrick Deville. Le livre est édité dans le cadre de l'année France–Vietnam, du 70ème anniversaire de la mort de Yersin, et du 120ème anniversaire de la création de la ville de Da Lat par Alexandre Yersin lui-même. Nous remercions Monsieur Patrick Deville, qui nous a apporté une aide précieuse dans la réalisation de ce projet. Nos remerciements vont également aux Editions Tre, à Monsieur Dang The Linh, traducteur du livre ainsi qu'à Mesdames Doan Cam Thi et Ho Thanh Van qui ont bien voulu apporter leur contribution à la traduction.

Jean – Noël Poirier
Ambassadeur de France au Vietnam

À! vâng, trở thành huyền thoại
Ở ngưỡng những thế kỷ bịp bợm!

Laforgue

chuyến bay cuối cùng

Bàn tay già nua cụt ngón cái lấm chấm đổi mồi hé tấm riđô. Sau đêm mất ngủ, rạng hồng bình minh, nhạc điệu huy hoàng. Căn phòng khách sạn màu trắng tuyết pha vàng nhạt. Xa xa ánh đèn đan cài thành phên mắt cáo của ngọn tháp sắt lớn đằng sau màn sương mù phảng phất. Phía dưới, đám cây xanh um của công viên Boucicaut. Thành phố tĩnh lặng trong mùa xuân thời chiến. Đông đặc dân di tản. Đám người này vốn nghĩ rằng đời mình sẽ không xê dịch. Bàn tay già nua buông chốt cửa sổ, cầm quai vali. Sáu tầng bên dưới, Yersin bước qua cái cửa quay bằng gỗ đánh véc ni nẹp đồng màu vàng. Một người phục vụ vận áo đồng phục đóng cửa taxi lại sau lưng ông. Yersin không chạy trốn. Ông chưa từng chạy trốn. Chuyến bay này, ông đã giữ chỗ từ nhiều tháng trước tại một hãng lữ hành ở Sài Gòn.

Đó là một người giờ gần như hói, râu bạc và mắt xanh. Áo vét kiểu quý tộc nông thôn, quần màu be và áo sơ mi trắng mở cổ. Cửa kính sân bay Bourget trông ra đường băng có một chiếc thủy phi cơ đang đậu. Một con cá voi nhỏ màu trắng với cái bụng tròn chứa khoảng chục hành khách. Người ta đẩy xe thang sát lại khoang lái từ phía bên trái, vì các phi công đầu tiên, trong đó có Yersin, từng là kỵ sĩ[1]. Ông lên đường để gặp lại những con ngựa An Nam nhỏ thó của mình. Một nhúm người chạy trốn ngồi trên mấy ghế dài của phòng chờ. Giấu kín bên dưới hành lý của họ, dưới đống váy áo là những xấp tiền và vàng thỏi. Lính Đức đã đến các cửa ngõ của Paris. Những người này đủ giàu để không phải nghĩ đến chuyện hợp tác với quân chiếm đóng, bọn họ hết nhìn đồng hồ treo tường lại xem đồng hồ đeo tay.

Hẳn chỉ cần một chiếc xít-đờ-ca của quân Đức là đủ để ghim chặt tại chỗ con cá voi nhỏ màu trắng. Đã quá giờ. Yersin không buồn nghe những lời lẽ đầy lo lắng, mà viết mấy câu gì đó vào sổ. Cánh quạt đã quay, chúng nằm trên buồng lái, giữa hai cánh máy bay. Ông đi qua đường băng. Những kẻ chạy trốn muốn xô đẩy ông, buộc ông phải chạy. Tất cả đều đã yên vị trên máy bay. Ông được đỡ leo lên thang. Đây là ngày cuối cùng tháng Năm năm 40. Hơi nóng khiến ảo ảnh một vũng nước nhảy nhót trên mặt đường. Chiếc máy bay rung lên và lao đi. Những kẻ trốn

---

1. Ở Pháp, các kỵ sĩ có thói quen lên ngựa từ bên trái.

chạy lau trán. Đây là chuyến bay cuối cùng của hãng hàng không Pháp trong suốt nhiều năm. Điều này thì còn chưa ai biết.

Với Yersin đây cũng là chuyến bay cuối cùng. Ông sẽ không bao giờ quay về Paris nữa, sẽ không bao giờ thấy lại căn phòng nhỏ của mình trên tầng sáu khách sạn Lutetia. Điều ấy ông có thoáng nghĩ tới, ông ngắm nhìn phía bên dưới, những dòng người chạy loạn trong vùng Beauce. Xe đạp và xe bò chất đống đồ đạc với chăn đệm. Đám xe tải rì rì giữa những người cuốc bộ. Toàn bộ ướt đẫm dưới cơn giông mùa xuân. Hàng đoàn côn trùng hoảng hốt bỏ chạy để không bị đám súc vật xéo nát. Hàng xóm của ông ở khách sạn Lutetia đều đã rời đi cả. Cái ông Ái Nhĩ Lan cao lênh khênh đeo kính, nhà văn Joyce mặc comlê đủ bộ, đã đang ở vùng Allier rồi. Matisse thì tới Bordeaux rồi đi Saint-Jean-de-Luz. Chiếc máy bay hướng về phía cảng Marseille. Giữa hai gọng kìm đang siết lại, phát xít và chế độ độc tài Franco. Trong khi đó về phía bắc, cái đuôi của con bọ cạp đang dựng lên trước khi quất xuống. Dịch hạch nâu[1].

Ngôn ngữ và văn hóa cả Đức lẫn Pháp, Yersin đều biết rõ, cả những cãi cọ lâu đời giữa hai bên. Dịch hạch, ông cũng biết rõ. Nó mang tên ông. Đã từ bốn mươi sáu năm nay, tính đến ngày cuối cùng tháng Năm năm 40 này khi ông bay phía trên nước Pháp lần cuối, trong bầu trời giông bão.

Yersinia pestis.[2]

---

1. Ở đây chỉ Đức Quốc xã trong Thế chiến thứ hai, do mang quân phục màu nâu.

2. Tên khoa học của trực khuẩn dịch hạch do Yersin tìm ra tại Hồng Kông.

lũ côn trùng

Ông già giờ lướt cuốn sổ rồi thiu thiu ngủ trong tiếng rì rầm ong ong. Từ nhiều ngày nay ông bị mất ngủ. Khách sạn đầy những người tình nguyện trong đội Dân vệ đeo băng tay màu vàng. Ban đêm còi báo động hú suốt. Đống ghế bành được xếp dưới hầm trú ẩn cuối dãy hành lang lỏng chỏng chai dưới đất. Đằng sau hàng mí mắt đã nhắm của ông, mặt trời đùa giỡn trên mặt biển. Khuôn mặt Fanny. Chuyến đi của cặp vợ chồng trẻ xuống vùng Provence rồi tận Marseille để bắt côn trùng. Làm sao có thể viết về anh con trai mà không viết gì về người cha. Chuyện này cũng ngắn thôi. Anh con trai chưa bao giờ gặp cha mình.

Tại Morges thuộc bang Vaud, trong gia đình Yersin cũng như

bên hàng xóm, cảnh sống không đến nỗi cùng quẫn nhưng vô cùng đạm bạc. Ở đó một xu là một xu. Váy áo sờn cũ của các bà mẹ được chuyển cho đám hầu gái. Nhờ đi làm gia sư mà người cha đã có thể theo học kha khá ở Genève, một thời làm giáo viên cấp hai, rất mê thực vật học và côn trùng học, nhưng để kiếm sống tốt hơn, ông làm quản kho thuốc súng. Ông mặc áo vét đen bó chặt của giới học giả và đội mũ chỏm cao, biết tất tật về côn trùng cánh cứng, trở thành chuyên gia côn trùng cánh thẳng và châu chấu.

Ông vẽ châu chấu và dế, giết hết, đặt cánh và râu chúng dưới kính hiển vi, gửi bài viết tới Hội Khoa học tự nhiên bang Vaud, thậm chí cả Hội Côn trùng học Pháp. Thế rồi ông trở thành quản đốc Kho thuốc súng, không xoàng đâu nhé. Ông tiếp tục nghiên cứu hệ thống thần kinh ở dế đồng và hiện đại hóa ngành thuốc súng. Trán đè nát con dế cuối cùng. Trong cơn co giật cuối, cánh tay ông hất đổ đống chai lọ. Alexandre Yersin qua đời ở tuổi ba mươi tám. Một con bọ hung xanh lục bò ngang má ông. Một con châu chấu mắc kẹt trên tóc ông. Một con bọ mật sọc đen chui vào cái miệng há hốc của ông. Cô vợ trẻ Fanny đang mang thai. Bà góa của ông chủ sẽ phải rời kho thuốc súng. Sau bài điếu văn, giữa những bọc quần áo và chồng bát đĩa, một đứa trẻ chào đời. Người ta đặt cho nó tên của người chồng đã chết.

Ven bờ Hồ[1] nước trong và lạnh, bà mẹ mua Nhà Cây Sung tại Morges rồi sửa sang thành nhà trọ cho các cô gái trẻ. Fanny là người lịch thiệp, rành rẽ các cung cách phụ nữ. Bà dạy bọn

---

1. Ở đây chỉ hồ Léman, một hồ lớn ở Thụy Sĩ.

con gái nữ công gia chánh, một chút vẽ vời và âm nhạc. Suốt đời, người con trai sẽ luôn khinh bỉ những hoạt động ấy, lẫn lộn nghệ thuật đích thực với những thứ nghệ thuật mua vui. Với anh mọi chuyện tầm phào hội họa văn chương đều gợi nhớ đến sự phù phiếm của đám con gái mà trong thư từ anh gọi là lũ khỉ cái.

Điều này khiến bạn hình dung ra một đứa trẻ hoang dã, đặt bẫy và phá tổ chim, dùng kính lúp nhóm lửa, về nhà lấm lem bùn đất như thể trở về từ chiến trường hoặc một cuộc thám hiểm trong rừng rậm. Thằng bé chơi một mình, quần nát vùng nông thôn, bơi ở Hồ hay làm diều. Nó bắt côn trùng, đem ra vẽ, dùng kim xiên rồi đính lên giấy bìa. Nghi lễ hiến sinh làm người chết sống dậy. Giống như giáo và khiên ở một tộc người chiến binh, nó thừa hưởng các biểu tượng của cha, lôi từ cái rương để trong kho chứa đồ ra kính hiển vi và con dao mổ. Đây là Alexandre Yersin thứ hai và cũng là một nhà côn trùng học thứ hai. Các bộ sưu tập của người quá cố đã chuyển vào bảo tàng Genève. Mục đích của một cuộc đời có thể là: phung phí năm tháng của mình cho việc nghiên cứu khổ hạnh, chờ đến lượt mình bị vỡ một mạch máu não.

Thế hệ này qua thế hệ khác, ngoài việc hành hạ lũ côn trùng thì các trò giải trí vùng Vaud rất hạn chế. Bản thân khái niệm "giải trí" đã đáng ngờ rồi. Ở chốn này sống là để cứu chuộc cái tội là đã sống. Gia đình Yersin chịu tội dưới bóng Nhà thờ Tân giáo tự do, xuất phát từ một phong trào ly giáo ở Lausanne trong giới Tin Lành vùng Vaud. Đám này từ chối cho Nhà nước quyền trả lương mục sư và gìn giữ nhà thờ của họ. Trong cảnh nghèo thảm và tần tiện, những con chiên ngoan đạo đổ mồ hôi sôi nước mắt để kiếm tiền nuôi các bậc chăn chiên. Việc này còn nan giải hơn chuyện nuôi một ông linh mục ăn khỏe. Nhằm làm vui lòng Chúa - hãy sinh sôi nảy nở - mục sư là một loài phát triển cực nhanh. Đó là những gia đình con đàn cháu đống như lũ chim non dưới đáy tổ há mỏ lên trời. Váy áo cũ của các bà mẹ sẽ không được chuyển sang cho đám hầu gái nữa. Các giáo dân khoác lên người sự thanh khiết và lòng chính trực như khoác áo choàng vậy. Họ là những kẻ thuần khiết nhất, xa rời cuộc sống vật chất nhất, những quý tộc về đức tin.

Từ cái lạnh lùng cao ngạo trong những ngày chủ nhật băng giá xanh lơ ấy, người ta bảo chàng trai bé nhỏ sẽ lưu giữ sự thẳng thừng cộc lốc và nỗi khinh bỉ mọi vật chất trên cõi đời này. Đứa trước đây vì buồn chán mà học hành xuất sắc, nay đã trở thành một thiếu niên cần cù. Những người đàn ông duy nhất được đón tiếp ở Nhà Cây Sung, trong phòng khách nhỏ đầy hoa, là các ông bác sĩ bạn của bà mẹ. Khi ấy, vấn đề là phải lựa chọn Pháp hay Đức và một trong hai mô hình đại học. Ở phía Đông sông Rhin là kiểu học giảng đường và lý thuyết, khoa học được phát ra từ trên cao bởi những nhà bác học vận comlê đen cổ hồ cứng. Ở Paris là giảng dạy lâm sàng ngay đầu giường người bệnh và mặc blu trắng, mô hình được gọi là thực hành, người lập ra là Laennec[1].

Sẽ là Marburg, theo lời khuyên của mẹ và đám bạn bà. Yersin thích Berlin hơn nhưng đành chọn tỉnh lẻ. Fanny thuê cho con trai một căn phòng ở nhà một ông giáo sư khả kính, một cây cao bóng cả ở trường đại học nhưng lại trợ lễ ở nhà thờ. Yersin

---

1. Bác sĩ René Laennec (1781-1826): người Pháp, nổi tiếng vì đã sáng chế ra ống nghe bác sĩ.

phục tùng nhằm rời xa đám đàn bà con gái. Ra đi. Giấc mơ của anh là giấc mơ của một đứa trẻ. Đó là khởi đầu những thư từ trao đổi với Fanny, cho mãi đến khi bà qua đời. "Khi nào trở thành bác sĩ, con sẽ đưa mẹ đến sống ở miền Nam nước Pháp hay ở Ý, mẹ nhé?"

Tiếng Pháp trở thành một thứ ngôn ngữ bí mật, đậm tình mẫu tử, một kho báu, ngôn ngữ của buổi tối, của những bức thư viết cho Fanny.

Anh hai mươi tuổi và từ ngày đó cuộc đời anh được nói bằng tiếng Đức.

ở Berlin

Nhưng trước hết anh còn phải kiên nhẫn chờ đợi suốt một năm dài. Trong một bức thư hồi tháng Bảy, anh viết rằng "như mọi khi, trời mưa, lạnh, Marburg đúng không phải là xứ sở mặt trời". Việc giảng dạy y khoa cũng làm anh thất vọng như khí hậu. Suy tư của Yersin có tính thực dụng và thực nghiệm, anh cần nhìn thấy, chạm vào, điều khiển, dựng những con diều. Vị giáo sư cây cao bóng cả đón anh với một bộ mặt khổ hạnh, kiểu để trang trí tiền giấy. Người Mỹ có một từ để chỉ kiểu người này: dwem[1]. Những nhà thông thái già tóc bạc, tao nhã và uyên bác, để râu cằm và đeo kính cặp mũi[2].

---

1. Từ này sẽ được giải thích kỹ ở đoạn cuối sách.
2. Loại kính cổ, không có gọng cài tai.

Ở Marburg có bốn trường đại học, một nhà hát, một vườn bách thảo, một tòa án và một bệnh viện. Tất tật nằm dưới chân tòa lâu đài của các ông hoàng bang Hesse. Một điều tra viên, chuyên nghề viết lách, cầm cuốn sổ tay bìa bọc da chuột chũi, một bóng ma của tương lai trên đường dò lại dấu vết Yersin, đến ở khách sạn Zur Sonne, tản bộ trên những phố dốc theo chân người anh hùng trẻ tuổi, dọc theo sông Lahn, dễ dàng tìm ra ngôi nhà đá cao khung gỗ, ngay chính giữa ốc đảo văn hóa yên bình dưới bầu trời xám thấp tè, trong ngôi nhà ấy chàng trai nhỏ mắt xanh nghiêm nghị với bộ râu lún phún mặc sức buồn chán.

Bóng ma đi xuyên qua tường, xuyên qua thời gian, nhìn thấy đằng sau mặt tiền nhiều cột thứ gỗ sẫm màu của đồ đạc, thứ da thuộc sẫm màu của những ghế bành và những bìa sách dựng trong thư viện. Màu đen và nâu như trong một bức họa dòng Flamand. Buổi tối, ánh vàng những ngọn đèn dành cho cầu nguyện thì thào, bữa tối im lìm. Con lắc của đồng hồ treo tường tạo ánh phản chiếu. Trên cao hơn, nó đẩy cỗ máy chạy kêu lích kích. Ở gờ tường mặt tiền tòa Thị chính, mỗi giờ Thần Chết lại tiến đến gần hơn. Người ta không biết đến điều này. Cái hiện tại ấy là vĩnh viễn. Có tiến hóa nữa thì thế gian hẳn cũng không hơn được mấy. Nền văn minh này đã lên đến cực đỉnh. Vài chi tiết cần điều chỉnh nữa thôi. Có lẽ phải hoàn thiện một số thuốc men.

Ngự ở đầu bàn, là thần Zeus trang trọng và im ắng, tức giáo sư Julius Wilhelm Wigand, tiến sĩ triết học, giám đốc Viện Dược học, giám quản Vườn Bách thảo, hiệu trưởng trường Đại học. Buổi tối, ông đón tiếp chàng trai người Vaud trong phòng làm việc của mình. Sự quan tâm của ông mang tính cha chú kẻ cả. Ông những muốn dẫn dắt chàng thành niên trong con đường tiến thân học thuật, giúp anh tránh được những lầm lỗi. Bởi vậy mà ông trách anh cứ hay giao du với tay Sternberg kia, hạng bét đúng như tên gọi ấy[1]. Ông khuyên anh gia nhập một hội đoàn. Nhưng thế đấy, Yersin, cậu sinh viên rụt rè đang ngồi trong ghế bành trước mặt ông, chưa bao giờ có cha. Cho đến bây giờ anh hoàn toàn bỏ qua được điều đó.

Dù học y, luật, thực vật học hay thần học, thì chín phần mười sinh viên ở Marburg đều có một điểm chung, là thuộc về một hội đoàn nào đó. Sau các nghi lễ tiếp nhận, tuyên thệ xong xuôi, tối tối hoạt động của bọn họ là đến cái quán rượu trên tường treo đầy gia huy ấy để uống đến say mèm và chiến đấu tay đôi. Quấn khăn để bảo vệ cổ, đeo lót ngực để bảo vệ tim, rút gươm ra khỏi bao. Ngừng tay khi giọt máu đầu tiên rơi. Những tình bạn bất khả phai nhạt ra đời. Họ trương trên người những vết xây xước giống như về sau đeo huân chương trên quân phục. Tuy nhiên một phần mười sẽ bị khai trừ khỏi thứ tình bằng hữu này. Đó là *numerus clausus*[2] bắt buộc đối với những người Do Thái căn cứ theo luật của trường đại học.

Chàng trai nhỏ vận đồ đen chọn sự tĩnh tại của học tập, những chuyến đi bộ dạo chơi ở nông thôn, những cuộc tranh luận với Sternberg. Các giờ giải phẫu học và lâm sàng vẫn còn ở trên giảng đường, khi mà đôi bạn đã muốn biết thực tế bệnh

---

1. Trong từ "Sternberg", có "stern" (tiếng Đức) nghĩa là "sau cùng", "đuôi".

2. Tiếng Latin, nghĩa là biện pháp để hạn chế số lượng sinh viên tham gia.

viện. Phẫu tích. Lao vào cái sống động. Tại Berlin, nơi rốt cuộc Yersin đến ở, chỉ trong một tuần anh đã được dự hai ca mổ khoét vùng hông, trong khi ở Marburg thì một cuộc phẫu thuật như vậy chỉ xảy ra mỗi năm một lần. Cuối cùng anh cũng được dạo bước trên đường phố một thủ đô lớn. Năm ấy, các khách sạn đông đặc dân ngoại giao và thám hiểm. Berlin trở thành thủ đô của thế giới.

Theo sáng kiến của Bismarck[1], tất cả các nước thực dân tập hợp về đây trước bản đồ để chia chác châu Phi. Đó là Hội nghị Berlin. Stanley huyền thoại[2], người đã tìm lại được Livingstone mười bốn năm trước đó, đại diện cho vua Bỉ, chủ xứ Congo, tại hội nghị này. Yersin đọc báo, phát hiện ra cuộc đời của Livingstone, và Livingstone trở thành mẫu hình của anh: con người xứ Êcốt ấy là nhà thám hiểm, con người của hành động, nhà bác học, mục sư, người khám phá ra sông Zambèze và là thầy thuốc, suốt nhiều năm ròng lang thang ở các vùng đất không người biết đến ở Trung Phi và là người, khi rốt cuộc cũng được Stanley tìm thấy, chọn ở lại đó cho đến khi chết.

Một ngày nào đó Yersin sẽ là Livingstone mới.

Anh viết điều này trong một thư gửi Fanny.

Nước Đức, cũng giống nước Pháp và nước Anh, biến thành một đế chế nhờ gươm súng, thuộc địa hóa Camơrun, Namibia và Tanzania ngày nay cho đến tận Zanzibar. Cùng năm diễn ra Hội nghị Berlin đó, Arthur Rimbaud, tác giả *Giấc mơ của*

---

1. Chính trị gia, hồi ấy là thủ tướng Đức.

2. Tức Henry Morton Stanley (1841-1904), nhà thám hiểm miền Trung châu Phi rất nổi tiếng, người tìm ra David Livingstone (1813-1873), nhà thám hiểm người Scotland.

Bismarck, dùng lạc đà chở hai nghìn khẩu súng trường và sáu mươi nghìn viên đạn đến cho vua Ménélik ở Abyssinia. Đó là một nhà thơ Pháp đã làm tăng ảnh hưởng của nước Pháp, chống lại những mưu mô xâm chiếm lãnh thổ của người Anh và người Ai Cập do Gordon cầm đầu. "Gordon của họ là một thằng ngu, Wolseley của họ là một con lừa, và tất cả các cơ đồ của họ chỉ là một loạt những điều phi lý điên rồ, những trò phá phách." Chàng là người đầu tiên khẳng định tầm quan trọng chiến lược của hải cảng mà chàng viết là "Dhjibouti", giống Baudelaire từng viết "Saharah", soạn một báo cáo thám hiểm cho Hội Địa lý, gửi những bài báo phân tích địa lý-chính trị cho tờ *Bosphore Ai Cập*, chúng tạo được tiếng vang ở Đức, ở Áo, ở Ý. Chàng nói đến những tàn phá của chiến tranh. "Trong vòng vài tháng người Abyssinia đã ngốn ngấu hết số lúa dự trữ do người Ai Cập để lại, mà lẽ ra phải đủ dùng cho nhiều năm. Nạn đói và dịch hạch sắp xảy ra đến nơi rồi."

Dịch hạch là do một loài côn trùng gieo rắc. Rận. Điều đó thì người ta còn chưa biết. Từ Berlin, Yersin sang Jena. Tại hãng Carl Zeiss anh mua chiếc kính hiển vi loại tiên tiến nhất, nó sẽ không bao giờ rời anh nữa, nằm trong hành lý của anh để chu du thiên hạ, chính nó mười năm sau đó sẽ xác định được trực khuẩn dịch hạch. Carl Zeiss là một dạng Spinoza, ở cả hai người, việc mài kính[1] rất hữu dụng cho suy tư và những ý nghĩ không tưởng. Baruch Spinoza cũng là người Do Thái, Sternberg bảo. Rồi hai chàng sinh viên lại quay về Marburg, lần lượt dán

---

1. Nhà triết học Spinoza đã từng làm nghề mài kính để sinh sống.

mắt vào nhãn kính mới toanh, điều chỉnh để quan sát một cánh chuồn chuồn. Yersin cũng đã tận mắt trông thấy những cuộc bài Do Thái rất bạo lực, những cửa kính bị đập nát, những cú đấm đá. Có lẽ trong câu chuyện của hai chàng sinh viên từ "dịch hạch" đang len lỏi vào.

Chừng nào còn chưa mắc dịch hạch và bệnh hủi, thì người ta vẫn thường lẫn lộn chúng với nhau. Đợt dịch hạch lớn hồi Trung cổ, Dịch hạch Đen, dân số đã giảm mất hai lăm triệu. Phân nửa dân châu Âu bị tiêu diệt. Chưa từng có cuộc chiến tranh nào gây ra nhiều chết chóc đến như vậy. Tầm vóc thảm họa ấy mang tính siêu hình học, nó chính là cơn thịnh nộ của thần linh, Sự Trừng Phạt. Người Thụy Sĩ không phải lúc nào cũng là những kẻ tốt bụng đầy khoan dung và chừng mực. Năm thế kỷ trước, người dân Villeneuve ven Hồ đã thiêu sống những người Do Thái bị buộc tội gieo rắc dịch hạch bằng cách bỏ thuốc độc xuống các giếng nước. Năm thế kỷ sau, sự ngu dốt đã giảm đi nhưng lòng thù hận thì vẫn còn y nguyên. Người ta cũng chẳng biết gì hơn về dịch hạch. Nó đến từ đâu, giết chóc rồi biến mất như thế nào. Có thể một ngày nào đó. Hai chàng sinh viên tin vào khoa học. Vào Tiến Bộ. Chữa được dịch hạch sẽ là làm một được hai, Sternberg nói. Yersin thông báo với bạn là mình sắp sang Pháp.

Năm tiếp đó, anh sẽ theo học ở Paris. Vào đúng năm diễn ra Hội nghị Berlin, trong khi Arthur Rimbaud mài gót chân trên các sa mạc gồ ghề đá, theo đuôi lũ lạc đà, Louis Pasteur vừa cứu sống thằng bé Joseph Meister. Chữa bệnh dại bằng vắcxin là tương lai đấy. Sắp tới, vấn đề không phải là chọn dịch hạch hay chọn thổ tả nữa, mà là phải chữa được cả hai bệnh ấy[1]. Yersin có lợi thế vì dùng được hai ngôn ngữ như tiếng mẹ đẻ. Giả sử Sternberg nói được hai thứ tiếng như thế thì có lẽ anh lại do dự. Berlin hay Paris thì cũng như tránh vỏ dưa gặp vỏ dừa. Nói đúng ra thì đó là một kẻ bi quan sáng suốt, cái chàng Sternberg ấy, nếu cách nói này không phải là một trùng ngữ. Mười năm sau, khi vụ Dreyfus[2] bắt đầu, người ta sẽ không thấy tên của Yersin bên dưới bất cứ bản kiến nghị nào. Quả là toàn bộ chuyện này, những nỗi kinh hoàng của châu Âu, sẽ nhanh chóng khiến người ta thích đi thật xa. Vào thời điểm diễn ra phiên tòa Dreyfus thì Yersin đang ở Nha Trang hay Hồng Kông gì đó.

---

1. Người Pháp có một ngạn ngữ "chọn dịch hạch hay thổ tả" để nói một cách bóng gió rằng thật khó khăn khi phải chọn một trong hai cái đều xấu. Ở đây, tác giả dùng từ "dịch hạch" và "thổ tả" theo cả nghĩa đen và nghĩa bóng.

2. Vụ án rất nổi tiếng ở Pháp, điển hình về sự bài Do Thái ở phương Tây. Trong vụ án này có sự lên tiếng rất mạnh mẽ và can đảm của nhà văn Émile Zola.

ở Paris

Khám phá ra thủ đô này, Yersin đặc biệt khám phá ra chủ nghĩa bài Đức. Ở Paris thì nên hát nhạc dân ca Thụy Sĩ và đội cái mũ kỳ cục của dân xứ này hơn là đội mũ cát chóp nhọn và hát nhạc vùng Bayern.

Mười lăm năm rồi, kể từ Sedan[1], nước Pháp bị bé lại và điều này thật không chấp nhận được. Bị cắt mất Alsace và Lorraine, nó trả thù bằng cách đi chinh phục để trở thành một đế quốc hải ngoại rộng lớn, lớn hơn so với đế quốc hải ngoại của người Đức. Từ các đảo ở Caribê cho đến Đa Đảo, từ Phi châu tới Á

---

1. Ý nói trận đánh Sedan (một thành phố nhỏ của Pháp) trong cuộc chiến tranh Pháp-Phổ, vào năm 1870; ở trận này, Napoléon III đã bị bắt làm tù binh.

châu: cũng chẳng khác mấy so với lá cờ Anh quốc, mặt trời không bao giờ lặn trên lá cờ tam tài Pháp. Năm ấy, Pavie nhà thám hiểm xứ Lào gặp Brazza nhà thám hiểm xứ Congo. Quán Bò Nhỏ trên phố Marazine thì là nơi tụ tập của đám thám hiểm Sahara. Hai năm trước, hải quân Pháp, sau Nam Kỳ, đã chiếm được các tỉnh ở Trung Kỳ và Bắc Kỳ. Yersin đọc truyện về những chuyến đi, xem bản đồ. Thế mới là đàn ông chứ, và họ hẳn chẳng bao giờ đến Marburg mà sống mòn đâu. Anh tin mình đã lựa chọn đúng. Chính đây là nơi phải sống.

Có lẽ đây là lần cuối cùng trong lịch sử của mình, Paris là một thành phố hiện đại. Các công trình cách tân của Haussmann[1] đã xong xuôi. Người ta vẽ bình đồ tàu điện ngầm. "Con vào bảo tàng Louvre. Hôm nay con đi thăm khu Ai Cập cổ đại." Yersin đọc báo ở phòng khách cửa hàng Bon Marché. Hai mươi lăm năm sau đó, gia đình Boucicaut, chủ cửa hàng, sẽ cho xây khách sạn Lutetia ở đối diện. Và vào quãng cuối đời, Yersin sẽ có thói quen mỗi năm sống ở khách sạn đó hàng tuần liền, sau khi vì nó mà đã đi qua cả hành tinh, lúc nào cũng là căn phòng ở góc tầng sáu, cách chốn đầu tiên ông từng ở khi là sinh viên có vài trăm mét, một căn gác xép tồi tàn trên phố Madame, từ đó anh viết thư cho Fanny, bảo rằng ngoảnh đến sái cổ thì có thể trông thấy một tòa tháp của nhà thờ Saint-Sulpice.

Ở phố Ulm, Louis Pasteur vừa lần thứ hai thành công trong việc tiêm vắcxin chống bệnh dại. Sau cậu bé Joseph Meister người Alsace là Jean-Baptiste Jupille, người Jura, được tiêm

---

1. Haussmann từng là trưởng vùng sông Seine từ 1853 đến 1870. Trong thời kỳ này ông cho tiến hành các công trình quy hoạch lại Paris.

vắcxin. Từ khắp nơi người ta sẽ đổ xô đến. Cho tới khi ấy, ở mọi vùng nông thôn cũng như tại những khu rừng ngập tuyết đầy chó sói, ở Pháp cũng như ở Nga, phương thuốc thường là trói các con vật mắc bệnh dại, bóp ngạt chúng, trước khi đến lượt mình cũng bị cắn. Có thể phiêu lưu ở ngay góc phố Ulm, không khác gì trên các đụn cát Sahara. Đường biên mới của vi trùng học. Chàng sinh viên nước ngoài hăm hai tuổi, ngồi lì trước đống báo, sống nhờ tiền chu cấp của mẹ. Giống mọi đàn ông thời ấy, anh để râu cằm tỉa ngắn và mặc một chiếc áo vest sẫm màu, ăn xúp trong góc các quán xá xập xệ nơi giới vô sản nhấc cốc lên mà đinh ninh là mỗi cốc cạn là mà một cốc mà bọn Đức bẩn không được uống, ôi giời ơi ông chủ ạ, dại gì mà để lại cho chúng cả thùng. "Con đã chứng kiến một cuộc chạm trán dữ dội giữa cánh công nhân và một người gốc Đức, con đoán thế, anh ta trót dại nói tiếng mẹ đẻ, anh ta bị đánh gần như bất tỉnh."

Hiện thời, thì chính anh là người phải ăn thịt bò dại[1]. Anh ghi tên theo lớp vi trùng học đầu tiên do giáo sư Cornil[2] giảng. Môn này mới toanh. Cả đời mình, Yersin sẽ chọn những gì mới mẻ và *tuyệt đối hiện đại*[3].

Ở chỗ Pasteur, trong vòng vài tháng, người ta tiêm vắcxin không ngừng nghỉ. Tháng Giêng 1886: trên tổng số gần một nghìn người được tiêm, có sáu người chết, trong đó bốn người bị chó sói cắn, hai người bị chó nhà cắn. Tháng Bảy: đã có gần hai

---

1. Ở đây, tác giả chơi chữ, để nhại lại chữ "dại" đã dùng ở trên. Trong tiếng Pháp, "ăn thịt bò dại" có nghĩa là sống tần tiện.

2. Victor André Cornil (1837-1908), bác sĩ người Pháp, chuyên gia bệnh học.

3. Cụm từ này xuất hiện nhiều lần trong cuốn sách, xuất phát từ câu của nhà thơ Rimbaud, "Il faut être absolument moderne", nghĩa là "Phải tuyệt đối hiện đại".

nghìn ca thành công và không quá mười thất bại. Những xác chết đó được đưa đến nhà xác Hôtel-Dieu, nơi Cornil giao cho Yersin nhiệm vụ giải phẫu. Chất lượng chiếc kính hiển vi mua của hãng Carl Zeiss được chứng minh dứt khoát: quan sát tủy sống cho thấy huyết thanh chống dại hoàn toàn vô hại. Những nạn nhân này đã được chữa trị quá muộn. Yersin chuyển các kết quả cho Émile Roux, trợ lý của Pasteur. Đó là cuộc gặp mặt của hai đứa trẻ mồ côi mặc áo blu trắng, đứng đó trong nhà xác của Hôtel-Dieu, cạnh xác nạn nhân bệnh dại, và cuộc đời hai người từ đây sẽ đảo lộn.

Đứa trẻ mồ côi thành phố Morges và đứa trẻ mồ côi thành phố Confolens.

Roux giới thiệu Yersin cho Pasteur. Chàng trai rụt rè khám phá nơi chốn và con người Pasteur, viết trong một bức thư gửi Fanny: "Phòng làm việc của ông Pasteur nhỏ, vuông vắn, có hai cửa sổ lớn. Gần một cửa sổ có bàn nhỏ trên đó để mấy cái ly đựng virus để tiêm thí nghiệm."

Rất nhanh, Yersin đến sống cùng họ ở phố Ulm. Sáng sáng, một hàng dài người mắc bệnh dại sốt ruột đứng trong sân. Pasteur khám, Roux và Grancher tiêm, Yersin chuẩn bị vắcxin. Anh được nhận vào làm, hưởng một món lương còm. Từ giờ anh sẽ không bao giờ còn phải nợ nần một ai nữa. Đứa trẻ mồ côi ở Morges và đứa trẻ mồ côi ở Confolens đã tìm được một người cha ở nhà bác học khắc kỷ vùng Jura. Người đàn ông mặc áo rơđanhgốt[1] đen và mang cái họ đầy âm hưởng Kinh Thánh,

---

1. Redingote: một loại áo choàng ngoài phổ biến ở châu Âu từ thế kỷ 18, thường mặc trong dịp có tính trang trọng hoặc khi ở ngoài trời.

dành cho người dẫn dắt đàn chiên về đồng cỏ và dẫn dắt những linh hồn về nơi cứu rỗi[1].

Ở Viện Hàn lâm Khoa học, đang ốm và vẫn còn là quản lý của Trường Sư phạm, Louis Pasteur vừa đọc xong bài trình bày của mình. Cần phải xây dựng một trung tâm điều chế vắcxin chống bệnh dại. Thành phố Paris cho ông tạm sử dụng một tòa nhà ba tầng bằng gạch và ván cũ nát, phố Vauquelin, và nhóm nhỏ ấy dọn vào đó sống luôn. Đó là khởi đầu cuộc sống cộng đồng của họ. Dưới sân có các loại chuồng nuôi súc vật và phòng tiêm chủng. Nhóm đồ đệ Pasteur chia nhau những căn phòng trên tầng. Roux, Loir, Grancher, Viala, Wasserzug, Metchnikoff, Haffkine, Yersin. Yersin lúc nào cũng ủ dột và cau mày khi nghe người ta phát âm tên mình là "Yersine", kiểu như "Haffkine", để nhại giọng anh[2]. Sáng sáng anh đến phố Saints-Pères theo học y khoa. Buổi trưa, anh ăn ở một quán nhỏ trên phố Gay-Lussac. Anh chọn bệnh bạch hầu và lao, vẫn còn được gọi là "lao lực" trong thơ ca, làm đề tài luận án. Anh tiến hành các quan sát lâm sàng ở Bệnh viện Nhi, lấy mẫu bệnh trong những cổ họng sưng tấy, trích màng nhầy, tìm cách cô lập hóa độc tố bạch hầu, và anh đọc ghi chép của các nhà thám hiểm trên những tờ tạp chí.

Ở Nhà băng Pháp quốc người ta mở một đợt quyên góp quốc tế để ủng hộ Louis Pasteur. Tiền ào ào đổ về. Sa hoàng nước Nga, hoàng đế Braxin và vua Istanbul gửi tiền đóng góp, nhưng cũng có cả những người bình thường, tên họ được đăng sáng

---

1. "Pasteur" trong tiếng Pháp còn có nghĩa người chăn chiên, mục sư.
2. Người Thụy Sĩ phát âm tiếng Pháp với một giọng khá đặc biệt.

sáng trên tờ *Công Báo*. Ông già Pasteur đọc lướt qua bản danh sách. Ông khóc khi thấy cậu bé Joseph Meister gửi đến cho mình mấy đồng còm. Họ mua một mảnh đất ở quận 15. Roux và Yersin tuần nào cũng đến kiểm tra việc xây dựng trên phố Dutot, quay về phố Ulm, và gặp lại cả nhóm trong căn hộ của vợ chồng Louis Pasteur, các sơ đồ được trải rộng ra. Ông già vận áo rơđanhgốt đen đã hai lần bị xuất huyết não, nói năng khó nhọc, cánh tay trái bị liệt, chân đi lết. Roux và Yersin cùng kiến trúc sư vẽ một cầu thang bên trong cho cái Viện sắp xây, các bậc nhiều hơn và thấp hơn.

Với ông già Pasteur, việc khám phá vậy là xong rồi. Sau ông sẽ là Roux, kẻ được ân sủng, đứa con giỏi nhất trong cả đám, người thừa kế chính thức. Cuộc chiến cuối cùng của ông có tính cách lý thuyết. Đối đầu với ông từ hơn hai mươi năm nay là những người ủng hộ sự sinh sản bộc phát, những người ấy đông vô kể. Ông bảo vệ ý kiến cho rằng không có gì nảy sinh từ hư vô. Nhưng còn Thượng đế thì sao. Ở đâu ra lũ vi trùng ấy, và tại sao lại giấu chúng tôi trong hàng thế kỷ. Tại sao trẻ con lại chết, nhất là trẻ con nhà nghèo. Fanny lo lắng. Pasteur giống như là Darwin vậy. Nguồn gốc các loài và tiến hóa sinh học, từ vi trùng cho đến loài người, đều đi ngược lại các văn bản thần thánh. Còn Yersin, anh cười vào điều đó, cùng với anh là cả nhóm. Sắp tới, mọi sự sẽ hết sức rõ ràng, sẽ chỉ cần giải thích, giảng dạy, lặp lại các thí nghiệm. Làm sao họ lại có thể tưởng tượng nổi là một thế kỷ rưỡi sau, phân nửa dân cư trên hành tinh vẫn bảo vệ thuyết tạo hóa?

Vào những năm hình thành nhóm đồ đệ Pasteur ấy, nhóm Sahara vẫn tiếp tục gặp nhau ở phố Mazarine, còn nhóm Thi

Sơn[1] thì lụi tàn. Ba nhóm nhỏ này từng có lúc sống chung với nhau. Trong cùng thành phố và trên cùng các phố. Banville, nhà thơ dịu dàng, vẫn ngụ ở phố Buci, ông có lúc đã cho Rimbaud mượn căn phòng phụ của mình, trước khi chàng bỏ đi sống với Verlaine trên phố Racine. Kể từ khi chàng trai thiên nhãn ấy bỏ đi, nhóm Thi Sơn rã rượi dần. Theo thói quen, nhóm này vẫn hay qua lại các phòng thí nghiệm của mình, tức những quán rượu, nơi những thứ thuốc tiên khác được chế biến dưới đáy những bình cổ cao, những nàng tiên sặc sỡ ngụ trong não các chàng Thi Sơn giờ đây não nuột, tưới đẫm những câu thơ *alexandrin*, lúc này không ngừng được xếp theo cặp[2], nhưng ngày càng xanh xao thiếu máu. Vào thời của kính hiển vi và bơm kim tiêm *tuyệt đối hiện đại*, thơ *alexandrin* lụi dần, bị giết chết bằng một đòn bậc thầy của thi sĩ trẻ tuổi đã lên đường đi bán súng trường cho vua Choa Ménélik II, sau này sẽ trở thành hoàng đế Ethiopia.

Về phần mình, Yersin đọc tuốt tuột mọi thứ, nhưng chỉ liên quan đến khoa học hoặc thám hiểm. Anh làm việc trong sự yên lặng và cô độc, làm ra vẻ như bông lơn và lười nhác và bởi vậy mà tao nhã. Ban đêm, anh đun sôi đống vi khuẩn và chuẩn bị các phản ứng thể. Thật tuyệt, tất cả những dụng cụ mà anh được sử dụng này. Cuối cùng là những việc thực hành, giống

---

1. Thi Sơn (Les Parnassiens) là tên một phong trào thơ Pháp xuất hiện ở nửa cuối thế kỷ 19, có tham vọng cách tân thơ ca. Nhóm này gồm một số nhà thơ lớn lúc đó như Leconte de Lisle, Banville, Heresia. Rimbaud, Verlaine, Mallarmé, Baudelaire tham gia vào nhóm này khá muộn và bỏ đi cũng khá nhanh.

2. Alexandrin là một thể đặc trưng của thơ cổ điển Pháp, mỗi câu gồm 12 âm tiết. Một số nhà thơ nhóm Thi Sơn đã nỗ lực cách tân thể loại này, bằng cách viết các câu thơ theo cặp đôi.

như làm những con diều. Anh mở cửa chuồng gà và chuồng chuột, chích máu, tiêm phòng rồi, trong một chớp lóe thiên tài, nhận ra ở con thỏ một loại bệnh lao thực nghiệm mới: chứng lao thể thương hàn.

Chàng trai nhỏ vận đồ đen mang thứ đó tới phòng thí nghiệm và chìa cho Roux cái ống nghiệm. Như thể trong màn ảo thuật anh lôi từ trong mũ ra một con thỏ trắng, túm lấy hai tai nó và đặt nó lên bàn thí nghiệm. Tôi vừa tìm ra một thứ. Roux dùng ngón cái và ngón trỏ điều chỉnh kính hiển vi, ngước mắt, quay đầu, nhìn lên chàng sinh viên rụt rè, mày nhíu lại. "Bệnh lao dạng Yersin" bước vào các công trình giáo khoa y học, và cái tên ấy sẽ được lưu truyền cho hậu thế gồm các bác sĩ đa khoa và sử gia y học. Nhưng với quảng đại quần chúng thì tên ông sẽ mau chóng bị lãng quên, không ai biết đến nó nhiều lắm, dẫu cho có bệnh dịch hạch. Con thỏ tội nghiệp mắc chứng lao ho và khạc nhổ dữ dội, ngắc ngoải trên bàn thí nghiệm. Những giọt máu đỏ lốm đốm trên bộ lông trắng của nó. Nhờ kẻ tử vì đạo này, chàng trai được đăng bài báo đầu tiên trên *Biên niên Viện Pasteur*, ký tên Roux & Yersin. Thế mà, Yersin còn chưa là bác sĩ, thậm chí còn chưa là dân Pháp.

Ba năm sau khi đến Paris, ở tuổi hăm lăm, Yersin viết xong luận án rồi bảo vệ, nhận một tấm huy chương bằng đồng, anh nhét vào túi áo để mang về tặng Fanny. Buổi sáng, anh được trao học vị tiến sĩ y khoa thì tối đến, anh lên tàu sang Đức. Pasteur đã yêu cầu anh ghi tên theo học lớp về vi trùng học kỹ thuật do Robert Koch, người khám phá ra khuẩn lao, vừa mở ở Viện Vệ sinh Berlin. Yersin là người Thụy Sĩ và thông thạo hai thứ tiếng. Không cách xa nghề gián điệp bao lăm. Người được anh gọi trong những cuốn sổ của mình là "ông Koch lạc đà" tấn công Pasteur dữ dội trong các bài viết của mình. Yersin theo hai mươi bốn bài giảng, ghi đầy sổ, dịch những gì Koch viết để Pasteur đọc, vẽ sơ đồ phòng thí nghiệm, viết một báo cáo, và kết luận rằng ở Paris chẳng khó khăn lắm cũng có thể làm tốt hơn thế.

Ngay khi anh quay trở lại, xuất hiện bài báo thứ hai ký tên Roux & Yersin. Các tòa nhà của Viện Pasteur tương lai được Tổng thống Sadi Carnot và các vị khách quốc tế khánh thành rùm beng. Yersin vẫn là người Thụy Sĩ. Luật chỉ cho phép công dân nước Cộng hòa được hành nghề y. Anh tiến hành thủ tục hành chính, gửi thư cho Fanny. Các cụ cố bên ngoại của anh là người Pháp và hồ sơ của anh nhanh chóng xong xuôi. Những người ngả theo Tân giáo từng chạy trốn các xung đột tôn giáo. Nước Pháp đón nhận đứa con đi hoang của mình.

Phố Vauquelin, một buổi chiều, hai người đàn ông, tuy còn nhiều việc khác phải làm, treo chiếc blu trắng lên mắc áo trong phòng gửi đồ, rồi khoác áo vét vào. Roux đi cùng điều chế viên của mình đến tòa thị chính quận 5 trên quảng trường Panthéon. Cách đó vài bước chân. Hai người ký tên vào sổ đăng ký. Nhân viên lấy giấy thấm để thấm mực và chìa giấy chứng nhận cho họ. Còn chẳng có thời gian để ăn mừng ngoài quán giống các thành viên của phái Thi Sơn. Họ mặc lại áo blu trắng, châm đèn Bunsen, quay lại với đám trực khuẩn. Yersin trở thành một nhà bác học Pháp.

kẻ bị tống tiễn

Nhưng giả sử ông vẫn là người Thụy Sĩ hay nhập quốc tịch Đức thì sao nhỉ? Ông già đang thiu thiu ngủ trên máy bay kia, chòm râu bạc và cặp mắt xanh, tâm trí hiền hòa, giả sử ông lại chọn đứng về phía Koch để chống Pasteur? Thì hôm nay người đàn ông bảy mươi bảy tuổi mang hộ chiếu Đế chế III đó sẽ ở đâu? Ta biết rằng thường thì các thiên tài hay bị lạm dụng. Ta biết sự ngây thơ của họ. Những con người ấy chẳng bao giờ làm đau đến một con ruồi, họ sáng chế ra những loại vũ khí tiêu diệt hàng loạt, chỉ bởi cái thú là tìm ra một bí ẩn. Và giả sử như vào đầu cuộc chiến tranh này ông là một bác sĩ già về hưu sống ở Berlin? Giả sử như ông từng cưới một bà vợ Đức ở Marburg, thì hôm nay con cháu ông sẽ ở đâu, mang quân phục của phe nào?

Lúc này chắc là đang ở phía trên sông Rhône, bay qua những cánh đồng nho và những trái nho còn xanh dưới ánh mặt trời tháng Năm 1940. Những người bị động viên liệu có kịp về thu hoạch nho? Quả là nguy hiểm, thái độ của Yersin, luôn không muốn vướng bận đến chính trị. Tảng lờ Lịch sử và những trò nhơ nhớp của nó. Một kẻ cá nhân chủ nghĩa, như phần lớn những kẻ vị tha khác. Phải đến sau này, vì quá vị tha, mà chúng ta trở thành kẻ ghét người.

Ở Yersin, điều này mạnh hơn cả ông: ông cứ luôn luôn phải biết mọi thứ. Ông mở quyển sổ ra, hỏi han phi hành đoàn của con cá voi nhỏ màu trắng bằng kim loại. Chiếc thủy phi cơ của hãng Air France, con thuyền bay đang hướng tới Marseille đó, là một chiếc LeO, mang tên hai người tạo ra nó, Lioré và Olivier, một chiếc LeO H-242. Thân máy bay được làm bằng duyra. Ông chép vào sổ tay. Đó là một chất liệu mới, duyra. Ông tự hỏi bên châu Á ông có thể làm được gì mới mẻ bằng duyra. Xung quanh ông, mười một hành khách khác ngồi trong những ghế bành tựa cao rất êm ái. Rượu dùng thoải mái.

Giữa những kẻ chạy trốn giàu tiền, đặc quyền và hèn nhát hẳn sẽ chọn một trong những điểm đỗ một chốn yên bình để lờ đi mọi sự, ẩn trốn cùng đống tiền lớn mang theo kia, Yersin tránh giao tiếp nhờ có quyển sổ ghi chép, vờ tỏ ra đang tập trung cao độ. Tên ông và khuôn mặt ông rất nổi tiếng. Ông là người cuối cùng còn sống trong nhóm Pasteur. Người ta biết rằng ông sẽ đến tận Sài Gòn, điểm cuối của đường bay, rằng tám ngày nữa ông sẽ tới được đó. Đi tàu thủy thì phải mất một tháng. Nhưng mỗi chuyến đi lại cho ông mang về những hòm lớn đựng đầy dụng cụ, đồ thủy tinh dùng cho các thí nghiệm và các loại hạt cho những khu vườn của ông. Với chiến tranh, liên lạc lại bị cắt đứt. Cũng lộn xộn như hồi sau năm 14.

Từ năm mươi năm nay, Yersin đã chọn rời khỏi châu Âu. Hồi Chiến tranh thế giới thứ nhất ông ở châu Á, bây giờ ông cũng định ở đó cho qua cuộc chiến tranh lần thứ hai này. Một mình. Đúng như ông đã luôn sống. Hay đúng hơn là ở giữa nhóm nhỏ của ông, ở Nha Trang, một làng chài, nhóm của Yersin. Vì theo năm tháng con người cô độc đã trở thành một kẻ cầm đầu. Nơi ấy, ông đã tạo ra một cái gì đó giống như một cộng đồng, một trường dòng phi tôn giáo tách lìa khỏi thế giới, nơi ông đang trên đường trở về. Như thế ông đã lập thệ cho một đời sống thanh đạm và độc thân, cùng tình bằng hữu nữa, cộng đồng khoa học và nông nghiệp tại Nha Trang của ông có thể gợi nhớ một mô hình Cecilia vô chính phủ[1], hay một tập đoàn lao động kiểu Fourier với ông là trưởng lão mang chòm râu bạc. Yersin hẳn sẽ nhún vai nếu có ai nói với ông ý tưởng trên đây. Bởi do đôi chút tình cờ, không thực sự mong muốn, và luôn bận tâm tới những điều khác hẳn, mà lúc này ông đang có trong tay một tài sản khá lớn.

Chỉ có một lần, trong một nỗ lực hòa nhập, để theo đúng quy tắc và chuẩn theo truyền thống của Trường, lúc còn là một bác sĩ trẻ, một người Pháp trẻ, nhà nghiên cứu trẻ, ông từng tự nhủ mình cũng phải trở thành một người chồng trẻ. Dù gì thì Louis Pasteur cũng đã làm thế, và điều này đã không hề ngăn cản ông ấy làm việc. Yersin thích ăn tối ở phố Ulm trong căn hộ

---

1. Một hình thức cộng đồng không tưởng do các nhà vô chính phủ Ý lập ra ở Braxin cuối thế kỷ 19.

nhỏ bé của vợ chồng Pasteur. Hai người coi trọng lẫn nhau, họ đều là những người đàn ông cứng rắn và trung thực, kiệm lời, mắt xanh băng giá. Cả anh hẳn rồi cũng sẽ trở thành một nhà thông thái già được bao bọc bởi sự trìu mến dịu dàng của một bà vợ già. Anh đã tiến hành các bước cần thiết theo hướng ấy, áp dụng phương pháp duy lý như khi thực chứng gia phả. Như thường lệ viết thư cho mẹ. Một lá thư cho Fanny.

Bà, người vừa tìm cho anh nguồn gốc tổ tiên, nhanh chóng tìm được một vị hôn thê. Mina Schwarzenbach. Cháu gái một bà bạn. Mina nghe thật dễ thương. Ta hình dung ra nàng còn trinh và cài khuy đến tận cổ áo viền đăng ten trắng, nhưng bên dưới cái váy đen rộng rất có thể tối tối là ngọn lửa nồng khơi ra từ đầu ngón tay giữa. Yersin bắt đầu viết thư cho cô. Còn khó hơn bài mô tả bệnh bạch hầu. Nhiều bản nháp bị ném vào giỏ rác. Mina yêu quý. Anh có nên tán tụng về cặp vợ chồng già Pasteur yên bình. Những cuộc tranh luận học thuật ở nhà họ với Perrot, giám đốc Trường Sư phạm, và những mẩu chuyện về các chuyến đi khảo cổ của ông ta tại Tiểu Á. Thế thì vụng về quá. Mina Schwarzenbach mong được đọc những vần thơ *alexandrin* rực lửa để tặng nàng. Hẳn tối tối nàng sẽ lấy tay kia mà giữ bức thư để nhấm lại các vần thơ. Trong chuyện này Yersin thật vụng. Anh bị tống cổ luôn. Không ai nhắc đến chuyện này nữa. Anh cảm giác là một cô vợ cứ dính lấy anh chắc sẽ nhanh chóng trở thành phiền toái. Cũng có thể sau này sẽ tính, khi mình đã đi vòng quanh thế giới và vòng quanh vấn đề đó rồi.

Còn giờ đây mình muốn đi xem biển.

ở Normandie

Với Roux, ý tưởng này có vẻ thật dớ dẩn. Xem biển. Ông tắt cái đèn Bunsen, chùi tay vào vạt áo blu trắng, giơ hai tay lên trời. Cứ như là đang mơ ấy. Xem biển. Thế sao lại không tìm một làng chài mà sống đến trọn đời luôn đi. Thì đúng thế, Yersin nói... Nhưng mà thôi. Này, anh có một ý thế này. Kết hợp cái hữu dụng với cái dễ chịu. Lợi dụng chút tiếng tăm chuyên gia ho lao của mình, chàng bác sĩ Yersin trẻ tuổi xin được Cơ quan thanh tra hàn lâm cử đi công cán ở Grandcamp vùng Calvados. Anh dự định xem xét vi khuẩn trong miệng những đứa trẻ sống ở nơi trong lành và thoáng khí. Anh sẽ so sánh chúng với các vi khuẩn mà người ta tìm thấy trong miệng lũ trẻ học tại các trường ở Paris. Xem liệu bầu trời nhiễm bẩn vì khói nhà máy có phải là yếu tố làm bệnh nặng thêm. Anh vừa mua một chiếc xe đạp đời mới có xích líp do Armand Peugeot sản xuất.

Yersin đóng vali, bọc kính hiển vi lại, lên tàu đi Dieppe, đạp xe đến Le Havre, đi phà sang Honfleur và đạp xe tới tận Grandcamp. Sáng ra, anh đi một vòng các lớp học, lũ trẻ há to miệng trước mặt anh, tối đến anh đi dạo trên bờ biển và gặp các ngư dân nhận lời cho anh lên thuyền. Đêm, ở nhà trọ anh đọc *Ngư dân Băng Đảo* của Pierre Loti[1]. Anh và Loti có chung đặc điểm là đều cô độc từ nhỏ. Những gia đình khiêm tốn và trung thực ở tỉnh lẻ, đạo Tin Lành hà khắc, những người cha vắng mặt. Hai chàng trai ấy lớn lên giữa đám phụ nữ. Từ đó họ hình thành thói căm ghét phụ nữ tiềm ẩn và chiều hướng tình dục không xác định, giấc mơ được ngao du năm châu bốn bể. Tuy nhiên, ý tưởng ấy đến với bạn chóng hơn trong một gia đình thủy thủ ở Rocheforg-sur-Mer so với ở Morges, bang Vaud.

Yersin hai sáu tuổi và lần đầu tiên thấy biển.

Không phải là đứng trên vách đá, tóc bay trong gió như một nhà thơ phái Thi Sơn, mà là trên chiếc tàu đánh cá *Raouil* trồi lên tụt xuống vì sóng đánh lên boong, đi bốt và mặc áo mưa, bên cạnh những thao tác buồm rất cầu kỳ và công việc chỉn chu.

Trong cơn phấn khích, để gửi cho Fanny là độc giả duy nhất, anh viết một đoạn bắt chước giọng văn Loti hoặc các nhà thám hiểm, các nhà hàng hải đi khám phá những tộc người lạ. Anh

---

1. Pierre Loti (1850-1923), bút danh của Julien Viaud, là nhà văn Pháp rất nổi tiếng chuyên viết về những miền đất xa xôi, gắn chặt với chủ nghĩa thực dân Pháp.

miêu tả một thế giới toàn đàn ông, đầy tình bằng hữu, một cái gì đó giữa Loti và tiểu thuyết *Lao động biển cả* của Victor Hugo, dẫu Yersin còn chưa biết đến thuật ngữ "phần nổi của tàu", cũng như tục lệ không nhắc đến dây thừng khi ở trên tàu, hay trong nhà có người treo cổ: "Con tàu đột ngột khựng lại, sợi dây thừng buộc tấm lưới thiếu điều đứt phụt. Nhanh tay lên nào, hạ buồm xuống, đang có một tảng đá lớn mắc vào làm lưới rách toạc đến mấy mét vuông, cũng nhanh lên nào, kim đan lưới và dây cước để vá các lỗ thủng. Mãi gần bảy giờ mới sửa xong lưới nhưng cá chim thì chỉ đánh được vào ban ngày thôi. Đêm thì người ta đánh cá bơn, cũng rất được chuộng nhưng như thế thì phải lại gần bờ: cá bơn sống trong một đáy trũng toàn cát, không có đá tảng." Tối đến, trên boong họ nướng cá hồng. Rồi mọi người, trừ hai người đến phiên trực và người hành khách, "đi ngủ ở khoang của mình". Đọc những bức thư như vậy, Fanny, ngồi trong phòng khách đầy hoa của mình tại Nhà Cây Sung, thấy hơi thất vọng. Có điều gì đó không ổn.

Là đứa con mồ côi ngoan, Yersin đã thỏa mãn bà trong mọi ao ước mẫu tử. Anh đã trở thành thầy thuốc. Con trai tôi là bác sĩ đấy, các bà mẹ nói vậy. Và Yersin thì còn hơn thế. Một nhà bác học. Làm việc cùng Pasteur. Bà bảo, Cánh tay phải của ông ấy đấy. Giờ thì đủ rồi. Anh phải về Morges sống với bà, trong ánh hào quang, mở một phòng khám ven Hồ và lập nghiệp. Bà thấy lo, Fanny. Các bà mẹ lúc nào chẳng thế. Có lẽ một mạch máu nào đó trong đầu không ổn lắm. Giống bố nó. Kết quả là thế đấy. Đứa con trai này không bao giờ thỏa mãn. Nó sẽ còn nghĩ ra thứ gì nữa đây. Nó muốn đi tới xứ những người man dã. Cứ như lũ Pháp vẫn chưa đủ hay sao ấy. Bà đọc lại bức thư vừa nhận được. "Con sẽ không buồn nếu phải rời Paris vì con thấy chán ngấy kịch nghệ, đám thượng lưu làm con kinh tởm, và đời mà không đi thì còn gì là đời nữa."

Sau Normandie, tất tật những thứ này được chốt lại như một nút buộc thủy thủ. Yersin sẽ không sống hết phần đời còn lại của mình trước ống nghiệm. Mắt dán vào kính hiển vi thay vì chân trời. Anh cần không khí. Im lặng và cô độc. Thế nhưng đúng lúc ấy thì Roux, rõ ràng thông hiểu trực khuẩn hơn con người, cứ tưởng đâu mình đem lại vinh hạnh cho anh, ngay khi anh trở về đã giao cho anh dạy môn vi khuẩn học.

Với Yersin, môn đệ của một phương thức "dạy dỗ như đỡ đẻ"[1], chẳng gì trong những thứ có thể giảng dạy xứng đáng được học, dẫu rằng mọi sự ngu dốt đều là phạm tội. Cả đời mình anh sẽ vẫn cứ là một người tự học xuất chúng và sẽ chỉ dành sự khinh bỉ cho lũ người cần mẫn. Chỉ cần biết quan sát là đủ. Nếu đã không biết thì người ta sẽ chẳng bao giờ biết hết. Giữa hai người, sự không hiểu nhau tăng lên. "Chuyện này đã gây ra một trận cãi vã kéo dài hơn hai tiếng đồng hồ."

Đứa trẻ mồ côi Confolens giáo huấn đứa trẻ mồ côi Morges, kêu gọi anh quay trở lại với bổn phận một cộng sự của Pasteur. Nhưng mà Chúa ơi, hàng nghìn người sẵn sàng bán cả em gái mình để được ở vào vị trí của anh, thế mà anh, Yersin... Ông không biết nói gì trước chàng thanh niên rụt rè với tương lai đầy hứa hẹn ấy, trước cái nhìn kiên quyết màu xanh lơ ấy. Với ông, nghiên cứu khoa học giống như chơi đàn vĩ cầm. Một anh

---

1. Phương pháp tư duy triết học của Socrates (k.470-399 tr. CN).

chàng có khiếu nhưng tài tử được ban hồng ân của Chúa. Đã có thiên tư, nhưng phải có cả vận may nữa vì nếu không thì tài năng có là gì đâu. Chính Mozart cũng từng sẵn sàng chọn nghề tiều phu đốn củi. Rimbaud thì đi buôn cà phê Moca và súng trường Liège. Còn chàng trai này làm ông điên tiết với câu chuyện đạp xe đường dài và những chuyến dong thuyền câu cá. Roux tự nhủ có thể ông đã đặt niềm tin của mình ở nhầm chỗ. Rằng Yersin là một ngôi sao chổi. Và ở tuổi hăm sáu, giống các nhà toán học và thi sĩ, đôi khi, ánh sáng của anh ta đã lụi tắt rồi.

một tòa tháp cao bằng sắt
ở trung tâm thế giới

Thế nhưng các bài giảng lại thu được thành công lớn. Yersin chỉ nói vài từ nhất thiết phải có. Phần còn lại nằm ở khả năng quan sát. Trước mỗi sinh viên, một trợ giảng mang dáng dấp của một nhà ảo thuật hay quản lý quán ăn, đặt một khay nhôm rồi nhấc nắp tròn bằng thủy tinh lên. Họ đeo găng tay và thao tác trên một con vật thuộc loài gặm nhấm nào đó chết vì một trong số bệnh nhiễm trùng có trong chương trình học. Bơm kim tiêm xuyên qua lớp lông. Họ cho những giọt máu bị nhiễm độc chảy trên các tấm kính rồi đặt xuống dưới kính hiển vi.

Roux nhận giảng hai bài đầu tiên về vi trùng học còn Yersin

đảm nhiệm hai bài sau đó, về vi khuẩn. Tin này đã được thông báo trong suốt nhiều tháng trên các tạp chí y học và các báo toàn thế giới. Đó là thời đại mới của dây cáp ngầm dưới biển. Các bác sĩ nhảy lên những con tàu biển rồi đổ bộ xuống các bến cảng Bordeaux, Saint-Nazaire và Cherbourg, chuyên đón tàu xuyên Đại Tây Dương. Tại các nhà ga ven biển họ lên tàu hỏa đi về Paris. Những khóa học hè này trùng với kỳ Triển lãm toàn cầu và dịp kỷ niệm một trăm năm Cách mạng Pháp, đỉnh cao của thời kỳ Ánh Sáng.

Paris trở thành thủ đô thế giới về y học, và ở trung tâm của nó Viện Pasteur mới toanh xây bằng gạch đỏ chính là ngọn hải đăng của Tiến Bộ. Mọi thứ đều mới, sàn nhà đánh xi bóng và các bàn thí nghiệm tráng men sáng loáng. Đá rửa và mặt tiền theo lối Louis XIII. Hình thành ý tưởng là sẽ xây dựng các Viện Pasteur ở nước ngoài và tiến hành các chiến dịch tiêm vắcxin phòng ngừa và chữa bệnh. Trước mặt Yersin, trong căn phòng lớn chiếu sáng nhờ những cửa sổ cao gồm nhiều ô vuông nhỏ, là nhiều bác sĩ người Pháp làm tại bệnh viện, nhưng cũng có cả một người Bỉ, một người Thụy Điển, một người Cuba, ba người Nga, ba người Mêhicô, một người Hà Lan, ba người Ý, một người Anh, một người Rumani, một người Ai Cập và một người Mỹ. Đếm kỹ nhé: mười hai quốc tịch nhưng không có lấy một người Đức. Điềm báo chẳng lành chút nào.

Đôi khi người ta nhìn thấy, trên cái sân rải sỏi trồng cây dẻ non, ông già mắc chứng bán thân bất toại vận rơ đanh gốt màu đen và đeo nơ bướm, đã là một huyền thoại sống, ngồi sưởi nắng trên một ghế dài. Người ta tìm cách được chụp ảnh cùng ông. Người ta sẽ trưng ảnh trong phòng chờ, cạnh tấm bằng chứng nhận mình là người theo phương pháp Pasteur. Với Yersin chuyện này thật nản. "Thật buồn chán, mất thời gian kinh lên được. Ở bài giảng đầu tiên của con có ông Pasteur, ông Chamberland và nhiều người oai vệ nữa. Hình như ông Pasteur rất vui lòng."

Sau bài giảng, chàng thanh niên ra kè sông Seine đi dạo một mình. Chòm râu đen và cặp mắt xanh. Vào mùa xuân, bài báo thứ ba của anh đã được đăng, về bệnh bạch hầu. Thiên tài của Yersin không suy giảm và ánh sáng còn chưa lụi tắt. Là cư dân đầu tiên của Viện, anh chọn căn phòng đẹp nhất ở trong góc, tràn ngập ánh sáng, anh thích sự tiện nghi khi nào có thể. Anh đã lắp đặt các nồi đun và nồi chưng, nhận về các lô hàng toàn đồ thủy tinh. Mùa hè năm ấy người ta dựng tượng Danton ở ngã sáu Odéon nhân dịp kỷ niệm một trăm năm Cách mạng Pháp. Ở Champ-de-Mars và suốt dọc bờ kè Orsay, người ta trưng bày những thành quả của tiến bộ khoa học kỹ thuật, của cả nền văn minh, mà nói thẳng là của Pháp luôn cũng được, xòe lên thế giới đôi cánh trắng vĩ đại thiên tài của nó. Trên lối đi dạo trước điện Invalides, Bộ Chiến tranh và Bộ Thuộc địa đã chi tiền để dựng các ngôi làng Senegal hay Tahiti, Tunisia hay Campuchia, mang cả các cư dân về đây, để trưng bày tại thủ đô những vùng đất biên giới xa lắc của Đế chế. Tất tật những việc ấy muốn mang tính chất toàn cầu song lại là bằng chứng cho một thứ chủ nghĩa dân tộc to lớn. Đối với một người Thụy Sĩ, đó vẫn cứ là nghịch lý của tính toàn cầu Pháp, nằm ngay trong Tuyên ngôn của họ: ý thức hệ Pháp này với người nước ngoài luôn luôn có vẻ kỳ cục đến mức nó chứng tỏ, chính tại điểm đó, là không tuyệt đối toàn cầu.

Trong Gian bày máy móc, Yersin mở quyển sổ ghi chép của mình ra, tất cả những thứ này hấp dẫn anh ngang với y học: những hầm mỏ và ngành luyện kim, các thứ máy công cụ, việc đóng chai nước khoáng, xây dựng dân dụng và công trình công cộng. Anh hình dung việc nghiên cứu như thế này: chỉ cần quan sát là đủ, và Yersin quan sát rất nhiều. Sau này anh sẽ quan tâm đến các thứ máy móc giống như từng quan tâm đến những con diều, tháo chúng ra, lắp chúng lại, cải tiến chúng, làm vậy luôn luôn chắc chắn hơn là đọc bản hướng dẫn sử dụng. Thời đại này thuộc về chủ nghĩa lạc quan kiên quyết. Gustave Eiffel và Jules Verne. Cuốn tiểu thuyết đầu tay của Jules Verne, *Paris thế kỷ 20*, là một sự tố cáo Tiến Bộ, một cuốn tiểu thuyết viễn tưởng đầy chất bi quan tận thế, nghệ thuật và văn chương bị phá hủy và làm nhục bởi khoa học kỹ thuật. Thất bại hoàn toàn. Phải tích cực hơn, Hetzel[1] tinh ranh khuyên nhủ nhà văn, hết thời chủ nghĩa lãng mạn đen rồi. Hãy ca ngợi khoa học và máy móc. Jules Ferry[2]. Giáo dục dân chúng. Ngụ ngôn về thuyết Descartes. Và đã tới ngày Mười Bốn tháng Bảy, dịp kỷ niệm trăm năm. Một thế kỷ sau khi chiếm ngục Bastille, và đốt các kho thuốc súng để chiếu sáng bầu trời Paris, người Pháp trở nên hiền hòa, đi thang máy, leo lên tòa tháp lớn bằng sắt đang được người ta khánh thành để ngắm Paris từ trên cao, và hoan hô chuỗi pháo hoa hòa bình.

Các bác sĩ trên thế giới lại lên đường quay về đồng cỏ Nam

---

1. Pierre-Jules Hetzel (1814-1886), chủ nhà xuất bản, người in rất nhiều tác phẩm của nhà văn Jules Verne.

2. Jules Ferry (1832-1893): Thủ tướng Pháp.

Mỹ hay cánh rừng taiga của mình, mang theo một tháp Eiffel nhỏ bằng đồng và bức ảnh có lời ghi tặng của Pasteur, có lẽ thêm cả một nịt tất nữa, kỷ niệm cảm động từ các vũ trường Moulin-Rouge và Folies-Bergères. Yersin khép quyển sổ lại: "Hôm qua con đã thở phào nhẹ nhõm kết thúc bài giảng của mình. Học viên còn có thể đến để sắp xếp lại đống dụng cụ, rồi phòng thí nghiệm sẽ được yên tĩnh hoàn toàn." Nhờ Pasteur, anh được nhận cành cọ hàn lâm. Vốn thờ ơ với mấy thứ hoa lá cành, anh nhét nó vào túi áo để mang về tặng cho Fanny.

Trên toàn thế giới sẽ không có các Viện Koch, ở Berlin không có tháp lớn bằng sắt cũng như Triển lãm toàn cầu. Bismarck đang sa lầy trong những thất vọng ở châu Phi. Áp suất lại tăng dưới những mũ cát chóp nhọn[1] không lắp bộ phận van xả. Ở đó người ta tự hỏi liệu việc đã chiến thắng, và bắt được hoàng đế của đám dân quái đản kia ở trận Sedan, những thứ ấy có ý nghĩa gì không. Bởi giữa Paris và Berlin, đâu đó giữa Pasteur và Koch nữa, có Sedan.

Về tới Morges, cuối mùa hè, Yersin đã trở thành một vị anh hùng địa phương, không hẳn vì các công trình về ho lao và bạch hầu của anh - những chủ đề mà người ta không để cập trên bàn ăn, Fanny nói rõ như thế cho các cô gái trẻ - mà vì tại Paris anh đã dự hai buổi lễ khánh thành được bình luận nhiều nhất ở xứ Thụy Sĩ nói tiếng Pháp, khánh thành Viện Pasteur và khai mạc Triển lãm toàn cầu. Fanny mời cánh nhà báo chuyên viết tin tới Nhà Cây Sung bên bờ Hồ. Họ dùng trà trong phòng khách nhỏ

---

1. Quân phục lính Phổ và Đức thế kỷ 19, đầu thế kỷ 20 gồm có mũ cát chóp nhọn, nên tác giả dùng hình ảnh này để chỉ quân nhân Đức-Phổ lúc đó.

đầy hoa. Trên tường treo tấm huy chương đồng và cành cọ. Bà lợi dụng dịp này để tổ chức một bài giảng về cung cách cư xử và chuyện gẫu cho đám khỉ cái. Yersin nói về những ngôi làng khắp nơi trên thế giới, các thứ máy móc, bốn quán ăn treo trên trời, mỗi cái ở một chân tháp hình phên mắt cáo chốt bằng bù loong, và anh đã trả năm quan để lên được đến tầng thứ ba của tòa tháp lớn bằng sắt. Còn thời trang thì sao? Anh có mang về những quyển sách mẫu không? Yersin đặt tách trà của mình xuống tấm khăn trải bàn thêu, bằng giọng dịu dàng và bí ẩn, nói thêm:

- Và nhất là, con đã thấy biển.

Fanny nhún vai.

Biển.

một bác sĩ trên tàu

Pasteur và Roux buộc phải chấp nhận sự thật hiển nhiên. Họ sẽ không thể trói Yersin vào bàn thí nghiệm. Tốt hơn hết là tìm ra một giải pháp thân ái, để anh ra đi mà vẫn giữ được nhà nghiên cứu sục sôi trong lòng ngôi nhà này. Rồi tuổi trẻ sẽ qua. Rồi đến một ngày sẽ giống như Ulysse. Đầy miễn cưỡng, Pasteur đọc cho nhân viên chép một bức thư giới thiệu: "Tôi, ký tên dưới đây, giám đốc Viện Pasteur, Viện sĩ, Huy chương Bắc đẩu bội tinh, chứng nhận rằng bác sĩ Yersin (Alexandre) đã giữ trách nhiệm điều chế viên phòng thí nghiệm hóa sinh ở trường Cao học, rồi ở Viện Pasteur, từ tháng Bảy năm 1886 cho đến bây giờ. Tôi sung sướng nhận thấy ông Yersin luôn luôn thực thi các công việc của mình với nhiệt tâm cao nhất và ông đã cho ấn hành, trong thời gian ở phòng thí nghiệm của tôi, nhiều công trình được đón nhận tốt từ các nhà bác học có thẩm quyền." Bức thư được gửi tới trụ sở Hãng Đường biển ở Bordeaux, đi kèm với hồ sơ của Yersin xin được cử làm bác sĩ trên tàu.

Câu trả lời của hãng rất nồng nhiệt, mau chóng, và họ cho anh chọn bất cứ vùng nào trên thế giới mà anh thấy thích hợp, kể cả có phải xáo trộn nhân lực y tế đi chăng nữa. Yersin chọn châu Á. Hãng dự định biến việc tuyển anh thành một luận điểm thương mại:

- Anh biết không, bạn yêu quý, trong chuyến đi ấy tôi đã được một học trò của Pasteur khám cho, và chúng tôi đã trò chuyện về ông già Pasteur quý mến đó...

Trong vòng vài tuần, Yersin lại đến các bệnh viện Paris để chuẩn bị và dự trù tất cả, thu nạp những kiến thức cho tới giờ anh vẫn lơ là, các bệnh về da, tiểu phẫu, nhãn khoa. Anh mua một túi dụng cụ bác sĩ đa khoa và một rương đi tàu bằng liễu gai, rồi nhét đầy sách và cái kính hiển vi Carl Zeiss, một cặp ống nhòm thủy thủ và cả một bộ đồ nhiếp ảnh, khay, máy phóng, lọ đựng thuốc hiện ảnh và tráng ảnh. Anh lên tàu hỏa đi Marseille, ở đó dọc các bờ ke là những đoạn tường thành cũ kỹ.

Bài giảng về vi khuẩn được giao lại cho Haffkine, cho tới khi ấy vẫn là thủ thư ở Viện, một người Do Thái gốc Ukraine, một đứa trẻ mồ côi nữa được nhóm Pasteur thu nạp. Chúng ta sẽ gặp lại anh ở Bombay, Haffkine ấy, ở trung tâm một trong những cuộc tranh cãi lớn mà giới khoa học rất khoái. Yersin thì ngồi trên chuyến tàu đi Marseille. Anh vừa sống 5 năm ở Paris. Thỉnh thoảng anh sẽ quay lại đó. Sẽ không bao giờ sống ở thành phố ấy nữa.

ở Marseille

Trên cao, không gian chẳng mấy an toàn vào ngày cuối tháng Năm năm 40 đó. Buổi chiều, những chiếc Stuka nhanh hơn, bay cao hơn con cá voi nhỏ màu trắng, đã chao lượn xung quanh, kêu réo ẩm ĩ, trước khi quay đầu bay về phía trên Địa Trung Hải, trở lại căn cứ của chúng. Tại đây, bốn năm nữa, vào cuối cuộc chiến tranh, trên bầu trời xanh tháng Bảy, Saint-Exupéry sẽ biến mất cùng chiếc Lightning, đây cũng lại là một khách quen của khách sạn Lutetia, người cuối cùng còn sống sót của nhóm vây quanh Mermoz[1].

---

1. Antoine Saint-Exupéry là một nhà văn rất nổi tiếng, tác giả cuốn *Hoàng tử bé*, nhưng ở đây tác giả muốn nói đến nghề phi công của ông, còn Mermoz là một phi công huyền thoại khác của nước Pháp.

Con cá voi nhỏ màu trắng vạch một đường vòng cung trước khi đậu xuống ao Berre. Hai chiếc phao rạch trên mặt ao làm bắn lên một màn bụi nước lóng lánh. Buồng lái chao đảo rồi ổn định lại. Mọi người lên cầu. Tin tức không mấy tốt lành. Ở Paris, sân bay đã bị đóng. Không quân Đức tra soát tất cả đường và cầu. Phi hành đoàn lo lắng. Họ nói tới các trại tù. Một số rồi sẽ đào ngũ ở cuối chặng bay, những người can đảm nhất thì trở thành phi công chiến đấu, gia nhập các phi đội ở Alger hay Brazzaville. Sau khi tiếp đầy nhiên liệu, họ lại bay về phía Corfou, điểm dừng sắp tới trên con đường sang châu Á. Con cá voi nhỏ màu trắng bay phía trên cảng Marseille vào lúc mặt trời lặn. Bên dưới cánh máy bay, Yersin thấy những con thuyền đậu ở bờ kè nom giống những con cá dài thuỗn. 50 năm trước, gần như đúng vào ngày này, ông đã đi bộ dọc theo những cái đập tít phía dưới kia. Ông sắp xuống tàu *Oxus*.

Vào năm 1890 ấy, người ta còn chưa thể tưởng tượng được sự bùng nổ, hai tư năm sau, của một cuộc xung đột sẽ được mang tên Đại chiến, rồi Thế chiến, và cách đây vài ngày, Thế chiến thứ nhất. Người ta cũng chưa thể tưởng tượng được sức bật mạnh mẽ của ngành hàng không. Sáng chế tuyệt diệu cho phép rút ngắn các khoảng cách và ném bom xuống cư dân. Trước Thế chiến thứ nhất, Yersin từng do dự có nên mua một chiếc máy bay hay không. Ông từng đích thân đến trường bay Chartres để bay chuyến đầu tiên của mình và bàn về giá cả, ông đã nghĩ tới việc xây dựng một đường băng ở Nha Trang, rồi rốt cuộc bỏ rơi ý tưởng, chuyển sang việc khác. Ông vẫn thường như thế, Yersin ấy. Chuyện nọ xọ chuyện kia. Ông sẽ không làm thủy thủ lâu.

Trong khi Clément Ader cho chiếc máy bay đầu tiên trên thế giới cất cánh và tạo ra từ "máy bay", Yersin rời chuyến tàu khởi hành từ Paris để xuống ga Saint-Charles. Hai mươi bảy tuổi. Anh đi bộ trên phố Canebière tới Cảng Cũ và nhìn thấy biển lần thứ hai. Nước ở đây xanh hơn ở Dieppe, sóng nhẹ hơn. Anh tản bộ trong cảng Marseille và chẳng xoàng đâu, cánh cửa mở ra thế giới rộng lớn. Mười lăm năm trước, chính nơi đây Conrad[1] đã bắt đầu sự nghiệp thủy thủ của mình. Mười năm trước đó, Rimbaud từng lên tàu sang Biển Đỏ và xứ Ả Rập. Brazza cũng lại lên đường sang Congo mấy tháng trước đó. Bên cạnh anh một người phu khuân vác đẩy xe chở cái rương bằng liễu giỏ lền chặt túi đồ nghề bác sĩ, kính hiển vi, ống nhòm thủy thủ và đồ nhiếp ảnh. Yersin xuống tàu *Oxus* sang Viễn Đông. Người ta đưa cho anh *Nội quy trên tàu*.

Trên bất cứ con tàu nào của Hãng Đường biển, việc khám bệnh hằng ngày cũng được thông báo bằng một tiếng chuông. Bác sĩ chỉ nhận lệnh từ thuyền trưởng và được ăn cùng bàn với ông. Bác sĩ phụ trách tủ thuốc trên tàu và bổ sung ở mỗi lần tàu dừng. Ông ta cũng có trách nhiệm kiểm tra vệ sinh nhà bếp cũng như độ tươi của đồ ăn. Một y tá giúp việc cho ông ta, mở cửa cabin hạng nhất, bằng đồng và gỗ véc ni, đưa cho ông ta bộ đồng phục màu trắng gắn lon năm vạch mạ vàng, vuốt phẳng li trước gương cho ông ta. Yersin thích trật tự và xa hoa, bởi xa hoa đồng nghĩa với tĩnh lặng. Điều tệ hại nhất của cảnh nghèo

---

1. Joseph Conrad (1857-1924), nhà văn Anh gốc Ba Lan, cũng là một nhà văn đặc biệt nổi tiếng gắn liền với chế độ thực dân, giống như Pierre Loti.

đói bẩn cùn, là lúc nào cũng bị quấy rầy. Không bao giờ được ở một mình.

Trện tàu có hàng trăm hành khách, lần này dưới hầm có một đội lính đi đồn trú ở Bắc Kỳ, xứ bảo hộ của Pháp từ bảy năm nay. Ở hạng hai có các thầy tu dòng Benedict và các bà xơ làm phước được Chúa gọi sang Trung Quốc. Đám hành khách quen thuộc nhất, chỉ mua vé đi một chiều, vẫn là những kẻ cứng đầu, những tên lừa đảo, các nhà đầu tư phá sản, lũ ma cô và đám con nhà danh giá, ra đi thử xem cuộc sống bên thuộc địa liệu có dễ chịu hơn không. Khi lại ở trên bờ kè, Yersin khum tay lên trán ước lượng kích thước con tàu to thù lù đang đậu ngược chiều ánh sáng. Khác xa một chiếc tàu đánh cá vùng Normandie. Mạn tàu sắt cao nghều nghện được trì lại bờ kè bởi các dây cáp, một trăm hai lăm mét chiều dài. Các thợ đốt lò châm nổi hơi làm tăng áp suất. Các sĩ quan xuống đất liền để chơi tối lần cuối, ngồi trên những hàng hiên đầy nắng. Dọc các vũng tàu, tách biệt hẳn với đám đông, một chàng thanh niên xuất chúng vận đồng phục màu trắng gắn lon năm vạch mạ vàng say sưa hít đầy lồng ngực bầu không khí của biển khơi và phiêu lưu, một dạng quý nhân mà hẳn một ý chí quỷ quái nào đó mời gọi lên tàu đi khám phá những chân trời mới. Anh tự hỏi không biết liệu Mina Schwarzenbach có từng hình dung ra tất cả những điều này.

trên biển

Những chiếc khăn mùi xoa trắng vẫy vẫy, có lẽ của vài người vợ bị bỏ lại, tất bật với lũ con. Dàn nhạc kèn đồng và tốp ca tiễn biệt những nhà truyền giáo. Con tàu lớn với mạn tàu sặc sỡ từ đuôi tới mũi, rời khỏi bờ kè, quay mũi trong vũng tàu. Và lần đầu tiên, Yersin hiểu được hàm nghĩa hàng hải của hai động từ ấy[1].

Đến cuối buổi chiều thì họ ra đến ngoài khơi. Notre-Dame-de-la-Garde đã nhỏ tí đằng sau vệt sóng. Ráng chiều làm hồng

---

1. Ở đây, ý tác giả là: động từ "déborder" có nghĩa thường dùng là "tràn", động từ "éviter" có nghĩa thường dùng là "tránh", nhưng trong hàng hải, hai động từ này được dùng như tiếng lóng, "déborder" là rời khỏi bờ và "éviter" là quay mũi.

thân tàu và nhuộm vàng lông những con mòng biển bay theo. Gió mạnh lên, biển cuồn cuộn sóng. Hành khách vào ngồi ở các phòng khách. Mạt chược ở khoang hạng nhất và bài bơ lốt khoang giữa tàu. Khi ấy từ Marseille sang Sài Gòn phải đi mất ba mươi ngày.

Điểm dừng đầu tiên là Messine, rồi tới đảo Crète. Cho đến lúc đó mới chỉ là đi thuyền men theo bờ, rồi rốt cuộc cũng bắt đầu cuộc hải hành về hẳn phía Nam Địa Trung Hải, về phía Alexandrie, nơi, bảy năm về trước, Thuillier, môn đệ trẻ tuổi của Pasteur, đã chết trong khi nghiên cứu dịch thổ tả. Yersin có trong cabin riêng tủ sách nhỏ với các ngăn bằng gỗ đánh véc ni, các công trình y học và cuốn từ điển tiếng Anh, mở những quyển sổ của mình ra, viết thư cho Fanny. Một buổi sáng, từ đài chỉ huy, anh ngắm nhìn những bãi cát vàng và rặng cọ khẳng khiu dần sát lại, nhanh chóng nhìn ra cột tháp giáo đường đầu tiên và con lạc đà đầu tiên: giống hệt như Flaubert, từ Ai Cập trở đi anh đã "ních màu sắc đầy bụng như một con lừa ních lúa mạch"[1].

Tàu *Oxus* tiến vào hệ thống các cửa nước. Khi Yersin vào kênh đào Suez hồi mùa xuân năm 90 ấy, nhà thám hiểm Anh quốc Henry Stanley, người hùng của Hội nghị Berlin 5 năm về trước, kẻ đã tìm thấy Livingstone, từng đi qua cả châu Phi, đã nhốt mình vào một biệt thự ở Cairo từ ba tháng nay. Ở đây ông viết lại chuyến đi của mình tới Équatoria để tìm Emin Pacha, chuyến trở về qua Zanzibar, đặt tên cho quyển sách là *Trong bóng tối Phi châu*.

---

1. Nguyên văn "une ventrée de couleurs comme un âne s'emplit d'avoine", là một câu Flaubert viết gửi bạn trong chuyến du hành Ai Cập.

Cách đó hàng nghìn cây số về phía Nam, Brazza và Conrad, mỗi người ở trên boong một con tàu hơi nước, đi ngược sông Congo. Và vị thuyền trưởng người Anh, từng là người Ba Lan trước khi thành người Marseille, sẽ cho bối cảnh *Tâm bóng tối*[1] ở tận phía Bắc dòng sông, thác Stanley. Từ thành phố Cairo này, ba năm trước đó, Arthur Rimbaud, kẻ đào thoát khỏi nhóm Thi Sơn, nhốt mình cùng anh người hầu Djami Wadaï trong một căn phòng khách sạn Châu Âu, nhưng viết thư cho chị gái nói rằng Ai Cập sẽ chỉ là một chặng dừng chân. "Có thể em sẽ đi Zanzibar, từ đó có thể làm những chuyến đi dài trong châu Phi, và có thể sang cả Trung Quốc, Nhật Bản, ai biết được?"

Thoát khỏi đôi bờ buồn tẻ của con kênh, tàu lao cái mũi phùng rộng của nó vào làn nước êm lặng và trong suốt của Biển Đỏ. Sau đó là cái nóng kinh người, kim loại bị mặt trời trắng lóa nung nấu, những dãy núi tím của Yemen và tối đến chỉ còn thấy vài cọc tiêu lúc sắp tới Aden. Đêm, người ta ra ngoài boong để tìm sự mát mẻ trong làn không khí bất động bên dưới những vì sao lấp láy hơn. Quyển sổ của Yersin đầy những câu như thể của Lowry[2] trong *Ultramarine*: "Thấy tách khỏi bờ những cái bóng to lớn, được rọi sáng mơ hồ bằng rất nhiều ngọn đuốc có ánh lửa đỏ, và từ những mảng bè được một con thuyền hơi nước nhỏ kéo theo ấy vang lên tiếng hát đầy nhịp điệu, chỉ gồm vài nốt. Đó là những người thợ than đến để

---

1. Tên tác phẩm nổi tiếng nhất của Joseph Conrad.
2. Malcolm Lowry (1909-1957), nhà văn người Anh rất nổi tiếng; *Ultramarine* là cuốn tiểu thuyết đầu tay của ông, in năm 1933.

chất than lên khoang hầm của con tàu *Oxus*." Anh kết thúc bức thư gửi Fanny của mình: "Đã cảm thấy xa châu Âu lắm rồi!"

Đám lính thì mặc quần soóc kiểu thuộc địa và đội mũ vải rộng vành. Sáng sáng họ lên boong tập thể dục và tập nâng súng. Sau ba ngày là tới lúc khởi đầu chặng dài nhất. Neo được nhổ lên để tàu chầm chậm xuôi dòng Ấn Độ Dương, hướng về phía Đông Nam, Colombo. Các khoang hầm đầy nước uống và than, hầm chất đầy mọi thứ người ta còn chưa làm ra được ở Sài Gòn, máy móc dụng cụ, súng ống, váy dạ hội, hàng thùng rượu vang tối, rượu pastis và máy làm nước đá. Trĩu nặng vì cái đám đó bên dưới làn khói đen cuồn cuộn, con tàu đồ sộ nặng ba nghìn tám trăm tấn đè xuống làn nước xanh lục và đôi khi mưa chớp nhoáng, rồi mặt trời lại làm vỏ tàu gỗ ướt sáng ánh lên.

Tàu đã đi qua đường chí tuyến và xa xa lại hiện ra một hòn đảo hoang nằm giữa chơ vơ cùng đám dừa, đó chính là Baudelaire của thời thơ *alexandrin* còn sáng lấp lánh. Một hòn đảo lười nhác nơi thiên nhiên dâng tặng những thứ cây độc đáo và những thứ quả ngon lành. Yersin ước đo kích thước và nội dung công việc của mình, tức là hàng trăm mét đi trên boong và tổng cộng một cây số các hành lang và cầu thang trên tàu, chuông đồng báo hiệu giờ khám bệnh vào đầu buổi chiều. Một Barnabooth[1] thanh lịch trong đồng phục trắng tham dự mỗi sáng vào báo cáo của các sĩ quan trực tại khoang riêng của thuyền trưởng.

---

1. Barnabooth là một trong nhiều bút danh của nhà văn Pháp Valery Larbaud (1881-1957). Xuất thân trong một gia đình giàu có, Valery Larbaud đi du lịch khắp châu Âu trên những chuyến tàu sang trọng, làm thơ, viết tiểu thuyết, dịch thuật và ghi chép lại hành trình trong nhật ký.

Tối đến anh lại lao vào đọc tài liệu y khoa và học tiếng Anh. Vài người Anh mà anh gặp ở phòng khách khoang hạng nhất sẽ xuống tàu ở Ấn Độ hay Singapore để quay về đồn điền của mình ở Malaysia hoặc Xiêm La. Anh học được thói quen của người Anh dùng các chữ cái viết tắt ghép vào nhau để tạo ra những tính từ. Năm ấy, trên các tuyến đường biển, người ta sáng tạo ra từ "posh", ít nhiều ngang nghĩa với "dandy", hay rất thời thượng, từ cụm "port out, starboard home", "đi mạn trái, về mạn phải", vì sẽ là rất oách nếu đặt chỗ theo kiểu đổi bên mạn tàu tùy thuộc vào hướng đi, như thế thì cả khi đi lẫn khi về, lúc nào từ cửa sổ tròn cabin của mình, cũng được ngắm nhìn cảnh tượng biến đổi không ngừng trên bờ, trong khi những người khác, những người không *posh*, cũng như đã không dự đoán trước, chỉ nhìn thấy mỗi nước là nước.

Trong khi anh đi đi về về giữa phòng khách và cabin của mình, tàu đã vào vùng biển phía Nam. Đã thấy rừng rậm Sri Lanka, mưa ấm rơi xuống những bản lá rộng màu xanh ngọc lục bảo. Trên đường tiến về Singapore, một buổi tối ở phòng khách, trước chai rượu ápxanh, mấy ông già sống lâu ở thuộc địa kể cho anh nghe câu chuyện về Mayrena tức vua Marie Đệ Nhất. Một cựu lính kỵ binh của quân viễn chinh sau trở thành dân phiêu lưu, ẩn trốn trong rừng, đã chiếm lấy một vương quốc ở đâu đó, hình như Trung Kỳ, rồi tự xưng là vua của người Xê Đăng trước khi bị người Pháp trục xuất. Người ta bảo nay ông ta đã rút về đây, sống trên đảo Tioman, giữa triều đình thất thế của ông gồm toàn những tay đâm thuê chém mướn được ông ta phong tước, quán rượu cabarê toàn vũ nữ tàn úa mặc đăngten hồng từ Bruxelles sang đây từ lúc ông ta còn huy hoàng. Sau Singapore, tàu hướng về phía Đông Bắc, đi dọc theo Vịnh Xiêm La phía bên ngoài Bangkok, vòng quanh vùng châu thổ sông Mê Kông để đi lên cao hơn về hướng bắc, đến Vũng Tàu.

Cái thành lừng lững của con tàu tiến vào sông Sài Gòn giữa lúc triều lên và đi ngược sông dưới bầu trời nặng nề sà xuống thấp, chừng hai hay ba hải lý, như nhịp đi bộ của con người, để không làm lật ghe hay xuồng tam bản cũng như không phá hỏng mấy chòi câu và vũng câu hai bên bờ giữa đám cây đước. Một thuyền nhỏ có trang bị súng đi trước dẫn đường. Những người nhập cư tò mò và lo lắng, dựa khuỷu tay lên lan can tàu trong những bộ quần áo nhàu nhĩ, nhìn lũ chim cốc lao xuống đám nước nâu sền sệt mọc đầy cây cói. Họ tự hỏi không biết ở nơi đây rốt cuộc mình có thể kiếm bộn tiền, hay sẽ để cho đời mình thối rữa dưới đáy ruộng sũng nước kia. Có lẽ một trong số họ, có chữ hơn và rành Voltaire, lên đường sang xứ thuộc địa như thế gia nhập đội quân lê dương, vì nỗi thất tình hoặc thi trượt thạc sĩ, tự hỏi tại sao lại *Oxus*, tại sao đặt cho con tàu tên của dòng sông bên mãi xứ Transoxiane từng bị Thành Cát Tư Hãn nhuộm đỏ máu và lấp đầy bằng đầu người Ba Tư.

"Dần dà bắt đầu nhìn thấy đám cọ lớn dần, rồi thấy rõ khoảnh rừng dừa nho nhỏ đầy khỉ. Cuối cùng cũng thấy vài đồng nội khá rộng, rồi tàu đi tới trước những ngôi nhà kiểu Âu. Tàu *Oxus* bắn một phát đại bác và thả neo: đã đến nơi." Xa xa, dãy nhà xưởng, kho lợp vải dầu chứa than và bông, những hàng thùng tôn. Bờ kè đông đặc đám xe kéo và xe thắng vào những con ngựa An Nam nhỏ bé. Đám lính tráng xếp thành các hàng đôi tiến về phía một doanh trại tạm thời trước khi đến được xứ Bắc Kỳ nằm mãi tận biên giới với Trung Quốc. Phía bên kia, những ông thầy tu và bà xơ đi trên đường Catinat dẫn thẳng từ Sông về khu Plateau[1] và quảng trường Francis-Garnier[2], nơi có hai tháp chuông mới của Nhà thờ Đức Bà và Bưu điện mới do Gustave Eiffel thiết kế.

Xa xa, ngồi trên đống bao bố, trong túi toàn bộ bài và dao găm, tụi ma cô rình những ai dáng vẻ ngập ngừng, những kẻ không được ai đón tiếp, những bọn mới đến từ Marseille, như là rình lũ gà ngố để vặt lông trong các nhà thổ và tiệm thuốc phiện Chợ Lớn. Đi cùng các sĩ quan trên tàu, Yersin tới tham quan xưởng cơ khí Thủy quân[3], ngồi ở hiên khách sạn Rex hay Majestic. Tối tối, các thương nhân vận comlê trắng nhấm nháp rượu vermouth và cassis. Thành phố Sài Gòn chưa đầy ba mươi tuổi. Nó có màu trắng và các tuyến phố đều rộng rãi, được bố trí theo lối Haussmann, tỏa bóng những hàng cây minh quyết. Tại trụ sở Hãng Đường biển, viên bác sĩ trẻ tuổi được cấp giấy tờ đóng đầy dấu nhà đoan hàng hải và cơ quan dịch tễ: bốn hôm nữa bác sĩ Yersin phải lên tàu *Volga* nhậm chức.

Anh được cắt cử vào tuyến Sài Gòn-Manila.

---

1. Chỉ vùng đất có địa hình cao hơn xung quanh ở khu vực từ phía sau nhà thờ Đức Bà đến dinh Thống Nhất hiện nay, ứng với trung tâm hành chính thời Pháp thuộc, nay ở Quận 1, TP. Hồ Chí Minh.

2. Công trường Lam Sơn hiện nay, trước cửa Nhà hát Thành phố.

3. Nguyên văn: Arsenal, sau là xưởng đóng tàu Ba Son.

những cuộc đời
song chiếu

Volga là một con tàu cũ kỹ, trộn lẫn giữa kiểu thuyền buồm và tàu hơi nước, cấu tạo gồm ba cột buồm, chỉ có một nồi hơi trung tâm, một con tàu khiêm tốn chở được 67 hành khách và vài tấn hàng.

Hằng tháng, từ Sài Gòn, trên chuyến đi, các thương gia quen thuộc với tuyến đường thủy này chuyển hàng hóa từ châu Âu sang cho những người Philippin giàu có, quần áo từ Paris và đồ sứ từ Limoges, bình lọ pha lê và rượu vang ngon. Đối lại, khi về họ chở dưới đáy hầm để hàng những thứ sản phẩm làm ra từ mồ hôi của người Philippin nghèo khổ, đường miếng, xì gà

Manila và quả ca cao. Từ cảng này đến cảng kia, đó là ba ngày ba đêm trên mặt biển vàng như Conrad đã từng tả, sóng dồi cuồn cuộn và mềm mại, mũi tàu đẩy những lớp sóng ấy giống như cái miệng bĩu ra. Con tàu hơi nước hiền lành chạy đều đặn như một cái phà. Trên đài chỉ huy, thuyền trưởng François Nègre là một người lão luyện trong dòng thuyền nhỏ ở châu Á. Ngay từ đó, cuộc đời Yersin, trong vòng suốt một năm, mang sự đều đặn của một con lắc.

Một phần ba thời gian anh ở trên boong, một phần ba nữa anh lang thang trong thành phố Sài Gòn mới, và phần ba còn lại ở Manila cổ. Đó là một trong những thành phố của người Tây Ban Nha chất chứa nhiều thế kỷ và đạo Cơ Đốc rực rỡ vàng ròng cùng những bức tượng thánh rỏ máu, những thứ đồ thánh, những tượng Đức Mẹ đồng trinh nhiều màu sắc phủ đầy hoa, quả và bánh ngọt dâng tặng. Tất cả những thứ đó trong mắt một người Thanh giáo bang Vaud cũng kỳ khôi hệt những vật thờ của đạo Vaudou[1]. Nằm ngay trên bờ biển là một thành lũy pháo đài giống như các thành phố bên Puerto Rico hay La Havana với những phố dốc lát đá, một nhà thờ lớn màu trắng có hai tháp chuông có trán tường[2] đã bị mốc đen và rêu xanh ăn mòn nham nhở, vào lúc mà người Pháp vừa mới xây xong Nhà thờ Đức Bà Sài Gòn bằng gạch đỏ mới toanh của Toulouse.

Nhưng anh đã nhanh chóng dạo khắp cả hai thành phố này

---

1. Tín ngưỡng vật linh có nguồn gốc từ Benin, phổ biến ở các tộc người da đen Antille và Haiti.

2. Bộ phận tường chắn mái được xây cao lên hình tam giác hoặc đường cung lượn bên trên mặt tiền, đặc trưng kiến trúc cổ điển châu Âu, thừa kế kiến trúc Hy Lạp cổ đại, trên có các điêu khắc trang trí.

và mỗi chuyến đi lại rời xa chúng thêm. Yersin, đó là một chàng thanh niên rất có tổ chức, ai cũng biết. Tháng nào anh cũng quay lại Philippin để nghiên cứu thiên văn học ở chỗ các cha dòng Tên của Đài Thiên văn, học cách sử dụng phong vũ biểu để đo độ cao, leo lên núi lửa Taal và lao vào các công việc thực tiễn giống như người ta làm những con diều. Anh dùng bút mực vẽ miệng núi lửa. "Dưới đáy là hai mảng đầm màu xanh lục pha vàng nhạt và từ đó bốc lên những đám hơi dày màu trắng. Đây đó, những cột khói nhỏ bé len lỏi chui ra từ các kẽ nứt." Anh mua một con thuyền được dân địa phương gọi là banca, thuê người chèo thuyền, đi ngược các dòng sông, xem những cuộc chọi gà ở các ngôi làng người Tagalog.

Và mỗi tháng Lord Jim[1], hay Yersin, lại dấn sâu hơn vào "một dòng kênh hẹp và ngoằn ngoèo chảy giữa một khu rừng rậm nhiệt đới". Anh viết những ghi chép thám hiểm đầu tiên gửi về cho Fanny, độc giả duy nhất của anh. "Bọn con đến bên dưới một vòm lá xanh, thêm vào đó là ánh trăng, rồi sự im lặng của màn đêm, những con thuyền độc mộc nhỏ của đám ngư dân đỗ nép vào những góc tối tăm của dòng sông, khiến cho cảnh tượng này trông có dáng vẻ duyên dáng kỳ cục. Bọn con cho tay chỉ huy lên thuyền, hai đứa con của anh ta và một trung sĩ người Tây Ban Nha. Một giờ sáng, bọn con đã đến được Jala-Jala." Tới bình minh thì họ quay trở về. Hôm sau banca được cẩu lên tàu *Volga* và buộc chặt trên boong. Tàu tháo dây chẳng và phả khói ra đi. Yersin mặc lên người bộ đồng phục trắng gắn lon 5 vạch mạ vàng và rung chuông, tối đến trong khoang

---

1. Nhân vật của Joseph Conrad.

phòng lại tiếp tục câu chuyện về những ngày anh đã trải qua, kể cho thuyền trưởng Nègre và các thương gia ngồi bên bàn trước chai rượu ápxanh. Lại là chuyển động lắc lư chậm chạp của con tàu hơi nước trên mặt biển sóng sánh. Thỉnh thoảng họ giương buồm để tiết kiệm than hoặc để tưởng nhớ những con người xưa cũ. Chỉ chiếc thuyền mảnh khảnh là thứ duy nhất có mặt ở cả hai phần đời của anh. Ba hôm sau, khi quay lại Sài Gòn, nó được dỡ xuống và được neo đậu trong cảng.

Ở Nam Kỳ, chiếc *banca* Philippin biến thành tam bản Việt Nam. Yersin dành thời gian để chạy ven sông như thế. Hai người dẫn đường của anh, Choun và Tiou[1], chất lên thuyền chăn và đèn, màn và máy lọc nước Chamberland, gạo và đám vịt bị buộc chân. "Những ngọn núi lúc đầu còn ở xa gần lại dần, dòng sông mỗi lúc một thu hẹp. Trời nóng như nung ở đáy cái khe này." Tối đến, họ dựng trại để nghỉ trên bờ sông, đốt lửa, cắt tiết và nhổ lông lũ vịt. Sắp tới, bọn họ sẽ đi ngược mãi lên đến Biên Hòa rồi quá cả đó. Nơi đây, Yersin gặp một chủ đồn điền cô độc người Đan Mạch, Jorgensen, rồi quen với sự tiếp đón kiểu gấu già cô độc của ông ta. Lúc Yersin đi, Jorgensen đưa cho anh danh sách những thứ đồ cần mua mà phải đợi một tháng nữa thì mới có. Từ hàng hiên ngôi nhà sàn bằng gỗ tếch có thể nhìn xuống làn sóng xanh của đồn điền hồ tiêu, và thấy "ngay dưới chân nước đập ầm ầm vào các tảng đá". Buổi sáng núi thật xanh ở chân trời. Dòng sông là nơi lũ voi đến uống nước, nơi chim kêu vượn hú. Đây chính là nơi để sống, rời xa khỏi thế

---

1. Tên riêng giữ nguyên như trong bản gốc.

giới. Cùng Jorgensen, họ đi bộ hai ngày liền tới tận những ngôi làng đầu tiên của người Mọi.

Trong những bức thư, mà Fanny lòng đầy lo lắng bắt đầu giấu không cho những cô gái trẻ ở Nhà Cây Sung đọc, Yersin viết những ghi nhận đầu tiên của mình về dân tộc học, rằng người Mọi "là những người vóc dáng cao lớn, chỉ quấn khố. Khuôn mặt họ khác rất nhiều so với mặt người An Nam. Họ thường để râu và có ria, có dáng vẻ kiêu hãnh và man dã hơn. Các làng thì chỉ gồm duy nhất một ngôi nhà, nhưng nhà rất lớn, dựng trên những cây cột. Mỗi gia đình sống trong một khoảnh có vách ngăn không kín hẳn. Đây thực sự là cuộc sống cộng đồng. Ở chỗ người Mọi tiền không còn giá trị gì cả. Họ thích vài viên ngọc thủy tinh hay một cái nhẫn bằng đồng hơn."

Như mọi kẻ cô đơn thâm căn cố đế, Yersin cảm thấy phấn khích trước cuộc sống theo kiểu cộng đồng, hình thức bình quân của thứ chủ nghĩa cộng sản sơ khai và phi tiền tệ. Chính từ đây mà phải tiến xa hơn nữa, rời dòng nước, vật lộn trong những khu rừng, leo lên rặng Trường Sơn, vượt qua chúng. Tiến thật xa, về phía bộ tộc Xê Đăng hay Gia Rai, nơi còn chưa ai từng đến, thậm chí cả Jorgensen cũng chưa. Cái lão Mayrena, tức Marie Đệ Nhất, thì có thể, nhưng lão ta thì lại tìm vàng hoặc vinh quang. Thường, Yersin chỉ xuống Sài Gòn ngay trước ngày tàu *Volga* lên đường, cho kéo chiếc tam bản lên đó, để ba ngày sau nó sẽ lại trở thành một chiếc *banca*. Anh gặp lại thuyền trưởng Nègre và các thương gia. Còn đội thủy thủ, "họ khá đa dạng về chủng tộc, ở đây có người Hoa, người Mã Lai, người Nam Kỳ". Không giống những người ấy, anh không nghĩ cả đời mình sẽ ở trên tuyến đường biển này, nhưng cũng không biết rõ mình có thể làm gì khác. Anh nhanh chóng chạm đến giới hạn địa lý của những chuyến đi này. Điều đó có thể trở nên chán nản ngang với bài giảng về vi trùng học.

Yersin còn chưa phải là nhà thám hiểm, cho tới lúc đó, chưa bao giờ anh lên đường tiến về phía trước mà chẳng buồn quay lại, đối mặt với các hiểm nguy, hay đặt cuộc sống của mình trước hiểm họa lớn. Sắp tới, trong cuộc chiến với Thục, anh sẽ bị một cây giáo xuyên qua người. Những hiểu biết về y học sẽ cứu sống anh.

Năm ấy, Yersin đi đi lại lại giữa Manila và Sài Gòn trên mặt biển vàng, cũng mùa xuân năm ấy Rimbaud quay về cảng Marseille lần cuối. Lưỡi cưa của bác sĩ phẫu thuật cắt đi cẳng chân sau hàng tuần chàng được khiêng cáng chạy trên gập ghềnh sa mạc, không được được chạy chữa thuốc men theo phương pháp Pasteur. Trên tàu, viên bác sĩ của Hãng Đường biển vận đồng phục màu trắng bất lực trên đầu giường chàng. Những câu cuối cùng trong cơn mê sảng, nhịp đập của những cái răng voi[1] giống như tiếng trống thổ dân. Trước khi bị cắt chân, chàng viết thư cho chị gái Isabelle: "Tại sao ở trường người ta lại không dạy chút ít về y học để không bao giờ phạm phải những điều ngu xuẩn như vậy?"

---

1. Rimbaud thích dùng chữ "răng voi" hơn là "ngà voi".

Albert & Alexandre

Calmette tới Sài Gòn đúng lúc Yersin không ngờ. Đây là lần đầu tiên hai người gặp nhau. Chính Roux, từ Paris và theo lời khuyên của Pasteur, đã tổ chức cuộc gặp của họ.

Hai người sinh cùng năm nhưng đường đời trái ngược nhau. Sau khi học y ở Trường Y tế Hàng hải Brest, Albert Calmette theo chiến dịch Trung Quốc của đô đốc Courbet, cùng tham gia còn có Pierre Loti. Là bác sĩ hải quân, anh đã ở Hồng Kông, rồi ở Gabon sáu tháng, tại đó anh gặp Brazza, hai năm ở Terre-Neuve rồi đến Saint-Pierre-et-Miquelon. Anh vừa theo học một lớp về vi khuẩn học ở Viện Pasteur, và được Viện cử sang Nam Kỳ. Đây là một nhân vật mới tinh của nhóm Pasteur.

Yersin nhận lời mời vì lịch sự và tò mò. Tất tật những thứ đó giờ thuộc về quãng đời xưa cũ của anh rồi. Giống như một chặng tiếp sức giữa nghiệp đi thuyền và công việc nghiên cứu. Hồi Calmette hai mươi tuổi, bước vào phục vụ trong hải quân với tư cách bác sĩ, Yersin còn ở Marburg và còn chưa bao giờ thấy biển. Giờ thì chính anh là thủy thủ. Một năm trời anh lang thang khắp chốn trên con tàu *Volga*. Hai người ngồi với nhau trong một phòng khách của khách sạn Majestic, tòa nhà trắng cuối đường Catinat. Giờ là đường Đồng Khởi.

Ghế bành kiểu đế chế nạm vàng và bồi bàn vận đồng phục kiêu kỳ. Từ cửa sổ nhìn được xuống sông Sài Gòn và ghe thuyền, một trăm hai mươi năm sau, năm 2012, vẫn vậy. Ta hãy chọn lấy một chiếc ghế cho bóng ma vô hình của tương lai. Cái tay ký lục với quyển sổ bọc da chuột chũi, đã từng lần theo dấu vết của Yersin tại Zur Sonne bên Marburg. Gã dỏng tai, rình mò và chép lại cuộc trò chuyện của hai người đàn ông ở tuổi hai tám có râu quai nón đen xén tỉa gọn gàng. Với vẻ thận trọng của những kẻ âm mưu nhưng rụt rè, họ nói về sở thích chung là địa lý, Loti và câu cá vược. Ở Sài Gòn, họ gợi ra cái lạnh và băng giá vùng Miquelon. Một là quân nhân vận thường phục và một là thường dân vận đồng phục trắng gắn lon năm vạch mạ vàng.

Bóng dáng khôi vĩ của Chỉ huy trưởng lơ lửng trên đầu hai viên bác sĩ trẻ, mô hình luân lý cao cả mặc rơđanhgốt đen và nơ bướm, lông mày nhíu lại, ngự trị trong từng lời nói của các môn đệ Pasteur. Cả hai nhớ tới ngày mình gặp Ông Già và mỗi người kể một giai thoại. Cả hai đều biết sự nghiệp và cuộc đời của kẻ chưa bao giờ là bác sĩ thế nhưng lại vừa làm đảo lộn lịch sử y học. Nhà hóa học và chuyên gia pha lê. Họ nhắc tới các giai đoạn trong thành công của ông, từ bệnh bướm ở tằm, ủ men bia, khử trùng cho rượu vang và sữa, phát hiện trực khuẩn bệnh đóng dấu ở lợn và bệnh than ở cừu cho tới huyết thanh chống bệnh dại. Người khám phá ra một hiện thực lạ lẫm trong mọi thứ ngôn ngữ trên đời đến nỗi đã phải cầu viện tới Littré[1], làm phiền ông trong lúc ông đang bận bịu với công trình từ điển vĩ đại của mình, và ông đã rất cả quyết, cho rằng "microbe và microbie là những từ rất chuẩn. Để chỉ các vi sinh vật, hẳn tôi sẽ chọn « microbe » (vi khuẩn), trước hết bởi vì, như chính ông đã nói, nó ngắn hơn, sau đó là bởi trong từ này vẫn còn lại dáng dấp của « microbie », danh từ giống cái, chỉ trạng thái của vi khuẩn".

Nhìn cảnh họ chụm đầu vào nhau như thế, hẳn người ta sẽ nghĩ đây là hai chiến sĩ hoạt động bí mật của nhóm cách mạng nào đó, đang thì thầm bằng thứ ngôn ngữ mã hóa của mình những giấc mơ về tương lai tươi đẹp. Hẳn đó là tình huynh đệ. Người cảm thấy bị choáng váng hơn chắc hẳn là Calmette. Người đang ở ngay trước mặt anh là Yersin, thuộc hàng nhất phẩm của giới bác học vì đã phát hiện ra độc tố bạch hầu. Ở Paris, Roux đã cảnh báo anh. Yersin là một con người độc đáo, một kẻ cô độc đã lên đường ra đi làm thủy thủ hoặc nhà phiêu lưu. Calmette cho anh biết mình được cử đến đây để thành lập một Viện Pasteur và đề nghị anh hợp tác. Yersin đã không nghĩ đến điều này, anh cứng người lại. Nhóm Pasteur đã túm được anh. Calmette còn chưa có cơ sở ở Sài Gòn. Anh dự định mở

---

1. Émile Littré (1801-1881), nhà từ điển học rất nổi tiếng của Pháp, tác giả một trong những bộ từ điển tiếng Pháp quan trọng nhất trong lịch sử.

phòng thí nghiệm trong một góc bệnh viện để phục vụ cho mục đích nghiên cứu.

Để làm được điều đó, anh vừa gia nhập Sở Y tế Thuộc địa vốn dĩ nằm dưới quyền quản lý của quân đội. Đó cũng là một kiểu đe dọa nho nhỏ mà Roux và Pasteur đã nghĩ ra bên Paris. Yersin do dự, vì anh sợ đến ngày nào đó sẽ gặp chuyện phiền phức với nhà chức trách Pháp. Anh đã xin nhập quốc tịch nhưng kể từ đó còn chưa bao giờ đi quân dịch. Nhưng với anh toàn bộ câu chuyện này đã kết thúc. Đó là cuộc đời cũ của anh. Yersin đứng dậy và hai người bắt tay nhau. Có thể họ sẽ không bao giờ còn gặp lại nhau. Tuy nhiên điều gì đó giữa họ hẳn sẽ nhanh chóng biến thành tình bạn, rõ ràng thế. "Anh ta đã cố hết sức thuyết phục con nhập Sở Y tế, nhưng những lý lẽ ngày hôm qua đến hôm nay vẫn không thay đổi, vậy nên con chưa quyết định ngay được."

Yersin rời phòng khách của Majestic, đi bộ về phía trụ sở Hãng Đường biển, hai tay đút túi. Chỉ cách có vài bước chân, ngay trên bờ sông Sài Gòn. Phải đi qua Cột cờ Thủ Ngữ chăng đầy dây néo, vượt qua một cây cầu nhỏ bắc qua con lạch. Yersin lên tàu *Volga* và rung chuông, tiếp tục công việc. Calmette về căn phòng trên gác của mình. Hai kẻ này còn chưa biết đời mình sẽ gắn chặt vào nhau tới mức nào, và họ sẽ thư từ với nhau trong hơn bốn mươi năm. Thuyền trưởng Nègre đã cho kéo chiếc *banca* lên boong. Yersin tiếp tục sống cuộc đời phiêu lưu của mình cùng niềm hy vọng xông pha.

Tối đến ở trên biển, chắc hẳn anh vẫn còn do dự. Anh nhớ đến các dự án mà Calmette đã trình bày. Nghiên cứu quá trình lên men của gạo, tác động giảm đau của thuốc phiện, và các loại nọc độc nhằm cứu chữa những vết rắn cắn chết người. Calmette sẽ có được thành công mà ta đều biết. Sau này, trong loại vắcxin BCG[1], chữ C ở giữa chính là viết tắt tên ông. Ngày nay ta biết đến bệnh viện Calmette ở Phnôm Pênh, không xa Vat Phnom và Viện Pasteur bao lăm. Ông đã tìm cách xây dựng ở khắp nơi trên hành tinh các viện ấy, chẳng khác gì sinh sản phân đôi hoặc di căn. Trước khi mở một viện ở Lille, ông đã mở hai Viện đầu tiên ngoài nước Pháp. Nói cho đúng là bên ngoài chính quốc. Bởi khi đó Sài Gòn, hay Lille hay Alger đều còn là nước Pháp.

---

1. BCG là viết tắt của Bacille Calmette-Guérin, vắcxin phòng bệnh lao.

bay

Tình hình vẫn như vậy vào năm 40. Dẫu ta cảm thấy rõ rằng thất bại trong vòng tám ngày trước đội quân phát xít là điểm xấu về khả năng sống còn của Đế quốc Pháp. Nước Pháp bị xâm chiếm lần thứ ba trong vòng non một thế kỷ. Ông già bảy mươi bảy tuổi, chòm râu bạc và cặp mắt xanh, ngủ thiu thiu trong chiếc máy bay đang lượn phía trên Địa Trung Hải. Hai hôm sau Marseille, chiếc LeO H-242 cất cánh khỏi sân bay Athens. Con cá voi nhỏ màu trắng rung lên giữa bầu trời xanh ngắt vô tận, để lại đảo Síp dưới cánh trái, trong tiếng rì rì của bốn động cơ môđen mới mang tên Gnôme & Rhône, được lắp bên trên một ống phụt hơi đặt phía sau buồng lái.

Yersin ghi lại thông tin. Gnôme & Rhône.

Ở Paris, ông vừa dự hội nghị của các Viện Pasteur, hội nghị cuối cùng trong một khoảng thời gian rất dài. Ông đã nhận lời tiễn biệt của các nhà nghiên cứu tại cái sân rải sỏi nơi có mộ Roux. Calmette và Roux đã chết được bảy năm nay. Ông đã vinh danh những người đã khuất, bắt tay chào ông già gác cổng, Joseph Meister, người đầu tiên được cứu thoát khỏi bệnh dại, giờ đã sáu tư tuổi.

Hẳn Yersin tự hỏi tại sao ông vẫn sống. Ông còn phải trải qua bao nhiêu cuộc chiến tranh nữa. Ông nhớ đến hai anh em nhà Calmette, người anh cả Gaston, nhà báo, người được Proust đề tặng đoạn đầu *Đi tìm thời gian đã mất*, và cậu em Albert, mà ông đã gặp lần đầu tại khách sạn Majestic ở Sài Gòn. Mười năm sau đó, Roux viết cho ông: "Calmette sẽ thu xếp để chúng ta gặp Sarraut ở nhà anh trai cậu ấy." Hồi đó người ta đã nghĩ bộ trưởng Sarraut sẽ là toàn quyền tương lai của Đông Dương. Cùng trong bức thư ấy, Roux viết: "Ở Viện không có gì mới. Nơi đây chúng tôi đang quan tâm đến các thương thuyết giữa Pháp và Đức về vấn đề Maroc."

Người anh cả, Gaston Calmette, bị bắn chết khi đang ngồi trong phòng giám đốc tờ *Le Figaro* của mình, dưới tay vợ một ông bộ trưởng khác, Caillaux. Đó là mùa xuân năm 14, ngay trước vụ ám sát Jaurès và chiến tranh. Thêm một lần nữa, Yersin cố chạy trốn khỏi các trò chính trị nhơ bẩn ấy để sống một mình. Dẫu rằng suốt đời ông sẽ không bao giờ thực sự rời xa được Viện và nhóm môn đệ của Pasteur. Ông dõi theo một đường nét màu trắng pha nâu vàng ở phía chân trời đều một màu xanh lơ. Bóng các ngọn núi của Libăng.

Vào thời của Mouhot[1], người phát hiện các đền đài Angkor, vào năm sáu mươi của thế kỷ trước – năm Pasteur bước vào trận chiến lớn của mình chống lại quan niệm sinh sản bộc phát, và từ Chamonix đi tới Biển Băng để lấy mẫu không khí trong lành – để sang được châu Á, vẫn phải đi vòng rất xa qua mũi Hảo Vọng. Ba tháng đi thuyền buồm trên biển. Ba mươi năm sau đó, chuyến hải hành đầu tiên của Yersin trên chiếc *Oxus* được thực hiện bằng tàu hơi nước và qua kênh đào Suez, chỉ mất có ba mươi ngày. Vào mùa xuân năm 40 này, bằng máy bay thì mất tám ngày. Chỉ trong vòng một đời người, trái bí ngô đã thành trái dưa rồi thành trái quít.

Kể từ sáu năm là khách quen của hãng Air France, ông đã thuộc lòng bài thơ hàng không ấy: sau Athens sẽ là Beyrouth, Damas, Bagdad, Bouchir, Djask, Karachi, Jodhpur, Allahabad, Calcutta, Rangoon, Bangkok, Angkor rồi Sài Gòn. Chừng chục lần cất cánh và hạ cánh kể từ điểm khởi hành, Paris. Những chặng bay giống như những cú nhảy của con bọ chét. Mở hết công suất, con cá voi nhỏ màu trắng thân bọc duyra bay được với vận tốc hai trăm cây số một giờ. Chậm hơn tàu hỏa ngày nay. Nhưng khi ấy đó là vận tốc không thể tin nổi, làm cho bên dưới khoang người ngồi, ở độ cao vừa phải, cả trái đất đang quay.

Lúc nào ông cũng phải biết mọi thứ, Yersin ấy. Trí nhớ của ông về địa danh, tên riêng cũng như các con số, thật vô biên. Ông ghi chép lại giờ giấc, tên của phi công (Couret) và sĩ quan cơ khí (Pouliquen), tình trạng bầu trời và khí tượng, đọc lại

---

1. Henri Mouhot (1826-1861), nhà tự nhiên học người Pháp.

những quyển sổ cũ hoặc vì buồn chán lại ghi chép thêm. Mang thói tật của nhà thám hiểm và nhà nghiên cứu, trong đời mình ông đã viết đầy hàng trăm quyển sổ. Ta hãy ngồi xuống cạnh ông, bóng ma của tương lai tay cầm cây bút, hãy đọc trộm qua vai ông, chép lại vào quyển sổ tay bọc bìa da chuột chũi. Ví dụ như trang này, cứ như là hành trình của một máy bay do thám không người lái chuẩn bị xâm chiếm Iran:

Djask – k.h. lúc 0h55. Độ cao 1000 m

1h50 – Mũi Cướp Biển?, vào Vịnh Ba Tư.

2h – Những ngôi làng nhỏ trên vách đá ven bờ biển. Nước biển xanh ngọc bích đập vào bờ. Các rừng cọ. Thuyền bè. Đá màu ghi.

3h – Bán đảo hoang vu, làng mạc và cọ. Nhiều tàu trên biển.

3h40 – Bình nguyên ở phía Đ., đỡ hoang vu hơn. Nhiều ngôi làng (Chira), gần nửa đường từ Djask đến Bouchir.

5h – Độ cao 1000 m trên các bình nguyên và đồi núi san sát. Nhiều làng mạc. Sông gần như cạn khô chảy từ hướng T.B. sang hướng Đ.N. Đường giao thông.

5h30 – Tiến về thung lũng lớn hướng Đ.N., có dòng sông lớn. Những thửa ruộng bàn cờ.

6h30 – Đến Bouchir, nđ = 27°.

Trong những ngày đầu tiên của tháng Sáu năm 40 ấy, ở mỗi chỗ dừng người ta lại chạy bổ đi kiếm tin tức và lo lắng vì tình hình quân sự. Họ được biết rằng quân Đồng Minh đã rút các đội quân thua trận về Dunkerque. Các cảng biển của Pháp bị máy bay oanh tạc. Ở Saint-Nazaire, hàng nghìn người sơ tán đã chết trong trận cháy con tàu *Lancastria* của hãng Cunard. Chỉ còn lại duy nhất nước Anh đối mặt với Đức. Ý tham chiến. Mỗi ngày Yersin lại rời xa lò lửa châu Âu thêm một chút. Ở Calcutta, ráng chiều đỏ sậm trên sông Hằng. Ông ngắm nhìn tấm lưới xen kẽ đỏ tía và vàng của vùng châu thổ lúc mặt trời lặn. Ông nóng ruột được về tới Nha Trang. Ông hoàn toàn có thể chết trong chuyến bay, được chôn cất bừa ở đâu đó tại một chặng dừng. Thay vì một nhà thờ mộ, xin họ dựng ở đó một Viện. Ông đếm từng ngày và từng lần cất cánh như một cậu học trò đợi hè về. Đã gần năm mươi năm nay, lần nào ông cũng quay về Nha Trang và ông muốn chết ở đó. Người ta phát âm là Nia Trang, ông nói rõ như vậy trong thư từ. Ông giải thích với những người nhận thư của mình rằng Alexandre de Rhodes, tác giả bộ từ điển *Việt-Bồ-La* vào thế kỷ 17, là một thầy tu dòng Tên xuất thân từ Avignon, dùng ngôn ngữ miệt Oc và phát âm "h" mềm. Nia Trang. Lúc nào ông cũng phải biết mọi thứ, Yersin ấy.

Chính là nhờ tình bạn của một vị chỉ huy khác của Hãng Đường biển, thuyền trưởng Flotte, người Saint-Nazaire, mà Yersin đã phát hiện ra Nha Trang.

Và đã đặt chân đến thiên đường.

ở Hải Phòng

Trong ngành hàng hải, người ta không được phép chọn cho mình nơi thuyên chuyển. Tuyến đường sang Philippin không còn mang lại lãi cho hãng. Sau một năm trên con tàu *Volga* chạy tuyến Manila, Yersin được chuyển đi, trở thành bác sĩ đặc phái của tuyến đường Hải Phòng mới mở, trên con tàu *Saigon* chỉ nhỏ bằng nửa tàu *Volga*.

Đó là một con tàu nhỏ chở hàng và khách, được 36 người, nó di chuyển chậm chạp ven Biển Đông. Không bao giờ quá một ngày hay một đêm ngoài biển. Ăn không ngồi rồi. Cũng như trên một tàu lớn chuyên đi khơi, luật hàng hải quy định trên tàu này phải có một bác sĩ đồng phục trắng gắn lon 5 vạch mạ vàng.

Đôi khi ai đó sưng tay hay đau đầu. Chỉ thuyền trưởng Flotte, da như bôi sáp sau làn khói tẩu, có thể gây lo lắng cho Yersin. Viên thuyền trưởng nhún vai. Kể từ khi trôi nổi ở vùng này, ông chưa bao giờ hề hấn gì, bằng chứng đấy. Yersin rỗi việc. "Bọn con đi dọc bờ, vận tốc trung bình khoảng hai đến ba dặm, thế nên phong cảnh liên tục thay đổi. Con giải khuây bằng cách vẽ ký họa dáng mấy ngọn núi mà bọn con đi ngang qua để lần sau có thể nhận ra. Ông thuyền trưởng bảo con lên đài chỉ huy mà vẽ và xin con một bản sao, vì bản đồ hàng hải vẽ vùng bờ biển này đều rất tệ."

Từ mười năm nay, theo lệnh Jules Ferry, hạm đội của đô đốc Courbet, với Loti trong số các sĩ quan, đã chiếm Trung Kỳ và Bắc Kỳ, thế nhưng người Pháp mới chỉ biết tới dải đất chạy dọc theo bờ biển. Một ngày nào đó sẽ phải vẽ bản đồ hai vùng ấy, nếu muốn đi đường bộ từ đó đến Nam Kỳ. Tuyến đường thương mại vừa mở ra này vẫn còn là cách thức duy nhất nối hai thủ đô thuộc địa, Sài Gòn và Hà Nội. Sáng sáng, viên bác sĩ quàng lên cổ cái dây da của chiếc ống nhòm đi biển, lôi bút chì và giấy vẽ ra. Các hành khách cũng rỗi việc chẳng kém, học đòi theo người Anh, và những người giàu có nhất đã trở thành posh, thuê một cabin bên mạn trái tàu khi khởi hành từ Sài Gòn, rồi chuyển sang mạn phải khi khởi hành từ Hải Phòng. Chỉ thuyền trưởng Flotte và Yersin, ngồi từ đài chỉ huy, mới nhìn được toàn cảnh.

Cả lúc đi cũng như lúc về, con tàu thả neo xuống đáy một vịnh nước yên tĩnh đầy nắng. Họ thả cây neo, cho mấy thuyền nhỏ xuống nước, lắp chốt mái chèo, rồi chuyển mấy cái rương vào một làng chài. "Điểm đầu tiên mà bọn con dừng lại sau Sài

Gòn là Nha Trang, đi mất hai mươi tám tiếng mới đến được đó." Yersin vẽ những cây dừa rất xanh đung đưa và mặt cát óng ánh. "Bọn con là tàu duy nhất đậu lại trong cái vịnh tuyệt đẹp ấy."

Từ Nha Trang, họ đi ngược lên phía Bắc và càng ngày bầu trời càng xám, cho tới cửa sông Hồng và cảng Hải Phòng. Ở đó, ghe thuyền đón hành khách và đưa họ về Hà Nội. Yersin mua một con thuyền rồi, cũng như ở Manila và Sài Gòn, đi đi về về bằng thuyền trên các sông nhánh vùng châu thổ. Một tuần sau, họ lại đi về phía mặt trời, phương Nam. Yersin rung chuông báo hiệu giờ khám bệnh. "Đôi lúc hành khách cũng hơi nhiều, nhưng đó cũng chỉ là một trong những phiền muộn của cuộc sống." Trên boong, thỉnh thoảng mấy bà da trắng to lớn, vợ các ông thực dân, giống như những con ngựa cái mồ hôi nhễ nhại ngất xỉu vì say nắng. Nhưng chính thuyền trưởng Flotte mới không được khỏe lắm, nhiều khi phải đứng dựa vào lan can. Không phải dạng người thích than vãn, ông thuyền trưởng, mà chỉ nhún vai rồi lại châm tẩu. Nếu Yersin tuyên bố ông bị bệnh, hẳn người ta sẽ cho ông lên bờ. Nếu phải ngoẻo, thì thà trên biển còn hơn. Hai người trở thành bạn, rồi thành cánh hẩu của nhau. Yersin trang bị cho tàu *Saigon* một máy lọc nước Chamberland.

Lần nào cũng đi qua Nha Trang và lần nào cũng mê hoặc sửng sốt, nên Yersin đã xin được xuống đất liền cùng các thủy thủ lo việc chuyển hàng. Trong đất liền thực vật đẹp rực rỡ, bên trên sừng sững những đỉnh núi mây mù cách đó năm mươi cây số đường chim bay. Tối đến, hai người đàn ông lại trò chuyện với nhau ở khoang riêng. Chưa từng có ai vượt qua dãy núi, bản đồ cũng chưa được vẽ. Thuyền trưởng cảm thấy anh chàng này tương lai không phải trên mặt biển. Ông bèn vi phạm quy tắc, thỉnh thoảng cho phép anh ở lại Nha Trang, chấp nhận cảnh trên tàu không có bác sĩ. Yersin đi khắp vùng đồng quê, tập đi chân đất. Vẫn chưa phải là thám hiểm đâu. Trên đài quan sát anh cũng tập luyện, nhờ ông thuyền trưởng già mà học được cách sử dụng kính lục phân để xác định vị trí. Trong cabin của mình, đêm đêm anh nghiên cứu môn trắc địa và thu thập hiểu biết toán học cần thiết cho các quan sát thiên văn học.

Trên tuyến đường đơn điệu Sài Gòn-Hải Phòng, đi lại chán ngắt, nhờ có thuyền trưởng Flotte mà Yersin đã chuẩn bị cơ sở cho nghiệp vẽ bản đồ và thám hiểm của mình. Ta hãy vinh danh Flotte, người thủy thủ can đảm giữa hàng nghìn thủy thủ can đảm bị lãng quên, vinh danh thuyền trưởng Flotte người Saint-Nazaire. Cả một cuộc đời trên mặt nước, miệt mài trên biển và đại dương, để rồi cuối cùng từ cảng Saint-Nazaire chôn rau cắt rốn, ông đến cảng Bordeaux để chết, trong bệnh viện nhiệt đới.

bác sĩ của người nghèo

Sau Calmette là đến Loir. Yersin cảm thấy người ta sẽ không nhả anh ra nữa. Adrien Loir, cháu ruột của Pasteur. Một trong những người đầu tiên của nhóm môn đệ Pasteur. Họ cùng tuổi, từng cùng làm điều chế viên ở phố Vauquelin trước khi tòa nhà trên phố Dutot được xây. Theo lời khuyên của ông bác, Loir liên tục gửi điện cho anh đến trụ sở hãng ở Sài Gòn, nơi anh tới sau mỗi chuyến đi.

Loir được cử sang Úc để lập một viện Pasteur, tìm cách tiêu diệt lũ thỏ sinh nở quá nhanh bằng khuẩn tả ở gà. Anh cũng tiêm vắcxin cho chó nhà và chó rừng chống bệnh dại, tiêm vắcxin cho cừu chống bệnh than, bao nhiêu là việc. Anh kêu gọi sự giúp đỡ của bạn đồng môn cũ. Người từng có ham muốn đi xa. Anh đề xuất một cuộc đời sôi nổi hơn những chuyến đi loanh quanh trên Biển Đông, lương lại cao hơn lương bác sĩ trên tàu, với một phòng thí nghiệm tha hồ mà nghiên cứu. Úc là một châu lục đang trên đà phát triển mạnh. Ở đó mọi thứ đều hiện đại, lại có thể xem chuột túi. Anh đưa ra đủ mọi lý lẽ. Yersin đi ngang khách sạn Majestic, ngược đường Catinat, bước vào tòa bưu điện của Gustave Eiffel và tới bàn giao dịch xin một tờ giấy xanh lơ. Anh viết thật nhã nhặn, giãi bày tình bạn, ca ngợi sứ mệnh của Loir, nhưng từ chối sang Sydney. Cũng như anh từng từ chối đề xuất của Calmette ở chính Sài Gòn này. Calmette vẫn không thôi chào mời. "Calmette nhèo nhéo hứa hẹn đủ mọi thứ trên trời dưới biển để thúc con gia nhập hải quân thuộc địa."

Yersin tin chắc rằng những năm huy hoàng của nghiên cứu vi trùng đã ở lại sau lưng họ. Thôi rồi thời các nhà phiêu lưu. Thôi rồi công việc đơn độc của những thiên tài thích mò mẫm. "Con biết là ở đỉnh cao của ngành vi trùng học như hiện nay, thì mọi bước tiến lớn về phía trước sẽ thật nặng nhọc, và hẳn ta sẽ vấp phải rất nhiều sai lầm và thất vọng." Anh không mong muốn trở thành một trong những kẻ cần mẫn ấy. Anh còn trẻ, và nôn nóng, Yersin ấy, anh rất mau chán. Giờ đây khi đã biết đi đất tiến vào rừng rậm, anh sẽ không xỏ vào chân đôi giày của đám nghiên cứu quẩn quanh xó nhà nữa. Anh rời Paris không phải là để lại nhốt mình đâu đó. Anh đã chọn trở thành nhà thám hiểm. Anh đã chọn điều đó trước cả khi thành bác sĩ. Anh đã viết điều này cho Fanny từ Berlin, và giờ đây anh nhắc lại. "Con thấy rằng kiểu gì chăng nữa thì con cuối cùng sẽ dấn thân trên con đường thám hiểm khoa học. Con quá yêu thích điều đó, và hẳn mẹ còn nhớ giấc mơ thầm kín của con là được dõi nhìn từ xa dấu chân Livingstone."

Về Livingstone, chết chừng hai mươi năm về trước, anh biết mọi thứ. Chuyến đi từ Nam Phi tới Angola, hành trình khắp lục địa, đến tận Mozambique. Chữa bệnh cho dân tại các ngôi làng ghé chân. Phát hiện sông Zambèze và không ngừng tìm kiếm nguồn sông Nil. Cuộc gặp bên bờ hồ Tanganyika với nhà báo Stanley, người được cử đi tìm ông. *Doctor Livingstone, I presume?* Lời từ chối trở về của ông. Cái chết của ông một năm sau đó. Xác ông được moi hết nội tạng nhờ Chuma và Susi trung thành và đống nội tạng được chôn dưới một gốc cây. Hài cốt khô được hai người đó chuyển đi bằng đòn gánh tới Bagamoyo và Ấn Độ Dương để giao cho đám người Anh ở Zanzibar. Đám tang trong tu viện Westminster và Stanley túc trực bên linh cữu. *Here rests David Livingstone. Missionary. Traveller. Philanthropist*[1]. Trong khi chờ đợi khám phá những miền đất lạ, như người hùng của mình, Yersin trở thành bác sĩ cho người nghèo mỗi lần anh đến sống ở Nha Trang.

"Mẹ hỏi con có thích hành nghề y không. Có và không. Con rất vui được chữa trị cho những người đến nhờ con khám, nhưng con không muốn biến y học thành một cái nghề, nghĩa là sẽ không bao giờ con có thể đòi một người bệnh trả tiền cho con vì đã chữa bệnh cho người đó. Con coi y học giống như một điều thiêng liêng, cũng như nghề mục sư ấy. Nếu phải được trả tiền thì mới chữa cho bệnh nhân, thì cũng gần như

---

1. Tiếng Anh: Nơi đây yên nghỉ David Livingstone. Nhà truyền giáo. Người du hành. Nhà từ thiện.

bảo anh ta muốn sống thì đưa tiền ra đây." Yersin tiếp tục đi lại trên tàu *Saigon* và Hãng Đường biển trả lương cho anh, số tiền ấy giúp anh lúc này không phải đòi tiền khám bệnh. Cả đời mình anh sẽ tìm mọi cách để giữ được vị thế xa lạ với kinh tế và chính trị. Một tín đồ chân chính của Nhà thờ Tân giáo Tự do vùng Morges và của tấm gương Livingstone, cũng là bác sĩ, nhà thám hiểm và mục sư.

Khi rốt cuộc cũng xuống ga Nha Trang vào mùa xuân năm 40 ấy, quay về Xóm Cồn, bởi sau tám ngày đi đường, chục lần cất cánh hạ cánh, từ biệt con cá voi nhỏ màu trắng thân bọc đuyra đậu xuống sân bay Sài Gòn, ông già mang chòm râu trắng này đi tàu hỏa để tới vịnh nước huy hoàng và yên bình. Ông chậm rãi bước đi bên bờ kè chắn sóng, dân chài chào ông. Họ là cháu nội ngoại của những dân chài từng tiếp đón ông xưa kia. Đây là lần quay về cuối cùng của bác sĩ Năm tốt bụng, đó là cái tên ở đây người ta dùng để gọi ông, Bác Năm, vì ông có cái lon 5 vạch mạ vàng trên bộ đồng phục trắng, dù từ thế kỷ trước ông đã không còn vận bộ đồng phục đó nữa rồi, thời ông còn là chàng thủy thủ lịch duyệt râu đen và mắt xanh chữa bệnh cho ông bà của họ.

Ông bước vào ngôi nhà vuông dựng ngay trên bờ nước của mình. Chính ông đã vẽ nó, cách đây lâu lắm rồi. Một khối lập phương, hợp lý. Trên mái là vòm của trạm thiên văn của riêng ông. Cả ba tầng đều có một hành lang chạy vòng quanh dưới mái và có cột chống. Lần này người ta lo sẽ không bao giờ còn được gặp lại ông nữa. Ông bỏ hết đồ trong vali ra, sắp xếp đống dược phẩm mà ông sẽ phải sử dụng hết sức dè sẻn. Ông ngồi ở hàng hiên trên cái ghế bập bênh, nhìn ra biển. Nắng đùa giỡn trong đám dừa và vịnh nước tráng lệ. Gần ông, những chuồng chim ồn ĩ và sặc sỡ, cùng con vẹt của ông. Sáng sáng, ông nghe đài để biết tin tức buổi tối ở Paris. Giọng của Thống chế tuyên bố dâng hiến thân mình cho nước Pháp và đang sắp sửa ký hiệp ước đình chiến nhục nhã ấy. Nước Pháp đã thua trận. Thụy Sĩ trung lập. Nước Đức chiến thắng. Chiến dịch nước Pháp vừa làm hai trăm nghìn người chết trong vòng vài ngày, ngang với nạn nhân của một bệnh dịch, dịch hạch nâu. Ông biết rõ rằng cuộc chiến tranh, bởi đó là thế chiến, rồi đây cũng sẽ lan tới Nha Trang. Người Nhật, đồng minh của người Đức, một ngày nào đó sẽ đổ bộ vào Xóm Cồn. Là chuyên gia lão thành về bệnh dịch, Yersin không quên rằng cái tồi tệ nhất luôn là cái chắc chắn nhất.

Già đi là chuyện vô cùng nguy hiểm.

Thật cũng chẳng tệ, với một số người, được chết khi còn trẻ đẹp. Nếu không mắc chứng hoại thư, giờ này Arthur Rimbaud chỉ hơn Philippe Pétain có hai tuổi. Yersin thì đã bảy mươi bảy. Ở Nha Trang, ông lại tiếp tục cuộc đời thanh đạm của mình. Ông sẽ không rời ngôi nhà vuông cho tới khi qua đời, bao nhiêu thời gian nữa cũng được. Lần đầu tiên, ông thấy có chút do dự. Phiêu lưu như thế nào ở tuổi già này. Ông biết rằng mình chỉ còn rất ít thời gian. Đã từ lâu, người ta hối thúc ông viết hồi ký. Nhóm Pasteur. Không thực sự định làm vậy, nhưng ông cũng sắp xếp lại đôi chút đống giấy tờ lưu trữ của mình, mở những cái rương cũ. Chỉ đọc lại những quyển sổ thám hiểm của mình, khi mà thêm một lần nữa người ta muốn ông kể lại câu chuyện vĩ đại về dịch hạch.

Yersinia pestis.

trường chính

Ở tuổi hai mươi chín, Yersin muốn quên khoa học, hết rồi, vi khuẩn học, nghiên cứu, anh đã thay đổi cuộc đời, đã chọn biển, anh đã biết đến niềm hạnh phúc của bờ kè và cần cẩu, những lần lên tàu lúc bình minh, những chuyển động của tàu thuyền, tiếng hát tối tối trên những con sóng vàng mềm mại của xứ Á châu. Nhưng mới đi thuyền được hai năm, anh đã thấy chán. Dù thích sự chính xác trong ngôn ngữ hàng hải và cảnh tất bật của những cảng biển to lớn mà Cendrars[1], một người Thụy Sĩ khác, sẽ miêu tả, nhưng anh không hình dung được là mình

---

1. Blaise Cendrars (1887-1961), nhà văn người Thụy Sĩ nhập tịch Pháp rất nổi tiếng với những cuốn tiểu thuyết kể về cuộc đời lông bông khắp thế giới của mình.

làm đến già trên đài chỉ huy như ông thuyền trưởng Flotte chất phác. Anh gửi đơn xin tạm nghỉ việc tới Hãng Đường biển. Đơn được chuẩn y. Thế là anh vừa thoát khỏi Viện, vừa thoát khỏi Hãng.

Ở bất kỳ một công việc nào người ta có lẽ cũng chê anh là bất ổn. Anh để lại sau lưng các công trình về bệnh ho lao và bạch hầu. Anh là một nhà bác học được chính Pasteur đào tạo, một bác sĩ trên tàu tuyệt hảo. Người ta bớt quấy rầy anh, vậy là Yersin thắng rồi.

Giờ đây hoàn toàn làm chủ thời gian, anh rời Sài Gòn đến sống hẳn ở Nha Trang, trước hết cho dựng một ngôi nhà bằng gỗ trên Xóm Cồn, mở ra ở đó một dạng phòng khám. Bác sĩ Năm là bác sĩ Tây đầu tiên của cả vùng. Giờ đây không còn nguồn thu nhập nào nữa, anh tìm cách, tuy chẳng mấy tin tưởng, thiết lập chế độ khám bệnh trả tiền đối với những người có máu mặt đủ phương tiện chi trả, tiếp tục chữa bệnh không lấy tiền cho người nghèo, nhưng lại không phân biệt được hai hạng người, và vẫn tiếp tục luyện tập điền dã.

Anh đi hàng trăm cây số trong các vùng đồi núi, vào ở trong các ngôi làng người Mọi, học chút ít ngôn ngữ của họ, thực hành săn bắn và y khoa ở chỗ họ. Anh tính rồi một ngày sẽ tổ chức các chiến dịch tiêm phòng vắcxin, học cách sử dụng giáo và nỏ, đổi lại thì dạy họ sử dụng như trong ảo thuật con dao Thụy Sĩ nhiều lưỡi của mình, và thỉnh thoảng qua Nha Trang. "Bệnh nhân An Nam từ khắp nơi đổ về đây, những lúc con không đi chơi đâu đó. Nói cho đúng, họ lợi dụng hiểu biết khoa học của con, nhất là những lúc, để trả tiền con, họ lại thân ái đánh cắp ví của con. Nhưng biết làm sao bây giờ, trong óc họ, ăn cắp tiền của một người Pháp là một hành động tốt. Và lại, người Pháp đến xứ Đông Dương này để làm gì đây, nếu không phải là ăn cắp của người An Nam?"

Trước khi món tiền tiết kiệm còm cõi bay hơi hết, anh mua trang thiết bị, lên kế hoạch cho chuyến đi thực thụ đầu tiên. Sau biển, rồi rừng quang, anh muốn đi xuyên rừng rậm, trèo lên những ngọn núi mỗi lúc một cao hơn. Không có tờ giấy công lệnh nào, nhưng anh lại có được sự trợ giúp của người Mọi, họ nhận lời dẫn đường cho anh ở các chặng đầu. Anh muốn từ Nha Trang và Biển Đông, đi qua dãy núi Trường Sơn để tới được sông Mê Kông ở phía bên kia. Người ta sẽ không sớm gặp lại anh, cũng có thể chẳng bao giờ nữa. Anh mang theo một phiên dịch và năm người để mở đường. Anh đeo trên người những túi da đựng thời kế dùng đi biển và máy kinh vỹ. Trên lưng anh là một khẩu Winchester, để săn bắn, anh hy vọng thế. Anh đã mua mấy con ngựa và hai con voi, lên đường đi về hướng Tây Bắc. Mỗi chặng sẽ tương đương với ba tiếng cuốc bộ.

Lần này, anh tiến thẳng về phía trước, cấm mình quay trở lại. Cưỡi ngựa là cách tốt nhất để tránh lũ đỉa, cho ngựa đi trên các lối nhỏ, rồi cầm cương dắt vì đâu còn lối nữa. Đi theo sau là mấy con voi nặng nề, và với chúng thì cần phát quang những rặng tre và bụi rậm. Các chiến binh Mọi đã quay về từ lâu. Bám trên quần áo anh là những loài côn trùng mà ngay cha anh cũng chưa từng biết đến. Tối tối, họ dùng một chút rượu gạo cho lên tinh thần, đốt lửa, mắc màn, thổi sáo. Hôm sau, khi lại gần một ngôi làng, khác hẳn với Mayrena tức Marie Đệ Nhất thường chia đạn chì cho dân, họ tặng thuốc mỡ và ký ninh.

Kiểm kê xong, các dụng cụ và thiết bị chụp ảnh được gói ghém lại thật cẩn thận, bọc trong vải bạt để khỏi bị mưa. Họ dập than và chất đổ lên lưng voi. Cứ thế họ thẳng tiến. Tới các vùng đất còn chưa có tên thuộc những tộc người hung tợn, không có đàn *violon* cũng không có thơ *alexandrin*. Họ tiến lên theo hướng kim la bàn hàng hải. Cuối cùng cũng giống cuộc đời thực sự tự do và vô tư. Mở đường, vạch lối đi về phía chưa biết, nếu không phải là về phía Thượng đế hoặc bản thân mình. Bí hiểm nho nhỏ nực cười về chính mình. Cái mà người ta đã không thể giải được trong một nhà thờ Tin Lành mờ tối ở bang Vaud.

ở Phnôm Pênh

Sau khi vượt những con đèo cao hơn hai nghìn mét, họ lại xuôi xuống, về phía những cánh rừng lá kim lạnh lẽo rồi rừng rậm ẩm ướt, về phía những cánh đồng lúa loáng nước như kính vỡ nhìn thấy từ xa, trong đồng bằng phía dưới. Nhúm người cuốc bộ kiệt sức đến được sông Mê Kông ở quãng Stung Streng, ba tháng sau khi rời Nha Trang. Yersin bán lại mấy con voi và lũ ngựa, cho bầu đoàn gọn nhẹ của mình lên một con thuyền độc mộc dài. Suốt chặng đường vừa rồi, anh đã đi bộ, lúc nào cũng ở phía trước cả đoàn, để thời kế không bị ảnh hưởng và rồi rốt cuộc anh cũng ngồi xuống, để mặc cho dòng sông mênh mông màu ngọc đưa mình đi.

Nơi khi ấy là bờ kè mang tên Piquier, dọc theo bến cảng đậu thuyền đã bị lấp từ lâu, bây giờ là phố 108, không xa Vat Phnom và khu phố của người Pháp, khách sạn Royal, và ngày nay là Viện Pasteur và bệnh viện Calmette. Nhưng, khi Yersin tới đây, Phnôm Pênh còn là một thị trấn hoang vắng. Sau ba tháng cuốc bộ, anh đến trình diện các nhà chức trách Pháp. Người ta tổ chức một bữa tiệc tiếp đón ở nhà khâm sứ Cao Miên, Louis Huyn de Verneville, chắc hẳn là một bữa tối nơi thực khách ăn vận sang trọng và ngồi dưới quạt trần. Anh chàng người Vaud không khoái gì cái gu đầy nghịch lý này của người Pháp, họ giết vua nhưng lại thích đám tàn dư quý tộc ẩn náu trong giới nhà băng hay ngoại giao. Họ ngồi thật sâu trong những chiếc ghế bành bọc da trâu.

Yersin là nhà du hành đầu tiên đi đường bộ nối bờ biển Trung Kỳ với Campuchia. Lối vào vương quốc người Khmer duy nhất mà người ta biết là đường sông. Các gia nhân vận trang phục truyền thống rót rượu sâm banh. Người ta hỏi anh về chặng đường chưa ai biết, đám đàn ông đàn bà man dã. Nhưng Yersin có cách trò chuyện, những lúc anh chịu nói, mang đầy tính chất khoa học, như thư từ của anh. "Ở bất kỳ đâu có thể, con đều cố gắng tổng kết: gần như tất cả các vĩ tuyến của con đều được xác định bằng một loạt điểm mốc địa cực, cách làm này tuyệt hảo, vì sự quan sát lặp đi lặp lại khiến cho các kết quả chính xác hơn hẳn. Con đảm bảo chúng chỉ chênh lệch với thực tế khoảng 20″. Đương nhiên, kinh độ thì phụ thuộc vào việc thời kế của con có chạy ổn định hay không: con kiểm tra nó mỗi lúc buộc phải ở lại đâu đó nhiều ngày, và con thấy nó khá là ổn định, có thể đảm bảo các kinh độ của con chỉ chênh lệch với thực tế khoảng 4‴". Đây là một thứ thơ ca hữu dụng. Chẳng mấy mà chán ngắt. Đám khách mời mù tịt trước thứ văn chương nằm ngoài chủ nghĩa lãng mạn này. Họ ngó cánh quạt trần hay mõm đôi giày đánh xi bóng của mình, uống thêm chút rượu sâm banh, châm một điếu thuốc. Từ những cửa sổ cao, họ nhìn xuống mặt nước dát vàng của dòng Tonle-Sap ở đoạn hợp lưu với sông Mê Kông, đoàn sư sãi áo vàng đang đi lên chùa Vat Phnom. Yersin cũng thấy chán và bữa tiệc kết thúc. Họ chuyển sang rượu ápxanh. Họ bỏ ý định tổ chức một buổi khiêu vũ chào mừng anh.

Với anh chuyện ấy chẳng hề hấn gì, và anh đang sốt ruột. Anh không hiểu tại sao người ta lại vỗ tay hoan hô, khen ngợi anh. Đơn giản như chuyện bạch hầu vậy thôi. Chỉ cần quan sát và cuốc bộ, nhấc đít khỏi cái ghế phô tơi bọc da trâu. Ta đã biết sự kinh ngạc của các nhà toán học khi thấy mọi người xung quanh họ không phải ai cũng biết giải dù chỉ là một phương trình bậc ba, niềm kinh ngạc thành thực mà người ta cứ tưởng là kiêu ngạo trong khi nó chỉ là ngây thơ, niềm kinh ngạc của những kẻ thấy rằng không phải mọi người đều bình đẳng với họ, rằng điều này vi phạm những nguyên tắc nền tảng của nền Cộng hòa, trong khi đó người ta lại dễ chấp nhận rằng không phải ai cũng chạy được một trăm mét trong vòng mười giây, cả nỗi bực bội của những kẻ có trí nhớ siêu phàm nữa, khi họ phải ghi nhận là nói chung người ta rất mau quên.

Yersin và đồng bọn quay về Sài Gòn trên một tàu khách qua ngả châu thổ sông Mê Kông. Anh viết báo cáo, ghi chép các quan sát dân tộc học và địa lý, minh họa chúng bằng gần một trăm năm mươi bức ảnh mà anh tự rửa tại nhà ở Nha Trang.

Anh vẽ những tấm bản đồ chính xác về chặng đường mình đã đi qua, chúng được gửi sang Luang Prabang bên Lào, tại đó chúng được đối chiếu với những ghi nhận của Phái đoàn Pavie. Văn bản được gửi về Paris. Đừng chờ đợi cái gì thật đẹp đẽ mỹ miều nhé. Mà chính xác như một sơ đồ của môn đệ Pasteur, một sự ngợi ca vinh quang của chiếc thời kế mua ở tiệm Vacheron, của chiếc phong vũ biểu "được chỉnh theo phong vũ biểu của Đài thiên văn Manila".

Những ghi chép này quá khoa học, ngay cả đối với một tờ tạp chí truyền bá khoa học như *Vòng quanh thế giới*. Không có vật nhau với hổ, cũng không có nàng công chúa bản địa uể oải vú nhọn. Tuy nhiên, các tờ báo chính quốc đã thông báo về chiến công ấy, nhưng không đi sâu vào chi tiết. Yersin được mời về Paris. Pasteur nhất quyết đòi lại cho anh căn phòng ở Viện, cái nôi. Khách sạn Lutetia còn chưa có. Báo cáo của anh về chuyến đi được đăng trên tạp chí của Hội Địa lý, tờ này năm năm trước đó đã đăng câu chuyện của Arthur Rimbaud về cuộc thám hiểm châu Phi của chàng, *Báo cáo về Ogadine*, nay là Ogaden. Đại lộ Saint-Germain, Yersin bước vào cổng Hội Địa lý, nơi có hai bức tượng nữ, một đỡ lấy trái đất một đỡ biển cả.

Ở buổi nói chuyện của anh, ngồi sát bên nhau là nhóm nhỏ phố Dutot và nhóm nhỏ phố Mazarine, các nhà bác học đồ đệ của Pasteur - và trong số họ có cả Émile Roux, vừa tắt chiếc đèn Bunsen và treo cái blu trắng lên mắc áo của tiền sảnh phòng thí nghiệm - và các nhà địa lý chuyên thám hiểm - trong số họ có cả Auguste Pavie, phó lãnh sự Luang Prabang, vừa từ Lào về. Ta phải kinh ngạc trước tài năng của chàng thanh niên này trong việc tụ họp các nhóm nhỏ, giống như Paul Gégauff ở thế kỷ tiếp sau sẽ hợp được nhóm Làn Sóng Mới và nhóm Tiểu Thuyết Mới. Các nhà báo, vì cần đem tính hiệu quả cho những bài báo của mình, hơi mang chất hí họa và thích xem tướng, rất tò mò xem anh chàng này trông ra sao. Họ đã thất vọng. Không phải mặt một nhà bác học điên điên, cũng không phải mặt của kẻ phiêu lưu. Một chàng thanh niên bình thản và kiên quyết có cái nhìn trong vắt, mắt xanh, chòm râu đen xén tỉa gọn gàng. "Buổi tối, con ăn ở nhà Pasteur, ông ấy rất thích các câu chuyện du hành." Chính anh gác cổng trẻ, Joseph Meister, khi ấy mười sáu tuổi, mở cửa cho anh và đỡ lấy áo choàng.

Yersin ở lại Paris ba tháng, ghi tên theo học ở Đài Thiên văn Montsouris. Giờ đây không còn nguồn thu nhập nào nữa, anh lao vào tìm kiếm ủng hộ và tài trợ để chuẩn bị cho những chuyến du hành mới, từ chối gia nhập Phái đoàn Pavie. Anh hiểu quá rõ César. Thà là người số một ở Nha Trang còn hơn là người thứ hai ở Luang Prabang. Anh lại nhờ Pasteur hỗ trợ. Bức thư thứ hai này nhiệt tình hơn nhiều so với bức thứ nhất gửi Hãng Đường biển. "Bác sĩ Yersin nhờ tôi tác động để được ngài Bộ trưởng Ngoại giao giúp đỡ. Tôi làm việc này với lòng tin tưởng hoàn toàn và vô cùng sốt sắng. Bác sĩ Yersin đã làm việc ở Viện Pasteur trong hai năm với thành công rất lớn. Ông đã cùng bác sĩ Roux hoàn thành một công trình bậc nhất về bệnh bạch hầu: những hiểu biết rất lớn của ông về y học đã khiến ông xứng đáng có được danh vị bác sĩ. Tương lai bác học của ông hẳn sẽ rất xuất chúng. Nhưng đột nhiên, sau khi đọc rất nhiều sách, ông bỗng có ham muốn du hành cháy bỏng và không gì giữ nổi ông lại với chúng tôi. Tôi có thể chứng nhận rằng bác sĩ Yersin là một người hết sức nghiêm túc, vô cùng trung thực về mọi mặt, can đảm đặc biệt, sở hữu những phẩm chất vừa đa dạng vừa cụ thể, nói tóm lại là có khả năng mang lại vinh hạnh lớn cho đất nước chúng ta. Thêm nữa, chỉ cần đọc bản báo cáo gửi kèm theo đây về chuyến du hành của ông đến sông Mê Kông để ngay lập tức có được đánh giá đúng nhất về những phẩm chất trong du hành và thám hiểm của bác sĩ Yersin." Anh hy vọng bức thư này mang lại một khoản tiền khá. Cuối cùng té ra cũng chả bõ bèn gì.

Trong chuyến lưu lại châu Âu đầu tiên kể từ khi bắt đầu đi biển này, Yersin về Morges, ôm hôn Fanny, rồi với số tiền chẳng bõ bèn gì, đến hiệu Vacheron mua một thời kế mới và một điện lượng kế, nhiều nhiệt kế, ở hiệu Mayor thì mua hai khẩu súng săn và đạn. Ngồi trong phòng khách nhỏ đầy hoa của Nhà Cây Sung, giữa đám báo chí, trước mặt Fanny và các cô gái con nhà lành, anh mở đống sổ ghi chép của mình ra đọc, việc này như ta đã thấy, nhanh chóng trở nên nhạt nhẽo. Họ muốn xem cái gì có hình ảnh. Yersin bèn cho họ xem ảnh chụp những người đàn bà Mọi, bị Fanny lấy ngay khăn phủ lên, còn các cô gái đỏ lừng mặt vì đã được dạy như thế. À ra là, Alexandre của bà, thằng bé hát lễ ở Nhà thờ Tân giáo Tự do, giờ đi chụp ảnh những phụ nữ đen sì cởi truồng.

một Livingstone mới

Kể từ bấy, sẽ là như thế, cuộc đời Yersin. Anh bây giờ là nhà thám hiểm và chuyên gia đo đạc, do toàn quyền bổ nhiệm, ông đang cúi xuống bên cạnh anh, bút chì trên tay, trong một phòng làm việc ở Sài Gòn, phía trên các bản đồ hải cảng kỳ quặc và bí hiểm của Trung Kỳ, Bắc Kỳ và Lào. Họ đang ở tại một đất nước đã bị chinh phục nhưng vẫn xa lạ. Các viên tướng La Mã sau trận Alésia trước một bức phác họa xứ Gaule và xứ Germanie. Họ tự hỏi ở đâu có thể tìm thấy các khoáng chất và có lẽ cả vàng, ở đâu có thể dựng thành phố, cắt đặt quân đồn trú. Họ cũng giống chúng ta, giống mọi nhà chinh phục, những đứa trẻ mơ mộng trước những tấm bản đồ sặc sỡ, trước những quyển atlas, trước cái màn sân khấu như bị quẳng lên Trái đất để diễn tả nó. Từ Phnôm Pênh rồi từ Paris Yersin đã quay về, anh đã tra cứu các bản thảo trong thư viện của Hội Địa lý, những ghi chép đầy hoang tưởng của các nhà truyền giáo, hình dung ra chặng đường của các chuyến du hành sắp tới. Tất nhiên môn vi trùng học, anh cũng hơi tiếc một chút, cũng như nghề đi tàu biển. Trí tò mò của anh có tính bách khoa toàn thư.

Anh hoàn thành nhiệm vụ của mình trong hai năm. Người ta cấp cho anh vật dụng và nhân lực, tiền cùng vũ khí. Để đổi lại, người ta yêu cầu anh trên đường đi nghiên cứu tìm những con đường mới cho việc thương mại, chỉ ra những nơi thích hợp để nuôi gia súc, kiểm kê tài nguyên rừng và khoáng sản. Đây vẫn là tư tưởng của Saint-Simon về đề cao của cải của Trái Đất. Rồi một ngày sẽ phải sáng chế ra lốp, và xe tải kéo rơmoóc, để đẩy nhanh quá trình khai thác gỗ. Ta vẫn đang ở vào thời con người hoàn thành nốt công trình làm chủ và sở hữu thiên nhiên. Thời thiên nhiên vẫn còn chưa là một bà già ốm yếu cần bảo vệ, mà là một kẻ thù đáng gờm cần chiến thắng.

Tối đến ở chỗ dựng trại, anh đặt những bản phác họa lên đầu gối, đánh dấu những dòng suối sẽ biến thành thác bùn vào dịp gió mùa, cần có những cây cầu để vượt qua. Anh đã đến những ngôi làng người Chăm, thâm nhập nền văn minh Chămpa cổ xưa, hậu duệ xa xôi của người Mã Lai, trước cả người Khơme và người An Nam, bởi lúc nào cũng thế, những kẻ xâm lăng, nếu đông con nhiều cháu, cuối cùng lại trở thành những kẻ bị xâm lăng. Trong vòng hai năm, anh biết đến những bình minh lạnh giá co ro trên đỉnh Trường Sơn. Trong rừng rậm, buổi đêm cắm trại ở giữa vòng lửa để xua đuổi thú dữ. Những cuộc đi săn trên đồng cỏ và những đợt sốt rét, những cơn sốt lạnh giá dưới những cơn mưa ấm. Những cuộc thương thuyết và rượu gạo chuyền tay nhau, những tấm bùa và cắt máu tay kết mối giao hảo, một cách thức rất ít chất Pasteur, nhưng Yersin mang theo trên người các sản phẩm thần diệu và sát trùng của trường phái Pasteur do Calmette chế ra ở Sài Gòn.

Công trình thám hiểm phát triển dần: quanh lũ voi và bầy ngựa nhỏ bé thắng yên cương, những thú vật mà họ sẽ nướng trên đường đi, các lồng gia cầm, những người khuân vác và những người mở đường. Đôi khi đó là cả một dây tám mươi người đi quanh co dưới tán lá rừng. Ta nhìn thấy Yersin trên một bức ảnh chân dung tự chụp, đội một mũ vải rộng vành và vận một áo Tàu cài khuy cao đến tận cổ. Trước mặt anh đám lá cọ rẽ ra và trong thoáng chốc anh ngừng bước, đặt lên cái giá ba chân chiếc hộp lập phương lớn bằng gỗ đánh véc ni. Stop. Nhìn ảnh nhé. Ta hãy miêu tả chi tiết những vật dụng anh mang trên người: sợi thực vật để dệt quần áo, kim loại và thủy tinh để làm công cụ, da thuộc, da thú thuộc để làm thắt lưng và túi đeo, tất tật những thứ đã được biết đến từ thời Cổ đại, cũng như ngựa và voi, chưa có nhựa và sợi tổng hợp. Play. Yersin lại lên đường và màn lá cọ sau lưng anh khép lại.

Trong hành trình lần thứ hai này, sau khi họ trèo lên một ngọn núi tua tủa lá kim, một bình nguyên đầy cỏ xanh mở ra trước mặt họ, trải rộng đến tận chân trời, ở độ cao trên một nghìn mét, trong cái lạnh. Ở chính giữa là một dòng sông. Khung cảnh thật giống xứ Thụy Sĩ. Khi trở về, Yersin nhớ rằng "cảnh tượng gợi đến mặt biển đang cồn lên dưới một đợt sóng lừng uốn lượn màu xanh lục".

Anh phát hiện ra cao nguyên Lang Bian.

Và bốn năm sau đó, Paul Doumer, toàn quyền mới nhậm chức, sau khi đọc bản báo cáo của Yersin, muốn đích thân đến đây để nhìn tận mắt. Doumer đang tìm cách xây tại Đông Dương một nơi nghỉ trên núi để đón tiếp các nhà thực dân mệt mỏi và mắc chứng sốt rét, một nhà an dưỡng và một khu liệu dưỡng viện. Hai người tiến hành việc lên đó, có một đội quân nhỏ đi theo.

Paul Doumer tượng trưng cho các ông giáo vận áo rơđanhgốt đen của Đệ Tam Cộng hòa và của chủ nghĩa bình quân dân chủ. Được người mẹ góa làm nghề giúp việc nuôi dưỡng, đứa con trai nguồn gốc hèn kém trở thành công nhân rồi thầy giáo rồi dân biểu. Ông gia nhập hàng ngũ cánh tả cấp tiến. Ông khuyến khích phát triển khoa học và vệ sinh. Ông quyết định xây một làng trên núi trong cái mát dịu của Lang Bian.

Hai người đó, đứa trẻ mồ côi ở Morges và đứa trẻ mồ côi ở Aurillac, sẽ là bạn của nhau cho tới khi Doumer qua đời.

Bạn lâu năm. Bởi sẽ rất dài và xuất chúng, sự nghiệp của Doumer. Khi đang là Tổng thống, năm ba mươi hai, ông bị bắn gục dưới nhiều phát đạn của một người Nga nhập cư, Pavel Gorguloff. Xảy ra rất lâu sau vụ ám sát bằng súng nhằm vào anh trai của Calmette trong phòng làm việc tại trụ sở tờ *Le Figaro* và vụ ám sát Jaurès trong quán rượu của ông. Những trò chính trị bẩn thỉu ấy.

ở Đà Lạt

Rồi bốn mươi năm sau, giữa thập kỷ ba mươi, ba năm sau khi Doumer bị ám sát, Yersin vẫn còn sống, và nơi ấy đã trở thành Đà Lạt.

Ven hồ, những biệt thự kiểu Normandie và Biarritz. Trên đồi, những nhà gỗ kiểu Savoie. Những khóm hoa tú cầu, kim liên và tử dương như ở Dinard. Một đường tàu có ray răng cưa leo lên vùng cao nguyên trước kia không người, đến một nhà ga, giống như nhà ga Pointe-Noire bên Congo, là bản sao của nhà ga Deauville. Viện Pasteur quản lý bệnh viện. Một tu viện được khánh thành, nơi các bà xơ sẽ hát kinh sáng và kinh ngợi ca, Tu viện Chim non, cùng một trường trung học cho hàng trăm học sinh, ngôi trường được ông già Yersin, người khám phá ra cao nguyên, chấp thuận cho mang tên mình.

Một bữa tiệc được ông toàn quyền mới tổ chức, dưới vòm trần trang trí đá hoa cương của Lang Bian Palace ngay giữa trang viên trồng bách, thông và sam, thoai thoải chạy xuống bờ hồ. Hoàng đế Bảo Đại, có dinh thự mùa hè ngay bên cạnh, nơi thi thoảng ngài ngự mỗi khi không bận tới sòng bạc Monaco, nhân bữa tiệc trao cho ông già Yersin Long bội tinh của Nam triều.

Ngồi sau cái quầy gỗ tròn đánh vécni, đối diện với tủ sách của khách sạn, phía bên kia hàng cột đá hoa cương, bóng ma của tương lai nghe lắng diễn văn của ông hoàng bù nhìn vận comlê trắng và giày hai màu của dân ma cô. Lửa bập bùng trong lò sưởi. Thảm, đồ thếp vàng, trướng phủ tường và bình sứ Tàu cùng phái đoàn chính thức và cánh nhà báo: tất tật được chở từ biển lên bằng con tàu chạy trên đường ray răng cưa, bóng ma của tương lai đã trà trộn vào đó.

Khi trường trung học Yersin ở Đà Lạt được khánh thành, cái năm ba mươi lăm đó, Yersin đã bảy mươi hai tuổi. Họ đi tìm rồi mời đến những người Mọi già từng gặp ông trong lần thám hiểm đó, khi ở đây mới chỉ có cỏ xanh và lũ thú săn. Yersin trông thật ngượng nghịu trong bộ comlê đen đeo dải Long bội tinh đỏ và vàng, phần nào cũng hơi rối trí vì không thể nói điều mình cảm thấy trong thâm tâm, trước mặt hoàng đế Bảo Đại và giới chức Pháp cùng An Nam đang tán tụng mình. Trước đây ông yêu quý vùng cao nguyên hơn. Làn cỏ xanh uốn lượn. Ông hơi tiếc vì đã khám phá nó, vì đã chỉ chỗ nó cho ông bạn Doumer của mình. Cao nguyên này, lẽ ra phải để nó lại cho các tộc người miền núi.

Ông đọc bài diễn văn cảm tạ ngài toàn quyền và ông hoàng đế bù nhìn, nhưng trong lòng không nghĩ thế. Ông là như vậy, Yersin, ông ca ngợi sự tiến bộ khi nào ông là người thúc đẩy nó. Với tuổi tác, nỗi tiếc nhớ đã thắng thế trong ông. Dưới những chùm đèn pha lê, gần cây đàn piano, ông già đeo dải băng đỏ và vàng dõi cặp mắt xanh nhìn ra mặt nước hồ xanh. Một ảo ảnh thoáng qua về Morges và Nhà Cây Sung. Ông nhìn thấy lại Doumer đã chết vì mấy trò chính trị. Vào giữa những năm ba mươi này, châu Âu lại lần nữa tiến gần tới chiến tranh. Ở đây, người ta làm ra vẻ không biết gì. Họ vỗ tay, nâng sâm banh trong tòa nhà điển viên kiến trúc Art-Déco vô tư lự dưới hàng thông. Trước đó, ông viết cho Calmette: "Tôi thấy Đà Lạt thay đổi quá và đang trở thành một thành phố thời thượng. Anh biết tôi khá đủ để hiểu rằng những cải tiến ấy, dù cần thiết, chẳng làm tôi thích thú."

Ông thích Dankia hơn, ngôi làng người Mọi cách đó chừng chục cây số, "những ngọn đồi lớn trơ trọi giờ đã phủ cỏ xanh, rừng cuối chân trời, khi đứng trên đỉnh ngọn đồi cao nhất, phong cảnh đặc biệt làm tôi nhớ đến những vùng cỏ chăn nuôi ở núi Alpes và núi Jura". Yersin nhớ lại, như một giấc mơ, lần đầu tiên ông băng qua cao nguyên Lang Bian hoang vắng, nhớ làn cỏ xanh cao hoang dại. Hồi ấy ông chưa đầy ba mươi. Quả thực, giả thử lúc ấy mà ông chết, Yersin, người không hề viết tập *Khải thị*[1], giả thử ông chết vào thời ấy dưới những nhát chém của tên cướp Thục, hẳn cuộc đời ông sẽ chỉ được gói gọn như thế này trong lịch sử y học và lịch sử địa lý: đã khám phá

----

1. Tên một tập thơ của Rimbaud (*Illuminations*).

độc tố bạch hầu, cấy bệnh lao thực nghiệm lên thỏ, vạch ra con đường đi từ Trung Kỳ sang Campuchia, và tìm được một chốn nhỏ bé xinh đẹp để dựng lên một thành phố nghỉ dưỡng kiểu Thụy Sĩ bên châu Á.

Bóng ma của tương lai, cái tay ký lục cầm quyển sổ bìa bọc da chuột chũi theo chân Yersin từ Morges, từng đến Zur Sonne bên Marburg, Lutetia bên Paris, Royal bên Phnôm Pênh, Majestic bên Sài Gòn, giờ đây là Lang Bian Palace ở Đà Lạt, tự nhủ xét cho cùng thì theo chân con người này cũng là một việc dễ chịu. Những cơ sở thật hoành tráng. Buổi chiều hôm ấy, hắn ta dạo ven bờ hồ. Vậy là những năm ba mươi, từ chốn hư vô một thành phố đã mọc lên trên cao nguyên xanh rì. Kể từ đó Đà Lạt đã đổi chủ đổi dân nhưng không đổi cảnh. Một dạng Bagnoles-de-l'Orme ở Normandie hay Cambo-les-Bains ở xứ Basque. Ở đây, cách xa các trận đánh, ba mươi năm chiến tranh Việt Nam đã trượt đi như nước rơi đầu vịt. Tay ký lục viết điều đó vào quyển sổ để mở trên mặt quầy gỗ đánh véc ni, giữa các nhà báo từ Hà Nội và Sài Gòn đi tàu lên đây dự lễ khánh thành trường trung học. Người ta không nhận ra hắn là ai. Hắn tự nhận là đặc phái viên của tờ *Paris-Soir*. Họ hỏi hắn tin tức của mẫu quốc. Về Jean Gabin và Arletty[1]. Và liệu sang năm Mặt trận Bình dân có thắng không. Hắn trả lời lấp lửng.

Bóng ma của tương lai không phạm phải sai lầm nào. Cách ăn mặc của hắn mang tính phi thời gian. Quần vải thô và áo sơ mi trắng, cà vạt xanh lơ, giày da Anh loại tốt. Hắn biết rõ thời sự cứ như vừa đọc báo ở viện lưu trữ. Hắn biết về sự tiến

---

1. Tên các diễn viên rất nổi tiếng thời ấy.

bộ của khoa học kỹ thuật, dùng tiếng Pháp không trộn một từ mới nào. Một đặc vụ lão luyện thâm nhập vào thời của những năm ba mươi. Tuy vậy, hắn sẵn sàng rút từ túi áo ra một bao Marlboro Light, nhưng hắn biết thời ấy nhãn hiệu này chưa tồn tại. Hoặc, vì quá tự tin hay vì uống quá chén, hắn đã quên tắt điện thoại di động và bỏ máy ra nghe.

Lập tức, người ta bu lại quanh chiếc ghế của hắn bên quầy bar, náo động cả lên, gọi cảnh sát. Họ buộc tội hắn là gián điệp làm việc cho Đảng Cộng sản Đông Dương được Hồ Chí Minh thành lập 5 năm trước đó. Đám cận vệ chạy lại chỗ ông hoàng đế, tên hầu của chủ nghĩa đế quốc. Người ta quên mất nhà thám hiểm già cùng dải băng Long bội tinh. Ở sở cảnh sát chuyện còn tệ hại hơn, bóng ma của tương lai thú nhận, giải thích, vòng vo, tiên tri, bảo rằng bốn năm nữa sẽ nổ ra cuộc thế chiến mới, người Nhật sẽ tới và người Pháp sẽ phải vào trại tập trung. Tướng Giáp, thủ lĩnh của quân nổi loạn, trong một phòng hạng sang của Lang Bian Palace. Điện Biên Phủ và thắng lợi của Hồ Chí Minh. Cuộc chiến tranh Việt Nam và thất bại của người Mỹ. Người Liên Xô đến. Họ buộc hắn lại, tiêm cho một mũi, mặc áo người điên vào nhé, anh bạn ơi, hết đường về quê mẹ rồi nhé!

Arthur & Alexandre

Điện thoại đã không đổ chuông. Bóng ma lên phòng khách sạn của mình. Hắn cho nước chảy đầy cái bồn tắm bằng gang có chân uốn cong, nới cà vạt, bật cái quạt đồng màu vàng. Trên bàn làm việc, một cuốn sách của Leonardo Sciascia[1] trong đó có gạch chân một câu: "Ai cũng biết khoa học, cũng như thơ ca, chỉ ở cách bệnh điên một bước chân."

Trên giường vứt rải rác giấy tờ ghi chép. Những bức thư gửi hai bà mẹ, Vitalie và Fanny. Gửi hai chị gái, Isabelle và Émilie. Những bức thư viết vội luôn nói chuyện lên đường, ra đi, mua

---

1. Leonardo Sciascia (1921-1989), nhà văn người Ý.

ngựa hoặc đặt mua, kính lục phân, máy kinh vĩ, khí áp kế hộp, sách khảo luận về máy móc và giáo trình hướng dẫn làm đất, khoáng vật học, lượng giác, thủy lợi, thiên văn học, hóa học. Một người tập hợp được tủ sách khoa học lớn nhất An Nam còn người kia tập hợp được tủ sách khoa học lớn nhất Abyssinia. Bóng ma có thể viết song chiếu hai cuộc đời này. Cuộc đời dài của một người và cuộc đời ngắn của người kia.

Khách sạn Lang Bian Palace là một ốc đảo thời gian đứng yên, ngày nay là Dalat Palace - nhưng trong sự thay đổi này người ta không hẳn thấy sự dịch chuyển từ chủ nghĩa tư bản sang chủ nghĩa cộng sản, và có lẽ người ta đã không dám, sau độc lập, đổi tên nó thành Hồ Chí Minh Palace, lấy tên người đã sống phần lớn đời mình tại những lán trại tạm bợ, cũng như tên vị tướng của ông, Giáp, người tuy đã từng ở đây, trong giai đoạn thương thảo với Pháp.

Hệ thống vòi nước bằng đồng đã ngả sang màu lục, sắp được trăm tuổi, vẫn chạy tốt. Những tấm thảm Ba Tư dễ gợi di chuyển trong thời gian và trong không gian. Gợi mơ mộng về địa lý và nhân khẩu học. Nằm duỗi dài trong làn nước nóng, bóng ma của tương lai châm một điếu thuốc và nghe gió thổi lồng trong đám cây ngoài khuôn viên. Giờ đây trên hành tinh có bảy tỉ người. Đầu thế kỷ 20 mới chỉ chưa tới hai tỉ. Có thể ước tính tổng cộng tám mươi tỉ người đã từng sống và chết đi kể từ lúc người *homo sapiens* xuất hiện. Quá ít. Phép tính thật đơn giản: trong đời mình mỗi người trong chúng ta chỉ cần viết về mười cuộc đời thôi, thì sẽ chẳng cuộc đời nào bị lãng quên. Sẽ chẳng cuộc đời nào bị xóa bỏ. Mọi cuộc đời sẽ được truyền đến mai hậu, và như thế là công bằng.

Một nấm mồ không là gì nhưng vẫn là một nấm mộ. Viết về một cuộc đời cũng giống như vừa kéo violon vừa nhìn bản nhạc. Một người từng sống từ Đế chế thứ Hai đến Thế chiến thứ Hai, người kia ba bảy tuổi bị ngã ngựa. Ở cả hai đều cuồng nhiệt hiểu biết và ra đi, rời bỏ những nhóm nhỏ, Pasteur hoặc Thi Sơn. Yêu những bình minh ngập nắng và nghề đi biển, thực vật học và nhiếp ảnh. "Con vừa đặt mua từ Lyon một máy chụp ảnh sẽ cho phép con đưa vào cuốn sách này những bức ảnh chụp các vùng đất lạ đó." Nhưng tập ảnh về vùng đất Gallas[1] ấy chẳng có, cuối cùng thì chính Yersin lại viết về vùng đất của người Mọi. Ở cả hai người, ở những chỗ xa lắc, cứ năm phút lại có một ý tưởng mới. Nhập khẩu la từ Syria sang Ethiopia hoặc bò Normandie sang Đông Dương. Cuộc phiêu lưu của khoa học, "quý tộc mới! Tiến bộ. Thế giới lên đường!" Sở thích toán học. Tổng các góc của một tam giác luôn bằng tổng hai góc vuông cộng lại. Thơ cũng cần phải như vậy. Câu thơ *alexandrin* đó xuất hiện ở cuối một bức thư ông gửi cho Fanny. Câu thơ mà ở cuối ta có thể mỗi lần điền một động từ khác nhau ở dạng nguyên thể. Bởi vì *sống sẽ chẳng phải là sống nếu không...*

Trong lúc Yersin chuẩn bị những chuyến đi cho mình, thì xảy ra vụ ngã ngựa ở Diré Daoua. Người bạn Hy Lạp Righas viết rằng Rimbaud "khuỵu gối xuống và bị một cái gai mimosa đâm phải". Họ có chung một điều này, cô đơn, ra đi, đi đầu để khai đường cho cả nhóm, làm tốt hơn và lớn hơn những người cha vắng mặt. Đi xa hơn trong khoa học và địa lý so với

---

1. Vùng đất của người Oromo ở các nước Ethiopia, bắc Kenya và một phần Somalia, nơi Arthur Rimbaud phiêu lưu.

những người cha không biết mặt. Với một người là cái kính hiển vi và lưỡi dao mổ tìm thấy trong kho chứa đồ ở Morges. Với người kia là quyển kinh Coran và quyển sách ngữ pháp Ả Rập tìm thấy trong kho chứa đồ ở Roche. Mở một con đường từ Entotto tới Harar là đi xa hơn đại úy Rimbaud thuộc nhóm Sahara. Mở một con đường từ Nha Trang sang Phnôm Pênh là đi xa hơn ông quản kho thuốc súng. Còn cái nóng hầm hập và cơn khát, họ sẽ kể với những người phụ nữ, với mẹ và các bà chị quanh quẩn ở nhà, những người chưa từng rời khỏi Thụy Sĩ hay Ardennes, bỏ tên riêng, ký thật gọn, như những ông bố, Rimbaud, Yersin.

Nếu không tìm ra trực khuẩn dịch hạch, hẳn ông rồi sẽ chết như một nhà thám hiểm vô danh giữa hàng nghìn nhà thám hiểm vô danh. Chỉ cần một mũi chích vào đầu ngón tay, giống như trong chuyện cổ tích. Nhưng vẫn luôn như thế, cuộc sống như tiểu thuyết, vốn rất lố bịch của con người. Dù có chữa được bệnh dịch hạch, hoặc chết vì hoại thư.

về nơi người Xê Đăng

Nếu bị kim hay gai mimosa đâm là cánh cửa dẫn đến cái chết, thì vết thương há miệng đỏ lòm do một mũi giáo đâm vào người sẽ khoét ở đó một đường hầm rộng lúc nhúc hàng triệu con vi khuẩn. Yersin hiểu biết y học và phẫu thuật nên giữ được mạng sau trận chiến với Thục. Hiếm khi nào những cuộc đời như vậy lại không trải qua một cực điểm bạo lực.

Trong suốt những năm thám hiểm ấy, chăm sóc người bệnh tại các bản làng và tiêm vắcxin cho trẻ con khiến Yersin gần với người anh hùng hiền hòa của mình, bác sĩ Livingstone tốt bụng, nhưng tính không khoan nhượng và tinh thần u ám lại khiến anh đôi khi cư xử như anh chàng Stanley thích gây gổ.

Đến cả chỗ nã đạn vào những toán cướp mà khi ấy người ta gọi là trộm cướp, lũ cướp đường sẽ ít nhiều trở thành hình mẫu cho quân du kích, những chiến sĩ chống thực dân đầu tiên, theo cách thức của Mandrin[1] hay Lampião[2].

Ở đây là Thục, tay thủ lĩnh cao lớn, chuyên cướp bóc, cầm đầu một toán ở vùng quê chừng năm mươi tên, toàn dân vượt ngục sau khi lĩnh án giết người, chẳng có gì để mất, toàn những cái đầu sôi sục bị nhà chức trách đặt giá. Chúng có một ít súng trường lấy được từ quân lính, giáo mác và mã tấu. Khi đến vùng những người Mọi thân quen, một tối Yersin bước vào một ngôi làng vừa bị cướp phá, những túp lều tranh vẫn còn bốc khói. Những người sống sót chỉ tay về một hướng dưới đám cây và những người can đảm nhất đi theo anh. Đó là cuộc truy đuổi im lìm trong đêm. Quân của Thục đi chậm vì phải mang chỗ gạo cướp được và dẫn theo lũ gia súc, lại tin chắc rằng chẳng bao giờ một nhúm nông dân tay không tấc sắt lại cả gan đến quấy nhiễu chúng ngay giữa rừng rậm âm u hiểm ác. Chúng dừng chân và đốt lửa, kiểm kê món đồ ăn cướp. Yersin giơ khẩu súng ngắn lên. Những ngọn lửa lớn làm chờn vờn những cái bóng giữa đám cây lá. Thục nhảy vọt tới đẩy chệch nòng súng canông. Yersin lĩnh một nhát chùy dữ dội vào chân gãy cả xương. Anh chống cự, nhưng đã khuỵu xuống rồi. Một con dao rựa chặt đứt nửa ngón cái của bàn tay trái. Thục đâm một lưỡi giáo vào ngực anh và đám cướp bỏ chạy, vứt anh lại vì nghĩ anh

---

1. Louis Mandrin (1725-1755) là một tướng cướp Pháp nổi tiếng dũng cảm, chuyên tấn công vào các kho công quỹ.

2. Lampião: biệt hiệu của Virgulino Ferreira da Silva (1897-1938), thủ lĩnh băng cướp ở vùng đông bắc Braxin những năm 1920 và 1930.

đã chết. Hẳn đó sẽ là số phận của bất kỳ kẻ nào trong số lũ cướp kia, vì không có các sản phẩm màu nhiệm của cánh Pasteur.

Người của Yersin tìm thấy anh vào lúc tờ mờ sáng, người đẫm máu nhưng vẫn tỉnh, gần đống than đang tàn dần. Bị mũi giáo xiên qua người giống một con côn trùng bị ghim vào tấm bìa. Lần này thì chuyến đi thật ngắn, có thể cuộc đời cũng vậy. Kiến và bọ bu lại hút trên mặt đất thẫm đỏ. Nhiều sự nghiệp các nhà thám hiểm bỏ người viết tiểu sử họ bơ vơ như vậy sau vài trang. Nằm đó, một lỗ đỏ trên ngực. Những sự nghiệp kết thúc ngay trên dòng tít ở trang đầu một tờ báo lá cải thuộc địa nào đó, được người ta giở ra đọc trước mấy ly *vermouth* và *cassis* trên hiên các quán bar đường Catinat: "Người khám phá độc tố bạch hầu chết vì một mũi giáo trên đất Mọi."

Yersin đã mất quá nhiều máu, biết rằng mình không còn nhiều thời gian, vội hướng dẫn phẫu thuật. Theo lời anh, người ta khoét rộng xung quanh rồi mới rút cái giáo ra. Họ chậm chậm rút mũi giáo mà không chạm đến các xương sườn, khử trùng vết thương, xử lý những chỗ xây xước, quấn băng thật chặt quanh nửa người trên và quanh bàn tay, đặt nẹp dọc theo cái chân gãy. Họ đặt anh nằm trên một cái cáng kết bằng tre và dây leo rồi những con người kia khiêng cáng trên vai đi suốt nhiều ngày, đến tận Phan Rang. Ở đó có một chuyên gia điện tín mà người ta hy vọng là mắc chứng sợ chỗ đông người, vì sống đơn độc trong một căn chòi bên dưới cây cột phát nhận tín hiệu và đống dây nhợ rối bù. Họ báo cho Calmette ở Sài Gòn để anh gửi thuốc đến. Yersin hồi lại dần. Người viết tiểu sử anh thở phào. Người bị thương nằm bất động, và sau vài ngày lại tiếp tục ghi chép vào sổ. "Như vậy, kết quả của vụ này là con mất một khẩu súng trường và một khẩu súng ngắn. Con không nghĩ người ta trách cứ con: ông toàn quyền sẽ rất bực bội vì sự loạn lạc ở miền Nam, trong khi ông ta ra rả tuyên bố An Nam đã được bình định xong xuôi. Vậy nên ông ta sẽ tìm cách ỉm vụ việc đi, thậm chí nếu cần sẽ chối bay. Thế nhưng con không hề hối tiếc việc mình đã làm: rõ ràng đó là bổn phận của con."

Trong khi các vết thương lên sẹo, Yersin, vì không cưỡng nổi, bắt đầu tìm hiểu cách vận hành của máy phát điện tín. Với cái chân bó bột, anh được đưa về Sài Gòn, tại đó anh viết báo cáo, vẽ các bản đồ, chỉ ra những tuyến đường có thể mở được, chép lại sạch sẽ những bản kê ghi vội trong sổ tay. Người bệnh đang hồi phục đọc các tạp chí kỹ thuật và gửi sang Pháp đơn đặt hàng những thiết bị mới. Trên bến cảng, ngay khi anh đã đủ sức du hành, người ta đỡ anh xuống từ một cỗ xe có thắng mấy con ngựa nhỏ xíu. Anh đặt cặp nạng của mình vào một cabin của tàu *Saigon* khởi hành đi Hải Phòng, và trò chuyện với người kế nhiệm mình, vận bộ đồng phục trắng gắn lon 5 vạch mạ vàng. Anh xuống ở điểm dừng đầu tiên, về lại thiên đường Nha Trang, rời chiếc tàu tồi tàn của Hãng Đường biển để về căn nhà gỗ ở Xóm Cồn. Anh khập khiễng tíu tít trong phòng tối, tráng phim, chuẩn bị chuyến đi sắp tới, chuyến đi dài nhất trên bản đồ, giữa phía Bắc rồi rẽ sang phía Tây. Cũng là chuyến đi tham vọng nhất. Anh muốn mở một con đường mới từ Bắc Kỳ sang Lào, khác con đường của Pavie qua Điện Biên Phủ. Anh gửi thư cho Fanny. "Kèm theo đây là mấy lời cho Mayor để ông ấy gửi cho con mấy thứ vũ khí mới, con sẽ chuyển tiền thanh toán sau khi nhận được hàng."

Ngay trước khi lên đường, anh nghe tin Thục đã bị bắt, và

trấn an Fanny, nhưng thật ra lại làm bà lo lắng nhiều hơn: "Ngày mai con sẽ lên đường tiến sâu vào đất liền, con không muốn làm chuyện này mà chưa nói với mẹ rằng tay con đã lên sẹo và chân thì đã khỏi. Thế nên con đang có sức khỏe tốt để tiếp tục chuyến đi. Hôm nay người ta đã chặt đầu Thục. Con đã dự buổi chặt đầu để chụp vài bức ảnh nhanh, thật đáng ghê sợ. Cái đầu rơi xuống ở nhát chém thứ tư. Mà Thục không hề run sợ. Dân An Nam bỏ mạng với một thái độ lạnh lùng rất ấn tượng."

Năm ấy, bên Pháp là một trăm năm thời kỳ Khủng bố cũng đã từng làm rơi rất nhiều cái đầu xuống đáy giỏ, nên người ta không muốn tưởng niệm bằng một ngọn tháp sắt thứ hai. Năm ấy, chiến hạm Pháp rời Sài Gòn sang Bangkok để dựng cứ điểm, theo lời yêu cầu của Pavie lúc này đã được phong làm cao ủy biên giới. Yersin thì không có nguy cơ trở thành nhà ngoại giao. Toàn bộ cái trò chính trị nhơ bẩn ấy. Anh buộc lòng tiến về nơi người Xê Đăng. Lại một lần nữa họ băng qua những cánh rừng thưa, những rặng thông mờ sương. Họ bắt gặp đường đi của những đàn kiến hàng triệu con không bao giờ chấp nhận đi vòng dù chỉ một mét, và khi gặp phải chúng, người nông dân buộc phải nhường và dời làng sang nơi khác. Nhóm dẫn đường và lũ súc vật chở đồ leo lên núi trên những con đường men theo dốc, vượt qua ghềnh thác. Trên lưng ngựa, sát cạnh nhau, Yersin và cha Guerlach, người vừa thực hiện những bản kê đầu tiên về địa vật và nhân loại học của vùng, ghi lại các tín ngưỡng và thổ ngôn của dân săn bắn-hái lượm, trong niềm hy vọng mơ hồ là cứu rỗi tâm hồn họ thay vì bắt họ làm nô lệ như Mayrena, từng là Marie Đệ Nhất nơi đây, đã cố làm nhưng vả lại cũng công toi.

Nơi trú ngụ của người Xê Đăng là những cái chòi dựng cheo

leo trên các chỏm núi, được những hàng đậu cao bảo vệ. Khi đã nhận ra cha Guerlach, họ kéo cánh cổng có gắn ròng rọc, kết thân, trao đổi vật dụng, nhảy múa, ăn uống. Yersin gỡ đống dụng cụ khoa học của mình ra ngay giữa đám người. Hai chân choãi rộng, cái nhìn hướng lên bầu trời, anh đo kinh tuyến, vĩ tuyến, tối đến thì tìm hướng địa cực, dùng phong vũ biểu để đo độ cao. Ông cha cố thì lấy ra thánh giá và lư hương, làm lễ mixa, lẩm nhẩm và giơ tay về phía Chúa của ông, có vẻ như đang ngự ở nơi không xa địa cực là bao. Đây là lần đầu tiên người Xê Đăng gặp những kẻ còn man dã hơn mình và dự vào những nghi lễ quái gở của bọn họ. Họ cười ré lên, vỗ đùi phành phạch. Ngồi riêng một chỗ, đám thầy mo tức tối, thế nhưng sau này nhất định sẽ học lỏm vài chiêu của *show* để bổ sung cho các buổi lễ của mình. Phía trên các tường thành, đám chiến binh giương những cái khiên bọc da tê giác, hú hét và vung vẩy giáo gươm, chúc những người Da trắng đường về may mắn. Đoàn người lại xuống núi và đến được tỉnh Attapeu bên Lào, bên kia dãy Trường Sơn. Lần này, thứ mua vui cho dân làng, chính là những con ngựa đã được thuần hóa và đóng yên cương.

Đoàn thám hiểm từ rừng rậm theo con dốc thoải về phía bờ sông Mê Kông. Họ đã đi bộ nhiều tháng nay. Đường đi của họ tĩnh lặng và nặng nhọc. Dưới kia là màu vàng và xanh lục, xanh ngọc và đỏ sẫm. Qua kẽ lá mặt trời vàng khế và những tán cọ rộng xòe ra dưới cơn mưa rào. Rắn, cóc và đủ thứ địa thần nhỏ xíu tháo thân khỏi ổ. Lũ ác mó màu đỏ kêu quang quác và bay vụt lên. Họ đi ngược lên hướng Bắc và lần thứ hai leo qua đèo, tiến về Đông, về phía biển để tới Đà Nẵng rồi Hà Nội, nơi hai nhà nhân loại học, một theo Thiên Chúa giáo và một thì bất khả tri, nộp báo cáo, người này cho toàn quyền, người kia cho giám mục. Người ta đánh số, dùng bút lông viết thẳng vào xương, những cái đầu kẻ thù do người Xê Đăng tặng và răng voi thu thập được trong chuyến đi. Người ta chất đầy đống rương hòm để gửi về Bảo tàng Con người ở Paris.

Toàn bộ việc này cũng giống như ký vào sổ trực tàu trong khoang thuyền trưởng trước khi lên bờ. Với Yersin đây đã trở thành một hoạt động không quá khác biệt, nhưng phấn khích hơn, so với đi tàu. Dường như anh không hề thấy mệt mỏi chút nào. Anh đã sẵn sàng về lại Nha Trang theo tuyến đường của Hãng Đường biển.

Nhưng cả với anh nữa, cuộc trường chinh đã kết thúc rồi. Những giờ ngồi trên yên dưới mưa, theo nhịp bước chân ngựa. Những hình vẽ phác họa khung cảnh núi rừng. Mùi phân ngựa và mùi đồ da ướt. Thịt nướng trên lửa ở nơi cắm trại và tiếng chó sủa khi sắp đến các bản làng. Anh còn chưa biết điều đó. Sẽ chẳng bao giờ anh còn tiến hành những chuyến thám hiểm nữa. Một bức điện của Calmette đang chờ anh ở chỗ toàn quyền, cho anh biết rằng những bức điện khác đang chờ anh ở Sài Gòn. Roux và Pasteur yêu cầu anh sang Hồng Kông ngay. Có chuyện dịch hạch rất quan trọng. Yersin khép quyển sổ thám hiểm cuối cùng lại, mực trong đó vẫn còn ướt, tươi rói.

Bàn tay già nua cụt ngón cái lấm chấm đồi mồi khép quyển sổ thám hiểm cuối cùng lại, mực đã khô và nhạt dần. Văn phong cũng đã cũ. Hơi có chút Vidal de La Blache[1]. Yersin đeo cặp kính

---

1. Paul Vidal de La Blache (1845-1918), nhà địa lý người Pháp, được coi là cha đẻ của ngành địa lý hiện đại Pháp. Ông đi rất nhiều nơi và để lại nhiều công trình khảo cứu quan trọng.

lên cặp mắt xanh lơ đã lợt. Đây là chuyến trở về với hiện tại của Nha Trang, hiện tại của tháng Năm năm 40. Ông nhốt mình trong ngôi nhà vuông lớn nhiều vòm đã thay thế căn nhà gỗ xưa kia. Khối lập phương lớn, hợp lý. Ba tầng, mỗi tầng một trăm mét vuông, chồng lên nhau với cầu thang dẫn lên sân thượng và trạm thiên văn. Bác sĩ Năm đã bảy mươi bảy tuổi. Từ hai tháng nay, sau khi trở về từ châu Âu trên con cá voi nhỏ màu trắng, ông đọc lại những cuốn sổ theo trình tự. Như thế vẫn đang ở đó, trong những khu rừng rậm hoặc ở chỗ của người Xê Đăng. Hiện giờ hai chân không còn đỡ nổi ông nữa. Đêm đã xuống. Ông ngồi trên cái ghế bập bênh ngoài hiên, trước mặt biển mênh mông, mặt biển an ủi cho những khó nhọc của chúng ta.

Từ hai tháng nay, đọc những cuốn sổ cũ làm ông tách ra khỏi hiện tại của Lịch sử. Những câu miêu tả cuộc đối đầu với Thục làm sống dậy trong ông ký ức về cơn đau ghê gớm, rồi lúc nằm chờ chết dưới đám cây và những ánh lửa nhảy nhót trên cành. Ông cởi áo sơ mi để xem vết sẹo, chấp nhận rằng tất cả những cái đó đều là có thật. Ông không còn cả lòng can đảm lẫn niềm thích thú để viết hồi ký. Mãi mãi chỉ mình ông biết tất cả những chuyện ấy, còn nhớ đến chúng. Có quan trọng gì đâu. Chính vô vàn thư gửi Fanny và Émilie, chứ không phải vài tác phẩm ông đã xuất bản, sẽ kể cho chúng ta về cuộc đời ông. Họ đã không để thất lạc bức nào. Người ta tìm thấy chúng sau khi người chị gái qua đời, xếp đầy trong ngăn kéo một cái bàn một chân. Những bức thư được viết một mạch không hề có vết tẩy xóa và luôn ký Yersin, không kèm tên riêng của người cha và đôi khi châm biếm thì ký *Bác sĩ Năm*. Nhưng giờ đây, vào mùa hè cái năm 40 này, Yersin còn chưa biết điều đó, ông tưởng đời mình sẽ bị xóa sạch. Hằng đêm, ông nghe các loại đài trên thế giới qua sóng ngắn. Đó là mùa hè năm 40 và thế giới đang sụp đổ.

Phe Vichy cử đô đốc Decoux chỉ huy hạm đội Pháp ở Viễn Đông lên nắm chức toàn quyền Đông Dương. Ở đây cũng như ở chính quốc, người ta cấm nghe đài của người Anh. Ông hẳn sẽ bị phiền. Ông biết nhiều thanh niên đã đáp lại lời kêu gọi hồi tháng Sáu của ông tướng kỳ cục cao hai mét[1] trước chiến tranh từng ở khách sạn Lutetia. Ông nghe đài Đức, nghe họ tuyên truyền và la hét chiến thắng. Lại một lần nữa có chiến tranh với nước Đức và lại một lần nữa nước Đức sẽ bị đánh bại sau khi hàng triệu người chết, y như Rimbaud vô cùng sáng suốt ở tuổi mười lăm đã tiên tri sau trận Sedan và sự sụp đổ của Đế chế thứ Hai. Cánh phát xít lẽ ra nên đọc nhà tiên tri trẻ tuổi, người từng viết: "sự cai trị bằng súng đạn và sự điên rồ sẽ biến xã hội Đức và tư tưởng Đức trở thành trại lính, và tất tật những thứ đó rốt cuộc sẽ bị một liên minh nghiền nát!"

Năm ngày sau khi ông tướng tung ra lời kêu gọi từ London, tay độc tài vận đồ đen xám - bắt chước Charlie Chaplin khá giống - hạ cánh xuống sân bay Bourget. Đó là một ngày Chủ nhật, năm giờ sáng. Chuyến đi của Führer đã được dự trù trước khi có cuộc tấn công và bởi thế những chiếc Stuka của Göring đã chừa không phá đường băng Bourget, để con cá voi nhỏ màu trắng bay chuyến cuối cùng của hãng Air France. Trên đài, xướng ngôn viên người Đức phấn khởi miêu tả ba chiếc Mercedes mui trần tiến vào Paris trong ánh sáng êm dịu của bình minh tháng Sáu, theo sau là một đoàn hộ tống gồm các nhiếp ảnh gia và

---

1. Ý muốn nói tướng Charles de Gaulle.

điện ảnh gia. Nhà độc tài vận đồ đen xám đi cùng kiến trúc sư riêng là Albert Speer. Hắn muốn Berlin vượt Paris. Bọn họ hối hả thăm Nhà hát Opera, nhà thờ Madeleine, quảng trường Concorde, đại lộ Champs-Élysées, tháp Eiffel, quảng trường Trocadéro. Hắn nhìn Paris lần đầu tiên, kẻ từng tuyên bố trong cuốn *Mein Kampf* là có tài hội họa thiên bẩm, "ở tôi, hội họa chỉ kém tài vẽ chi tiết thôi, đặc biệt trong lĩnh vực kiến trúc".

Niềm say mê ấy lại càng khiến Yersin dị ứng hơn với các môn nghệ thuật, tất tật những ngớ ngẩn hội họa và văn chương. Cứ như thể hai kẻ kia, Hitler và Göring, tiến hành cuộc thế chiến với một mục đích duy nhất là bổ sung các bộ sưu tập hội họa của mình, rồi thì giành nhau mấy bức tranh. Yersin tự hỏi Louis Pasteur trẻ tuổi sẽ ra sao, nếu thay vì thành nhà hóa học, ông lại thành họa sĩ vẽ chân dung như ông từng nuôi mộng hồi còn ở xứ Jura xa xôi. Pasteur nghệ sĩ, giữa những nghiên cứu khoa học, vẫn tiếp tục giảng dạy ở Trường Mỹ thuật Paris.

Khi những tên lính Đức đầu tiên xuất hiện ở Viện vào cái mùa hè năm 40 ấy, không lâu sau chuyến ra đi cuối cùng của Yersin, chúng đòi xuống xem hầm mộ có di hài Pasteur. Joseph Meister, ông lão gác cổng, người đầu tiên được chữa khỏi bệnh dại, đã không cho bọn chúng xuống. Đám lính xô ông, đẩy ông lùi ra. Bọn sĩ quan bước vào hầm mộ. Ông già người Alsace đã dùng khẩu súng lục mang về từ cuộc chiến tranh năm 14 để tự sát trong phòng của mình.

Nhờ nghe đài Đức, Yersin biết rằng lá cờ thập ngoặc đã bay phấp phới trên sân thượng khách sạn Lutetia ngay bên trên căn phòng trong góc của ông ở tầng sáu. Khách sạn đã trở thành trụ sở của Abwehr, cơ quan phản gián của quân đội. Ngồi vây lấy cây đàn piano, đám sĩ quan vận đồ đen xám nốc nốt kho rượu cognac trong hầm. Sau trận chiến với nước Pháp là tới trận chiến với nước Anh, bị giày xéo bởi máy bay của Göring, cũng là một tay mê hội họa, kẻ đã giấu Hitler lấy người từ các phi đoàn rồi cử vào các thành phố bị chiếm đóng giành lấy các tác phẩm đã được các nhóm sử gia hội họa của hắn định vị từ trước.

Hai tháng sau khi Hitler thăm viếng Paris, Trotsky bị ám sát, ngày 20 tháng Tám, tại nơi trú ẩn của mình bên Mêhicô, dưới tay người của Stalin đồng minh của Hitler, bản thân Hitler thì lại là đồng minh của người Nhật. Tất cả các mảnh của trò ghép hình ở phạm vi toàn cầu đã được đặt về đúng vị trí. Và mười ngày sau đó, 30 tháng Tám, đội quân Nhật đã đổ bộ vào Bắc Kỳ. Chiếm Hải Phòng và Hà Nội. Đám sĩ quan đặt kiếm lên những cái bàn thấp ở khách sạn Métropole và nốc nốt kho rượu cognac. Đông Dương bị xâm chiếm. Ngồi trên cái ghế bập bênh nhìn ra biển, Yersin đợi các sĩ quan của Sở hiến binh Nhật đến chiếm nhà ông, biến ngôi nhà vuông lớn này thành Kommandantur[1] của chúng ở Nha Trang. Chúng sẽ hoài công tìm kiếm một chai cognac.

Những cãi cọ giữa Yersin và người Nhật đã cũ kỹ lắm rồi.

---

1. Là từ dùng chỉ một cơ sở chỉ huy của quân đội Đức.

ở Hồng Kông

Ông già khép quyển sổ cũ lại, thấy mình ở Hà Nội, vừa từ vùng đất của người Xê Đăng về, vẫn còn vận trang phục thám hiểm, chiếc áo vest vải thô xanh lục có dây đai để gài dụng cụ. Yersin từ biệt cha Guerlach. Anh ba mốt tuổi. Anh xuống tàu ở Sài Gòn, đọc bức điện của Roux mà anh chưa gặp lại kể từ buổi nói chuyện ở Hội Địa lý. Những bức điện. Bởi vì Roux và Pasteur đang sôi lên sùng sục. Và nã xuống nhà chức trách cả đống điện tín. Cánh Pasteur vẫn coi Yersin là người của họ, để dành cho khoa học. Họ đã cử người đưa tin đến Nha Trang, biết được anh đang ở trên núi. Núi với non, Roux tức mình, nhún vai.

Cứ như thế biển còn chưa đủ.

Hồi đó là hai mươi năm trước Thế chiến thứ nhất, nhưng trận chiến khoa học đã mang đậm tính chính trị và các mối liên minh thì vẫn thế. Một đợt dịch hạch bên Trung Quốc ào xuống Bắc Kỳ, tháng Năm thì tới Hồng Kông. Nỗi kinh hoàng vĩ đại cầm lưỡi hái xuất hiện ở chân trời và mau chóng xác chết xếp thành đống, hoảng hốt trong tất cả cảng biển có giao dịch thương mại với Trung Quốc, người Anh tại Cửu Long và người Pháp ở Hải Phòng.

Vào cái thời người ta còn đi bộ, cưỡi ngựa, dùng xe bò kéo có bánh rít lên kèn kẹt và đi tàu buồm, dịch hạch tiến chậm và gặt hái ngay trước nó. Hai lăm triệu người chết ở châu Âu thế kỷ 14. Các bác sĩ vận áo chùng mang mặt nạ trắng có cái mỏ chim dài, tọng đầy các thứ hương liệu hòng lọc đi các chướng khí. Nỗi kinh hoàng tỉ lệ thuận với tốc độ các loại phương tiện di chuyển. Dịch hạch đợi hơi nước, điện, đường sắt và tàu thủy vỏ sắt khổng lồ. Trước nỗi kinh hoàng màu đen vĩ đại, không còn là lưỡi hái và tiếng rít của nó khi chặt cành nữa, mà đã là tiếng phành phạch của máy liên hợp gặt đập chạy hết tốc lực trên những cánh đồng lúa mì. Không phương cứu chữa. Dịch hạch không dự báo được và gây chết người, lây nhanh và phi lý. Nó gieo rắc sự xấu xí và cái chết, rải trên trái đất thứ dịch đen hay vàng tiết ra từ những cái hạch mọc trên cơ thể. Miêu tả của y học lúc ấy, ta có thể tìm được trong khảo luận về các chứng bệnh truyền nhiễm của giáo sư Griesinger[1] thuộc trường đại học Berlin đã được Mollaret[2] trích dẫn, xuất bản chừng mười lăm năm trước, chỉ ra rằng dịch

---

1. Wilhelm Griesinger (1817-1868), nhà não bộ học và tâm thần học người Đức.
2. Henri H. Mollaret (1902-2008), chuyên gia về dịch hạch, tác giả một cuốn tiểu sử về Yersin.

hạch xảy đến tại "những khối dân cư bần cùng, thất học, bẩn thỉu, man dã ở mức độ khó tin nhất."

Ở Sài Gòn, Yersin mượn được một ít thiết bị y tế, chúng được đặt thật cẩn thận vào một cái rương đi biển, các ống nghiệm, những mặt kính và một nồi chưng dành cho công tác tiệt trùng. Anh quay ra Hà Nội và gặp bác sĩ Lefèvre, của Phái đoàn Pavie, người sẽ đi theo nhà thám hiểm đất Lào đến Muang Sing để vạch đường biên giới với Trung Quốc. Lefèvre là một nhà chính trị và không giấu anh, đồng nghiệp thân mến ạ, rằng với người Anh thì công việc sẽ chẳng dễ dàng đâu. Từ Bombay sang đến Hồng Kông, Raj[1] Anh quốc hẳn sẽ là một lãnh thổ rất lớn bất tận nếu không có cái gai khó chịu là Đông Dương thuộc Pháp. Vì lý do ấy, người Anh đã nhờ đến các bác sĩ Nhật, thế thì quá bằng cầu cứu người Đức, dùng Viện Koch chống lại Viện Pasteur.

Tuy nhiên có một người Ý thân Pháp, Lefèvre nói thêm, cha Vigano, một thông tín viên đáng kính, cựu sĩ quan pháo binh từng được gắn huân chương ở trận Solferino trước khi nhập dòng, một con chuột chũi Thiên Chúa giáo chui vào hàng ngũ Tin Lành, Lefèvre mỉm cười, sẵn sàng cứu thua cho Đệ tam Cộng hòa nhằm thể hiện lòng biết ơn việc Đệ nhị Đế chế đã nhất thống nước Ý. Trong đầu óc Yersin, điều này còn ngông hơn cả cuộc sống của người Mọi. Người Thụy Sĩ và người Ý được vời ra phụng sự nước Pháp. Yersin xuống tàu ở Hồng Kông vào giữa tháng Sáu và tới bệnh viện của Kennedy Town nằm dưới quyền điều hành của bác sĩ Lawson.

---

1. Raj: từ tiếng Phạn, muốn nói "vương quốc".

Từ khi tới bến cảng, dưới một trận mưa như trút, anh đã trông thấy xác những người chết vì dịch hạch trên các phố và giữa những vũng nước, trong các khu vườn, trên những cái ghe đang cắm neo. Đám lính Anh dùng quyền uy của mình mang những người bị bệnh đi, dọn sạch nhà họ, chất đống hết lại rồi châm lửa đốt, rải vôi bột và axít sunfuric, xây những bức tường gạch đỏ để ngăn người ta ra vào những khu phố nhiễm bệnh. Yersin chụp ảnh, tối đến viết lại những khung cảnh địa ngục đầu tiên dưới bầu trời xám và những cơn mưa rào xối xả. Người ta đổ xô đến những bệnh viện ngập nước, nhưng chẳng được tích sự gì. Gần như khắp nơi, Lawson mở các trạm cách ly, thực chất là những chỗ chờ chết, trong một nhà máy thủy tinh cũ và trong lò mổ mới đang xây, trong những túp nhà tranh bị tịch biên. Người ta vứt xuống nền nhà những cái chiếu rồi sau này sẽ đốt luôn cùng người nằm. Thần Chết đến liền sau vài ngày. Xuyên qua màn mưa ấm nóng và các đợt gió lồng lộn, những xe chất đầy xác chết chầm chậm lăn bánh. "Tôi nhận thấy có rất nhiều chuột chết trên mặt đất." Mấy chữ mà Yersin ghi nhanh về buổi tối hôm ấy liên quan đến những cái cống đang tuôn ra và lũ chuột đang phân hủy. Kể từ Camus điều này có vẻ hiển nhiên nhưng thời ấy thì chưa như vậy. Đây chính là thứ Camus phải nợ Yersin khi viết cuốn tiểu thuyết của mình, đúng bốn năm sau khi Yersin qua đời[1].

Qua điện tín, và vì lý do ngoại giao, toàn quyền Anh, Sir Robinson, đã cho phép Yersin đến Hồng Kông nghiên cứu bệnh dịch hạch. Nhưng có thể thấy rất rõ sự thiếu thiện ý của người

---

1. Ý nói cuốn tiểu thuyết *La Peste* (Dịch hạch) của Albert Camus, in năm 1947.

Anh, người Nhật thì còn tệ hơn nữa, êkíp của Shibasaburo Kitasato muốn giành riêng cho họ việc phẫu thuật tử thi. Kitasato và trợ lý Aoyama đã từng theo các bài giảng của Koch. Kitasato và Yersin tới Đức cùng một năm, Yersin tới Marburg còn Kitasato tới Berlin, ông ta đã ở đó bảy năm bên cạnh người phát hiện ra vi khuẩn ho lao. Khi bác sĩ Lawson giới thiệu Yersin với họ, anh nói chuyện với họ bằng tiếng Đức, họ phá lên cười chẳng thèm đáp lời anh. "Có vẻ như từ lâu rồi tôi không sang Đức, nên hơi quên ngôn ngữ, vì thay vì trả lời tôi, họ lại cười với nhau."

Kitasato không thể không biết tên tuổi Yersin và việc anh cùng Roux phát hiện độc tố bạch hầu. Ông ta chia sẻ cùng con lạc đà Koch một sự thù địch hoàn toàn đối với Pasteur và các Viện của ông. Cũng phải hiểu, trong cuộc chạy đua ấy, ai cũng biết lần này là quyết định. Sẽ phải phát hiện ra vi trùng dịch hạch nếu quả đó là một con vi trùng. Nó không thể thoát được nữa. Và trong lịch sử loài người cơ hội trở thành người chiến thắng bệnh dịch hạch sẽ không bao giờ có nữa. Chỉ vài tuần dịch bệnh hoành hành nữa là sẽ có thêm hàng nghìn xác chết để nghiên cứu. Cơ may duy nhất của con vi trùng có lẽ sẽ là trận dịch đột ngột dừng một cách bí hiểm. Yersin và Kitasato đều biết việc họ ở đây là nhờ Koch và Pasteur, hai thiên tài tuyệt đối, sánh ngang với Galilée. Họ biết mình là những chú lùn đứng trên vai hai người khổng lồ. Kitasato có ưu thế về thực địa. Yersin sẽ không được sờ đến xác chết nào.

Yersin hoàn toàn có thể tuyên bố thua cuộc và trở về theo đường biển. Cha Vigano ưa các biện pháp hơi xảo quyệt của Vatican mà thường thì một người Tin Lành khắc kỷ xứ Vaud hẳn sẽ phản đối. Để giúp Yersin, trong vòng hai ngày ông cho dựng một cái lán bằng tre phủ rơm gần bệnh viện Alice Memorial. Đây vừa là nơi ở vừa là phòng thí nghiệm, ở đó họ đặt một cái giường gấp và mở cái rương đi biển ra, lắp đặt kính hiển vi và ống nghiệm. Vigano đút tiền đám lính thủy Anh phụ trách coi nhà xác nơi chồng chất xác chết đợi đốt hoặc chôn và mua lại vài cái xác. Yersin dùng dao mổ rất khéo. "Họ đã nằm trong quan tài và phủ đầy vôi bột. Tôi phải gạt đi một ít vôi để thấy được vùng đùi." Yersin tìm lại niềm hứng khởi của ống nghiệm, những cái diều, như hồi ở Paris. "Hạch nhìn rõ lắm. Chỉ cần chưa đến một phút tôi đã cắt được nó, rồi lên phòng thí nghiệm. Tôi chuẩn bị thật nhanh, đặt nó dưới kính hiển vi. Chỉ nhìn thoáng qua, tôi đã nhận ra cả một đống vi khuẩn lúc nhúc, tất cả đều giống nhau. Đó là những cái que béo tròn nhỏ xíu, hai đầu tròn tròn."

Thế là đủ. Khỏi cần viết hồi ký. Yersin là người đầu tiên quan sát được trực khuẩn dịch hạch, giống như Pasteur từng là người đầu tiên quan sát được các trực khuẩn gai ở tằm, bệnh than ở cừu, bệnh tả ở gà và của bệnh dại ở chó. Trong vòng một tuần, Yersin viết một bài báo sẽ được đăng ngay tháng Chín trên *Biên niên Viện Pasteur*.

Kitasato có trích bệnh phẩm trên cơ thể và máu nhưng lại lơ là hạch, miêu tả được phế viêm khuẩn của một bệnh truyền nhiễm phụ mà lại tưởng là vi trùng. Nếu không có tình cờ và may mắn, thiên tài không thôi cũng chẳng làm được gì. Yersin, kẻ bất khả tri, lại được các vị thần ban phước. Như các nghiên cứu sau này sẽ chỉ ra, Kitasato được sở hữu một phòng thí nghiệm đích thực trong bệnh viện, cùng một lò hấp được chỉnh theo nhiệt độ cơ thể con người, nhiệt độ này giúp phế viêm khuẩn sinh sôi nảy nở, nhưng trực khuẩn dịch hạch lại phát triển mạnh nhất ở nhiệt độ khoảng hai mươi tám độ, tức nhiệt độ trung bình của mùa này tại Hồng Kông, và cũng là nhiệt độ mà Yersin, vì không có lò giữ nhiệt, tiến hành các quan sát của mình.

Cùng lúc Yersin gửi các kết quả về Paris, anh cũng nộp chúng cho Lawson, ông ta mau mắn thông báo cho cánh Nhật Bản. Yersin phàn nàn về điều đó nhưng cũng không làm um lên. "Lẽ ra ông ấy nên kín đáo hơn. Chính ông ấy, sau khi xem cách thức tôi chuẩn bị làm thí nghiệm, đã khuyên đám người Nhật tìm vi trùng trong hạch. Thậm chí ông ấy còn cam đoan với tôi và nhiều người khác rằng con vi trùng mà đám người Nhật đã định vị được không hề giống con vi trùng của tôi." Kitasato tự nhận thành công về mình và gây ra một trận tranh cãi, cả khoa học lẫn chính trị. Nhưng bằng chứng đã rõ ràng và Yersin, người chưa từng gặp cha mình, và sẽ không bao giờ trở thành cha, ít nhất cũng thấy mình được biến thành cha đẻ của khám phá vừa được công nhận:

Yersinia pestis.

Anh còn nhốt mình trong cái lều rơm thêm hai tháng nữa, cúi xem lũ chuột chết, xác lập vai trò của chúng trong việc lan truyền bệnh dịch. Theo gương Pasteur ở vùng Beauce khi nghiên cứu bệnh than ở cừu, anh lấy các mẫu đất ở khu phố Thái Bình Sơn nơi đang lan tràn bệnh dịch và miêu tả chúng cho Calmette. "Anh thừa biết rằng tìm một loại vi khuẩn ở trong đất không phải chuyện dễ, và rằng, dẫu cho không tìm thấy thì ta cũng không thể từ đó suy ra là nó không tồn tại. Vậy nên tôi đã thực hiện thí nghiệm này trong niềm tin thầm kín là mình sẽ chẳng tìm được gì cả." Anh chuẩn bị đất đen đã pha loãng và cấy vào mấy cái tuýp thạch, thả thêm một sợi platin. "Và anh có tưởng tượng được không, trong hai tuýp, tôi đã thu được nhiều ổ khuẩn dịch hạch và không bị lẫn con vi khuẩn lạ nào vào."

Giờ đây, người Anh lại muốn giữ anh lại làm nhân viên vệ sinh y tế. Đám Nhật đã ra đi. Người ta thấy rõ rằng những bức tường gạch đỏ xây ở đầu các phố chỉ chặn được người Hoa, chứ vẫn để các vi sinh vật đi qua. Nhưng Yersin quyết định rời Hồng Kông. Anh viết thư cho toàn quyền ở Hà Nội. "Tôi cho rằng mục đích chuyến đi của tôi sang Hồng Kông đã đạt được, vì tôi đã tách được vi khuẩn dịch hạch, thực hiện những nghiên cứu đầu tiên về các đặc tính sinh lý của nó, và gửi về Paris đầy đủ mẫu vật để nghiên cứu tiếp." Giữa tháng Tám, trên boong tàu anh chào tạm biệt vị thầy tu kiêm người lính Vigano tốt bụng, về Sài Gòn viết báo cáo về chuyến đi của mình như thể đó là một chuyến thám hiểm, trả lại các thứ thiết bị đã mượn. Anh viết những kết luận của mình vào một cuốn sổ: "Như vậy, dịch hạch là một thứ bệnh lây nhiễm và có thể tiêm phòng. Có khả năng chuột là vật truyền bệnh chính, nhưng tôi cũng đã nhận thấy rằng cả ruồi cũng mắc bệnh."

Trong vòng hai tháng ở Hồng Kông, thế là xong, lịch sử vĩ đại của bệnh dịch hạch. Anh nảy ra một ý tưởng mới. Lúc nào anh cũng gấp, Yersin ấy. Cứ như thể anh đã đi tìm vi khuẩn để làm vui lòng cái nhóm Pasteur nhỏ bé, như thế đấy, trong nháy mắt, giờ đây tôi có việc hay hơn, các anh sẽ làm tốt thôi, anh chia sẻ mà không giữ lại chút gì nhằm thúc đẩy việc tìm vắcxin và gửi đi gần như mọi nơi các mẫu trực khuẩn của mình đựng trong lọ thủy tinh nhỏ đóng dấu niêm phong, viết thư cho Calmette: "Tôi chẳng hề lo lắng cho việc anh cùng ông Roux phối hợp sẽ nhanh chóng đạt được kết quả."

Rốt cuộc những chuyến thám hiểm và nghề đi biển đã kết thúc với anh. Anh muốn lập căn cứ riêng ở Nha Trang, nuôi cừu hoặc mở ngành nông nghiệp, cuộc sống thực, hiện thực xù xì cần phải ôm lấy. Anh sẽ không quay lại cuộc đời đơn điệu của thủy thủ, và cũng đã quá tuổi để sống cuộc đời thám hiểm và các trận đánh với Thục. Anh cũng đã tìm lại sở thích nghiên cứu, ống nghiệm và kính hiển vi, những chiếc diều. Để làm được, anh cần một ít tiền, xin xỏ dăm ba đồng, danh tiếng của anh phải đưa ra làm tiền chút đỉnh với chính quyền. Có lẽ để dọa họ, anh dẫn Molière và lời đáp của La Flèche.

Cầu cho tính keo kiệt và bọn keo kiệt mắc dịch hạch hết[1].

---

1. Câu này (La peste soit de l'avarice et des avaricieux) xuất hiện ở màn 3, hồi I trong vở kịch *Lão hà tiện* của Molière.

ở Nha Trang

Ngay khi trở về, anh bắt tay vào việc dựng một trung tâm khiêm tốn chuyên nghiên cứu các bệnh dịch ở động vật, anh hình dung ra việc xây dựng và chăn nuôi. Một tổ chức chính phủ trợ cấp cho anh năm nghìn đồng. Với số tiền ấy, anh dựng một phòng thí nghiệm thú y nhỏ. Anh định tiến hành nghiên cứu một mình, theo nhịp riêng. Mọi thứ bắt đầu ở gần căn nhà gỗ nơi Xóm Cồn, không xa bãi cát và tiếng rì rào của rặng dừa bên bờ nước, ở đó các ngư dân sáng sáng dùng dao mổ cá, moi bộ ruột đỏ lòm của những con cá lớn màu xanh lơ bên bờ nước.

Anh muốn không phải đi đâu nữa, Yersin ấy, mà muốn nuôi trong lồng tre những con vật thí nghiệm, lũ chuột thường, chuột lang, khỉ và thỏ. Thiếu chỗ cho trâu bò. Anh ở quá gần biển. Vào mùa mưa bão, khi đám cọ rối bù lên, nơi này đôi khi bị ngập nước. Anh tìm một chỗ chắc chắn hơn để dựng chuồng trại. Chưa có con đường nào dẫn sâu vào đất liền. Anh bèn đi thuyền độc mộc ngược sông Cái đổ ra biển ở đoạn này, mua tòa thành Khánh Hòa cũ cách đây chừng chục cây số, sắp chỗ đủ cho khoảng hai mươi con ngựa, cùng chừng ấy trâu bò. Anh cần có một bác sĩ thú y.

Ở Nha Trang, Yersin thuê đám con trai ngư dân rồi dạy chúng làm trợ tá phòng thí nghiệm trong cơ ngơi nhỏ bé của mình. Ở chỗ Calmette, anh kiếm được thiết bị và đồ thủy tinh, được cẩn thận chuyển từ tàu *Saigon* xuống xuồng rồi mang vào bờ, cũng như các tạp chí khoa học và chiếc xe đạp Peugeot mới tinh đặt mua bên Pháp ở chỗ nhà thủ công nghiệp khéo léo. Sáng ra, trên hàng hiên, anh vẽ các sơ đồ, chiều thì trông coi việc xây dựng phòng thí nghiệm, tối đến lại viết cuốn sách *Ở chỗ người Mọi* trong căn nhà, cuốn sách này anh bỏ tiền cho in mười lăm bản. Yersin chưa bao giờ tìm kiếm vinh quang, cũng chưa bao giờ vứt bỏ nó. Theo lời khuyên của Calmette, anh thuê một bác sĩ thú y quân đội từ Sài Gòn đến, Pesas, kẻ sẽ nhanh chóng ngã xuống chiến trường của ngành vi trùng học.

Anh muốn sống ở đây, Yersin ấy, ở Xóm Cồn, trước con nước lóng lánh của mặt vịnh và những cây cau có dây trầu không leo, đám dừa, lũ trẻ, những mảnh lưới đánh cá được cánh phụ nữ ngồi vá ở bờ biển, và tối đến lũ dơi chập chờn bay, cách xa sự sôi sục của những thành phố động kinh, ở giữa đời sống thực. Thỉnh thoảng vào ban đêm, anh nhớ tới thuyền trưởng Flotte, nói cho cùng, là người đã cho anh những thứ này, Nha Trang, các chuyến thám hiểm và danh tiếng. "Mặc dù nhìn chung thờ ơ với những dải ruy băng, tôi rất vui sướng vì được nhận Bắc đẩu bội tinh, nó sẽ giúp tôi đơn giản hóa nhiều điều." Cả ở đây nữa, cũng như với nhân khẩu và tuổi thọ, tốt hơn hết là nên tránh mọi ghi nhận nhầm thời. Thời đó, người ta không trao huân chương cho các cầu thủ bóng đá.

Năm ấy, một sĩ quan kỵ binh trẻ tuổi, Hubert Lyautey[1], vừa sống hai năm ở bên Algérie, tại đó anh đã phê phán chút ít chế độ thuộc địa, vốn là một hậu duệ của cái nhóm nhỏ Sahara và của đại úy Rimbaud, tới thăm Yersin tại nơi ở ẩn của anh. Cuộc gặp giữa họ trong căn nhà gỗ đã được thuật lại bởi Noël Bernard, người đầu tiên viết tiểu sử Yersin. Hai con người này có khí chất thật giống nhau.

Lyautey, vừa từ một công vụ bên Madagascar trở về, ngưỡng mộ tinh thần doanh nghiệp của vị môn đệ Pasteur, người khám phá trực khuẩn dịch hạch và lẽ ra có thể nổi đình nổi đám tại các phòng khách Paris. Anh thăm các chuồng trại cùng phòng thí nhiệm nhỏ bên bờ nước. "Lẽ dĩ nhiên anh ta đã khởi động từ chỗ không có gì, thế mà đã mua được hai mươi con ngựa với giá 15 đồng một con để dùng làm vật thí nghiệm vắcxin, rồi liên danh với một bác sĩ thú y tên là Pesas, được anh ta chỉ giáo và truyền cho ngọn lửa nhiệt tình: và thế là tiến lên. Thật là những giờ khắc đầy khích lệ khi được ở trong ngôi nhà ấy, dù vẫn sơ sài, bên cạnh nhà bác học trẻ tuổi chẳng có nhu cầu riêng nào, chỉ duy nhất bị ám ảnh bởi công trình của mình."

---

1. Hubert Lyautey (1854-1934): một vị tướng của quân đội Pháp, từng làm toàn quyền ở Maroc, sau thành thống chế.

Ở Paris đã nổ ra vụ Dreyfus từ mấy tháng nay. Cũng như xưa kia người ta từng buộc tội người Do Thái lan truyền dịch hạch, giờ đây người ta lại ngờ họ ủ men thất bại và phản bội nước Pháp. Yersin thấy tiếc vì bị thiếu thông tin. "Mẹ hỏi ý kiến của con về vụ Dreyfus, nhưng con không có ý kiến vì chẳng ai biết rõ các chi tiết vụ xử án. Có khả năng là các ông tướng đã không muốn phổ biến rộng rãi những chi tiết này, vì nếu làm vậy có thể sẽ có những bất tiện lớn." Lyautey thuộc vào những người ngay lập tức tin viên đại úy vô tội. Anh đã cả gan viết công khai những nghi ngờ của mình đối với phán quyết của tòa án quân sự. "Sự hoài nghi của chúng tôi lại càng tăng, bởi vì chúng tôi thấy ở đây dường như có một áp lực từ cái gọi là dư luận hay nói đúng hơn là từ đường phố, từ đám tiện dân." Ở hai con người này cũng tồn tại lòng căm ghét dư luận và sự thô thiển, đám đông. "Chúng hú hét đòi giết người Do Thái ấy bởi anh ta là người Do Thái và hiện giờ phong trào bài Do Thái đang thắng thế." Nhưng đó là một chàng đồng tính luyến ái lên tiếng bảo vệ một tên Do Thái. Kẻ mù và tên què. Chuyện này khiến anh phải công khai giới tính mặc dù không hề mong muốn, và Clemenceau[1], tuy ủng hộ Dreyfus, lại vờ vịt tỏ ra ngưỡng mộ lòng can đảm của Lyautey để nói: "Đó là một người đáng ngưỡng mộ, can đảm, luôn luôn có dái ở đít[2] cho dù cái đít đó không phải của anh ta." Cuộc sống chính trị nước Pháp vẫn còn đầy đực tính, và đôi khi những bài diễn văn ở Hạ viện dẫn đến

---

1. Georges Clemenceau (1841-1929), chính trị gia Pháp, người dẫn dắt nước Pháp chiến thắng trong thế chiến thứ nhất.

2. "Có dái ở đít" (avoir des couilles au cul) là một cách nói tục chỉ một người đàn ông dũng cảm.

kết cục là đánh đấm nhau ngoài đồng. Yersin biết rằng, dù cho có làm gì, thì cũng sẽ không dễ mà tránh xa toàn bộ sự bẩn thỉu chính trị này.

ở Madagascar

Sống sẽ chẳng phải là sống nếu không đi.

Năm hai sáu tuổi, từ Paris anh viết cái câu kiểu Rimbaud này, như một câu thơ alexandrin, ở cuối một bức thư gửi Fanny. Anh đã đi không ít. Năm nay anh ba mươi hai tuổi. Một lần nữa, có một bức điện gửi cho anh được người ta chuyển khi tàu *Saigon* tạm đỗ để lấy hành khách, và Yersin, lúc giở tờ giấy xanh trong căn nhà gỗ, có lẽ đã bắt đầu nguyền rủa khám phá của mình. Người ta để nghị anh "lên đường càng sớm càng tốt sang Diego-Suarez để nghiên cứu vi khuẩn bệnh viêm túi mật". Anh được nhà nước Cộng hòa cử đi công cán, và rời Nha Trang lên Sài Gòn bằng tàu hơi nước.

Tình trạng tài chính của anh được cải thiện. Anh vận một bộ comlê màu trắng ngà cắt rất khéo, dẫn theo một thanh niên, nhưng thật khó xác định, không phải phận sự của anh ta, mà là cái tên có thể dùng để gọi những phận sự ấy, phụ tá phòng thí nghiệm, thư ký hoặc trợ lý. Từ bấy trở đi, trong mọi chuyến đi của mình, Yersin cứ lần lượt dẫn theo một vài người mà anh gọi là những người phục vụ An Nam của tôi, cái nhóm nhỏ Yersin, đám con trai ngư dân mà anh đã dạy dỗ để làm điều chế viên, nhưng cũng để làm thợ cơ khí lo việc máy móc rồi không lâu sau đó lại lo cho cả xe hơi nữa. Ở trước xưởng Thủy quân, hai người lên khoang hạng nhất sang Aden trên tuyến đường của Hãng Đường biển.

Lần này, Yersin lên bờ ở Yemen. Viên lãnh sự Pháp ở đây chuyển cho anh các chỉ dẫn của bộ. Anh khám phá cái nóng kinh người ở ngay rìa hoang mạc cát, quầng mặt trời đốt trắng mọi thứ ở Rub al-Khali và xứ Ả Rập lổn nhổn đá: "Xung quanh đây là một sa mạc cát tuyệt đối khô cằn. Nhưng ở đây, vách núi lửa ngăn gió thổi vào, và bọn con như bị quay dưới cái lỗ này, như trong một lò vôi." Anh vận vest trắng, được tiếp rước ở nhà những người da trắng như một siêu sao, một sứ giả của thời hiện đại. Người ta mời anh đến sân hiên khách sạn Grand Hôtel Hoàn Cầu, đến Steamer Point, gần nhà tay thương thuyết Bardey, nơi thi sĩ qua đời bốn năm trước đó từng làm giàu, và theo truyền thuyết vẫn được nhiều người biết ở đây, thì tám kí lô vàng đeo ở thắt lưng làm cho thi sĩ có bước chân rất chệch choạc. Hẳn Yersin sẽ không bao giờ giàu bằng Rimbaud.

Sau Ả Rập là châu Phi, và hai người cứ việc thong thả. Anh

người hầu, ta có thể hình dung, không thất vọng về chuyến đi. Đó là Vạn Năng và Phileas Fogg[1]. Cực *posh*. Yersin sang Ai Cập và đi xem kim tự tháp, đền đài, du thuyền buồm ngược dòng nước xanh lục của sông Nil, biết rằng Livingstone đã chết ở Tanganyika trong lúc tới đó tìm nguồn sông. Anh lên tàu đi Zanzibar, rồi La Réunion, ở lại đó một thời gian để tìm hiểu về nghề nông, các loại hoa và quế, và tại đó trước anh đã có sẵn những câu thơ của Baudelaire với một thiên thần chở che, bí mật. Đứa trẻ đọa đày, say sưa, mê mải ánh trời[2]. Đó là chuyến đi chậm xuôi theo Ấn Độ Dương, đường xích đạo, con tàu trượt trên vàng ròng và làn nắng óng[3], eo Mozambique và Comores, Madagascar. Sau ba tháng lang thang, hai người ngụ lại Nossi-Bé. Họ ở trên đảo, "thay vì đi tới Majunga, vì bệnh sốt viêm túi mật thì ở Nossi-Bé cũng có chứ không riêng gì

---

1. Hai nhân vật chính trong tiểu thuyết *Vòng quanh thế giới trong 80 ngày* (1873) của Jules Verne. Phileas Fogg là một người độc thân giàu có sống ở London, thực hiện nhiệm vụ đi vòng quanh thế giới trong 80 ngày để đoạt giải thưởng 2 vạn bảng Anh, còn Vạn Năng là vị thám tử nghi ngờ Fogg đã ăn trộm tiền ở ngân hàng Anh Quốc, bám theo để tìm mọi cách đưa anh ta về nước.

2. Đây là hai câu thơ của Charles Baudelaire trong bài *Phúc trời* (Bénédiction) trong tập thơ *Hoa ác*:
"Pourtant, sous la tutelle invisible d'un Ange,
L'enfant déshérité s'enivre de soleil"
Vũ Đình Liên dịch:
"Nhưng có một thiên thần chở che, bí mật
Đứa trẻ đọa đày, say sưa, mê mải ánh trời"

3. Đây cũng là một câu thơ của Charles Baudelaire trong bài *Mái tóc* (La Chevelure) trong tập thơ *Hoa ác*:
"Où les vaisseaux, glissant dans l'or et dans la moire"
Tạm dịch:
"Nơi những con tàu, trượt trên vàng ròng và làn nắng óng".

Majunga, mà ở Nossi-Bé thì lại dễ chịu hơn nhiều". Yersin vốn ưa thích các bờ biển.

Ngồi trên cái ghế bập bênh ngoài hàng hiên, anh giải khát bằng một cốc nước mát đã được lọc qua máy Chamberland, hoặc một cốc nước chanh, ở cái vùng đất không đông không hè này, mùa xuân và màu xanh lục bất tuyệt cùng cuộc sống tự do và vô tư lự. Anh nghĩ mình đã đi xa mà chẳng để làm gì, nhưng anh vẫn tiếp tục, thăm thú chỗ này chỗ kia, lấy các mẫu bệnh, chuẩn bị kính hiển vi và bơm tiêm, nghiên cứu thực vật và nghề trồng cây, khám phá những loài cây đặc thù và hoa quả ngon. Lần đầu tiên trong đời, anh đứng trước một cây cao su.

Yersin dùng hai lòng bàn tay xoa tròn một cục mủ dính dính, lấy ngón tay chọc qua, kéo nó, nặn hình một cái vương miện: một cái lốp cho chiếc xe đạp Peugeot của anh. Anh ngưỡng mộ trực giác và thiên tài của người phát minh ra bánh xe. Anh đoán rằng cái tên Dunlop sẽ ở lại ký ức con người sâu đậm hơn nhiều so với tên người phát hiện trực khuẩn dịch hạch. Bởi dịch hạch thì sẽ biến mất còn bánh xe thì phát triển rộng khắp. Tuy nhiên, có lẽ anh đã không hình dung được rằng trong vòng một thế kỷ các phương tiện dùng lốp, xe đạp, ôtô, xe máy, xe tải rồi máy bay, sẽ sánh ngang với nỗi kinh hoàng vĩ đại màu đen về lượng chết chóc tàn khốc mà chúng gây ra.

Chuyến công du của anh ở Madagascar mang tính chính trị hơn khoa học, và Yersin không hề bị bịp. Đây là lịch sử vĩ đại của quá trình thuộc địa hóa. Người ta cử anh đi là để phổ biến hình ảnh nước Pháp, giống như sau này Lyautey sẽ được cử sang Maroc. Trong các cuộc lấy cung ở sở cảnh sát, kẻ ác và kẻ hiền nối đuôi nhau. Nếu sự hiện diện của Yersin không đủ để thuyết phục người Madagascar thì người ta sẽ cử Gallieni[1].

Và bởi người Madagascar cứng đầu, Gallieni được cử tới.

---

1. Joseph Simon Gallieni (1849-1916) là một sĩ quan người Pháp, từng có nhiều hoạt động ở Bắc Kỳ. Sau khi qua đời được phong làm Thống chế.

VẮCXIN

Còn Yersin được gọi về vào mùa hè. Đã năm năm anh xa Paris. Một năm sau chuyến sang Hồng Kông và phát hiện lừng danh. Chính phủ Cộng hòa đề nghị anh về Viện Pasteur lo việc con vi khuẩn trời đánh của anh. Ban đêm, nhà chức trách bắt đầu gặp ác mộng, vì cái đám dịch hạch đang thiu ngủ trong mấy cái lọ thủy tinh ngay giữa lòng Paris. Vì từ một năm nay, người ta nuôi nấng và chăm bẵm nó, con vi khuẩn trời đánh đó, mà chẳng tiến thêm mấy tí. Nói cho đúng thì họ dậm chân tại chỗ. Tại sao lại tiếp tục nuôi trong những bình mỏng mảnh con đàn cháu đống cái thứ bom vi trùng có khả năng lan tràn thảm họa, gây cho cả quận 15 nỗi kinh hoàng màu đen vĩ đại, tiêu diệt dân cư thủ đô, chỉ do sự vụng về của một nhân viên phòng thí nghiệm, do hành động của một kẻ bất bình thường, một tay nghiên cứu viên bẩn tính hoặc bị mọc sừng, của một nhóm khủng bố Nhật hay Đức chẳng hạn.

Yersin ngụ tại Viện vì Lutetia lúc đó vẫn chưa xây. Nhà Boucicaut còn đợi gì nữa nhỉ. "Con lại đến ở Viện Pasteur. Con thấy rất vui vì như vậy còn sẽ có thể làm việc dễ dàng hơn, và con cũng đã quen với đám này rồi!" Cùng Roux và Calmette, anh bắt tay vào việc, hứa với Fanny là sẽ về Nhà Cây Sung thăm bà.

Người ta đòi một tay dạy thú, thế mà anh tìm thấy ở phố Dutot con thú hoang xanh xao, sắp trầm cảm đến nơi, trong bộ pyjama ngồi ủ rũ suốt ngày, râu không cạo và hút thuốc liên tục. "Con phải kích động trở lại cái con vi khuẩn đó thôi, người ta đã có chút lơ là nó trong thời gian con vắng mặt. Rồi con sẽ cho cấy một lượng lớn bong bóng chứa dịch để chuẩn bị độc tố. Hy vọng rằng trong lúc nó thành hình trong ống nghiệm con sẽ có thể ghé qua Morges." Cái phòng khách nhỏ đầy hoa sẽ không đủ chỗ tiếp đón hết cánh nhà báo. Danh tiếng của Yersin giờ đã ở mức toàn cầu.

Ai cũng biết là trong nội tạng gà thì rất nóng. Bốn mươi hai độ. Nóng hơn nhiều so với trong nội tạng một con cừu. Vì cừu thì có len phủ bên ngoài.

Pasteur là người đầu tiên, bằng cách nhét khắp nơi nhiệt kế vào lỗ huyệt và lỗ đít chim, nhận ra rằng nhiệt độ thân thể cao của một số loài chim ngăn các loại virus phát triển. Người ta tiêm mầm bệnh than cừu vào một con gà: nó chẳng hề quái gì, còn cười nữa. Nó thấy buồn buồn. Người ta nhúng nó vào một bồn nước lạnh: con gà liền bớt ngạo nghễ và lăn ra chết vì bệnh than. Nếu con gà nhúng nước được lôi ra kịp thời, nó vẫn mắc bệnh nhưng sẽ tự chữa khỏi, đập cánh để tự làm mình ấm lên, vừa đập vừa chửi rủa nhân viên phòng thí nghiệm. Yersin bèn tấn công vào bồ câu.

Bồ câu hơi giống như là chuột trên trời, một loài chuột đã được gắn thêm cánh rồi sơn xám. Loài có cánh nhưng lại rất thường xuyên ở dưới đất, đi lại chệch choạc, lảo đảo trên mấy cái chân bị cụt, như người bị hủi không có nạng. Dẫu vậy, giữa hai loài này, một khác biệt đáng kể: chim, khác hẳn với con vật gặm nhấm kia, được miễn dịch tự nhiên trước bệnh dịch hạch.

Yersin lôi tất cả lũ thú vật ở phố Dutot ra, từ bé nhất đến lớn nhất. Từ Molière anh chuyển qua La Fontaine, tới những con vật bị mắc dịch hạch[1], rồi tới truyện của anh em Grimm, những con thú nhạc sĩ đứng trên lưng nhau ở thành Bremen, lan man từ lừa đến gà trống[2]. Anh thử làm con vi khuẩn yếu đi nhằm có được cả vắcxin lẫn huyết thanh phòng dịch hạch. Trong vòng hai tháng, tất cả những việc đó, mà cứ như chẳng có chuyện gì xảy ra, chỉ cần quay phim anh ở chế độ tua nhanh trước bàn thí nghiệm, đang điều chỉnh, lấy mẫu, đun sôi, đi tè, rửa tay, tiêm, ngoáy mấy chữ vào sổ. Yersin vận blu trắng bận rộn tíu tít và lũ

---

1. *Những con vật bị mắc dịch hạch* (Les animaux malades de la peste) là tên một bài thơ ngụ ngôn của La Fontaine.

2. *Những nhạc sĩ thành Bremen* là tên một truyện cổ của Grimm về 4 con vật - lừa, chó, mèo và gà trống - muốn trở thành nhạc sĩ. Ở thành phố Bremen, người ta đã xây tượng bốn con vật này đứng trên lưng nhau, phỏng theo câu chuyện đó, dưới cùng là lừa, trên cùng là gà trống. Mặt khác, người Pháp có thành ngữ "từ gà trống đến lừa" để chỉ cách nói lan man.

thú vật trong phòng thí nghiệm mỗi lúc một to hơn, nhưng lại đầy sợ hãi, và cắm vào chúng những bơm tiêm mỗi lúc một lớn hơn. Người dạy thú đét cái roi xuống giữa đường piste và các con thú trèo lên trên ghế của mình, giơ mông ra chờ được tiêm.

Ở mỗi bước tiến lại vang lên những tiếng trống và chũm chọe của dàn nhạc: Yersin tiêm phòng cho chuột nhà! Yersin tiêm phòng cho chuột lang! Yersin tiêm phòng cho thỏ! Yersin tiêm phòng cho ngựa! Yersin không có con voi nào. Một cái đét vào mông con ngựa, dắt nó đi hộ tôi, anh rút một cây bút ra, tháo nắp, cùng Calmette viết một bài cho *Biên niên Viện Pasteur*: *Bệnh dịch hạch: ghi chú thứ hai*: "Như vậy, các thí nghiệm về liệu pháp huyết thanh nên được tiếp tục. Nếu kết quả đạt được trên các loài vật vẫn tốt, sẽ có thể thử áp dụng phương pháp này để phòng và chữa bệnh dịch hạch ở người." Anh vặn lại nắp bút, cởi áo blu trắng, chìa tờ giấy cho Roux, thế đấy, anh thông báo cho ông là sẽ ra đi, tôi để lại bát đĩa chưa kịp rửa nhé. Vắcxin chống bệnh dịch hạch được Roux trình bày cho ông già Pasteur vận áo rơđanhgốt đen và đeo nơ bướm, đã bị liệt rồi, và hai người, rời mắt khỏi kính hiển vi, biết rằng họ đã đúng, rằng giá Yersin đề nghị họ viết một bức thư giới thiệu để làm một tên lửa lên mặt trăng thì họ sẽ mượn bút anh và vặn ngay nắp bút ra.

Yersin đã rất sốt ruột được quay lại biển nhưng anh còn phải làm rất nhiều thủ tục, ở Bộ Ngoại giao, Bộ Thuộc địa, Hội Địa lý. Anh muốn dựng ở Nha Trang một phòng thí nghiệm có khả năng sản xuất huyết thanh với khối lượng lớn, theo đuổi các thí nghiệm lên khỉ trước khi chuyển sang người. "Con có bị đố kỵ một chút, điều này con hoàn toàn không để ý."

Đầu tháng Tám, anh đã ở trên tàu *Melbourne* lao về châu Á ở vận tốc mười sáu hải lý một giờ. Yersin ghi lại chi tiết này vào sổ. Trong chuyến đi từ Marseille sang Sài Gòn, anh theo dõi mấy cái bình thủy tinh đựng trực khuẩn đặt ở tủ thuốc của người đồng nghiệp bên Hãng Đường biển. Ở Paris, các ông bộ trưởng ngủ rõ ngon, vì ngựa đã được chữa khỏi. Pasteur qua đời vào tháng Chín. Người ta tổ chức quốc tang. Niềm vui của ông là giao phó Viện cho cái nhóm nhỏ, những chàng trai trẻ từ nhiều năm nay đã là mắt của ông, tay chân của ông, và sẽ tiếp tục công trình vĩ đại sau khi ông mất đi. Roux và Calmette sẽ làm lãnh đạo Viện suốt gần bốn mươi năm.

Yersin cũng mang theo mình một cái máy ảnh mới có hai ống kính, một hệ thống phức tạp gồm nhiều khung nhỏ có thể chồng lên nhau để sử dụng hiệu ứng thị sai và khiến ảnh in ra trông như hình nổi. Anh chụp ảnh mỗi lúc tàu dừng. Lúc quay về, anh sẽ cho đăng một bài báo trên tờ *Đông Dương Họa Báo* in ở Hà Nội.

Ở Colombo, anh mua một cặp chồn hôi.

ở Quảng Đông

Trước khi người Trung Quốc, những kẻ tin là mọi thứ đều được phép, tự cho phép mình đặt tên tiếng Trung Quốc[1] cho các thành phố của họ, kể cả thủ đô, bất kỳ phó thường dân nào[2] cũng có thể đi lại ở đó mà chẳng cần mở bản đồ atlas ra. Vậy nên Yersin đã lên bờ ở Quảng Châu.

Đây đã là một thành phố gần hai triệu dân. Dịch hạch vừa

---

1. Người Pháp có thành ngữ "Cứ như tiếng Trung Quốc ấy" để nói đến những cái gì họ thấy khó hiểu và phức tạp. Vì vậy, ở đây, khi viết "đặt tên tiếng Trung Quốc cho các thành phố của họ" (nguyên văn: "donner des noms chinois à leurs villes"), Patrick Deville chơi chữ, ý nói tên các thành phố Trung Quốc thật khó hiểu và phức tạp với người nước ngoài, như tên Guangzhou (Quảng Châu) chẳng hạn.

2. Ở câu này (nguyên văn: "n'importe quel pékin"), Patrick Deville cũng chơi chữ vì trong tiếng Pháp, "Pékin" vừa có nghĩa là "Bắc Kinh" (danh từ riêng), vừa có nghĩa là "phó thường dân" (danh từ chung).

giết chết một trăm năm mươi nghìn trong số đó. Yersin mang vắcxin từ Paris sang, và cả vắcxin ngựa từ Nha Trang do bác sĩ thú y Pesas sản xuất. Anh định áp dụng phương pháp ngựa cho người Trung Quốc, tìm một Joseph Meister mới, gặp lãnh sự Pháp ở Quảng Đông hay Quảng Châu. Anh không giấu ông ta là phương pháp tiêm chủng vắcxin của mình còn chưa được kiểm chứng bên ngoài giống ngựa.

Viên lãnh sự gãi gãi đầu. Người Trung Quốc, anh biết đấy, bọn họ thù dai lắm, ông ta nói. Dẫu nước Pháp và nước Anh đã phá hủy Di Hòa Viên được ba lăm năm, rồi đã ba lăm năm kể từ khi hai nước này chiến thắng Chiến tranh Nha phiến lần thứ hai, buộc Trung Quốc mở cảng biển để buôn bán thuốc phiện, thì người Pháp hay người Anh vẫn chẳng được nương nhẹ là mấy, vẫn phải sống trong những khu biệt lập. Vì vậy, nếu một tay mũi dài đến đây tiêm tiêm chích chích vào mấy người bệnh để họ chết cho mau mau, sẽ là việc bất nhã đấy. Viên lãnh sự gãi gãi đầu. Ông ta chúc mừng phát minh của Yersin, ca ngợi danh tiếng của anh đã lan tới tận đây, nhưng ông ta cũng báo cho anh biết rằng anh rất dễ trượt vỏ dưa đấy, và ông ta nhắc anh, với thứ ngôn ngữ ngoại giao cổ lỗ, rằng tảng đá Tarpei cũng không xa đồi Capitole là bao[1].

Yersin, giả sử ông là người Thiên Chúa giáo, hẳn người ta sẽ coi ông là thánh, hẳn người ta sẽ phong thần ngay lập tức người đã chiến thắng bệnh dịch hạch, bởi vì chuyện này xem ra có rất nhiều yếu tố siêu nhiên.

---

1. Đây là một điển tích La Mã, ý muốn nói hiểm nguy rất kề cận, mới đó huy hoàng mà sự suy sụp đã liền kề.

Tuy nhiên nó dựa trên ba lời chứng thống nhất nhưng hoàn toàn độc lập. Thứ nhất là lời của chính Yersin, lưu ở Viện Pasteur, rồi đến lời của viên giám mục chắc lưu tại Tòa thánh, và lời của của viên lãnh sự lưu ở Bộ Ngoại giao Pháp. Trong những ngày tiếp theo đó, nhà ngoại giao này gửi báo cáo: "Thứ Sáu ngày 26 tháng Sáu, vào khoảng 11 giờ, tôi đã tiếp bác sĩ Yersin, ông ấy trình bày ý định của mình và hỏi liệu tôi có tin là ông ấy sẽ được phép đến các bệnh viện Trung Quốc chuyên chữa dịch hạch, để thử nghiệm huyết thanh chữa bệnh, phát minh của ông ấy. Tôi không giấu bác sĩ rằng tôi không thể cho phép ông tiến hành ở đây các thí nghiệm đó, vì chúng có nguy cơ đem lại nguy hiểm cho các kiều dân, trước sự thù địch của dân Quảng Đông đối với tất cả những gì thuộc châu Âu. Tôi đã đề nghị bác sĩ trước khi rời Quảng Đông cùng tôi đến gặp phái đoàn Thiên Chúa giáo."

Tại đó, hai người đã được giám mục Chausse đón tiếp, vừa lúc giám mục cũng đang định cho mời bác sĩ. Ông rất lo lắng cho tình trạng sức khỏe của một chủng sinh mới mười tám tuổi, Tisé, từ vài ngày nay anh ta than đau đầu và đau dữ dội ở bẹn. Sáng hôm ấy anh ta lên cơn sốt và phải nằm liệt giường. Điều này khiến giám mục buồn bực, vốn dĩ người cải đạo đã chẳng nhiều nhặn gì, thế mà Chúa lại định lấy đi mất của ông thằng bé ấy, thật không sao mà hiểu nổi. Người ta vừa làm lễ xức dầu thánh cho người bệnh. Họ đã thuyết phục anh ta, chàng trai Trung Quốc ấy, rằng nhiều thế kỷ nay từ khi các cha cố dòng Tên truyền bá Phúc Âm ở xứ này, trên Thiên đàng đã có được một khu Phố Tàu, ở đó biển hiệu trà xá đều được ghi bằng hai thứ tiếng, Trung-La Tinh. Họ cầu nguyện ở đầu giường anh ta. Họ đợi từ người anh ta sẽ mọc ra đôi cánh trắng lý tưởng.

Yersin: "Đức giám mục Chausse dẫn tôi đến chỗ người bệnh vào lúc ba giờ chiều: anh thanh niên Trung Quốc nằm đờ đẫn, hễ đứng lên là anh ta sẽ bị chóng mặt, anh ta thấy mệt vô cùng, sốt cao, lưỡi rộp. Ở bẹn bên phải có một chỗ sưng, khi chạm vào rất đau. Rõ ràng trước mắt chúng tôi đang là một ca dịch hạch, và mức độ dữ dội của các triệu chứng đầu tiên có thể xếp anh ta vào loại những ca trầm trọng."

Viên lãnh sự: "Tôi không phản đối tiêm huyết thanh chống dịch hạch, nhưng với điều kiện là việc này được thực hiện mà không có người Trung Quốc nào chứng kiến, và các chi tiết phải được tuyệt đối giữ bí mật cho tới khi người bệnh lành hẳn. Bằng cách ấy, chúng ta sẽ tránh được các phiền phức nếu thất bại."

Yersin: "Vào lúc năm giờ, 6 tiếng sau khi xuất hiện bệnh, tôi tiêm một liều huyết thanh 10cc. Vào lúc đó, người bệnh nôn mửa, mê sảng, những dấu hiệu rất đáng lo ngại cho thấy bệnh đang diễn tiến mạnh. 6 giờ và 9 giờ tối, lại tiêm tiếp 10cc mỗi lần. Từ 9 giờ đến nửa đêm, tình trạng bệnh nhân không có thay đổi gì, anh ta vẫn đờ đẫn, có động đậy và thường xuyên than vãn. Vẫn sốt cao và phân hơi lỏng. Từ nửa đêm, bệnh nhân bắt đầu yên yên và đến sáu giờ sáng, vào lúc Cha giám mục đến thăm, anh ta tỉnh và nói mình cảm thấy đã khỏi. Quả thật, cơn sốt đã hoàn toàn biến mất. Sự mệt mỏi và các triệu chứng trầm trọng khác cũng hết. Vùng bẹn không còn đau khi chạm vào nữa và chỗ sưng đã gần xẹp hẳn. Tốc độ khỏi bệnh mau chóng đến mức nếu không phải nhiều người, trong đó có tôi, từng nhìn thấy bệnh nhân hôm trước, hẳn tôi sẽ nghi ngờ việc mình đã chữa khỏi một ca dịch hạch thực thụ. Ai cũng hiểu được rằng cái đêm túc trực bên cạnh bệnh nhân dịch hạch đầu tiên của tôi thì đầy lo lắng như thế nào. Nhưng sáng ra, cùng với bình minh là thắng lợi, mọi thứ đã được quên biến, kể cả nỗi mệt mỏi." Yersin là bác sĩ đầu tiên cứu sống một bệnh nhân dịch hạch.

Viên lãnh sự và ngài giám mục đều cam đoan sẽ làm chứng cho sự khỏi bệnh ngoạn mục này. Cứ như là có phép màu vậy, giám mục lẩm bẩm, lời của ông thấm đẫm đức tin. Những con đường của Chúa đôi khi khó hiểu đến nỗi thế nào mà một tay Tin Lành Thụy Sĩ lại phục sinh được một chủng sinh Trung Hoa. Tuy vậy sẽ không có ông thánh Yersin, để các thánh tích, một ngón chân hoặc một mẩu xương bánh chè chẳng hạn, kéo tới Morges hàng đoàn người hành hương quỳ gối. Dĩ nhiên ai cũng muốn biết chàng thanh niên sau này ra sao, hỏi thăm tin tức anh ta, viết một cuốn *Cuộc đời Tisé*, người đầu tiên được cứu khỏi bệnh dịch hạch. Anh ta có trở thành thầy tu Thiên Chúa giáo không? Anh ta có tự sát giống như Joseph Meister vào lúc quân Nhật xâm chiếm không? Ta sẽ không biết được nhiều hơn. Viên lãnh sự khuyên Yersin rời Quảng Đông sang Amoy, ngày nay có nghĩa là rời Quảng Châu sang Hạ Môn, một cảng biển nhỏ có một trạm cách ly cho các thủy thủ, đối diện với Formose, nay là Đài Loan. Dân thủy thủ thì quan trọng quái gì. Đã gần như là những bóng ma cả rồi. Ta có biết cái câu của Platon[1].

---

1. Triết gia Hy Lạp Platon từng viết rằng thủy thủ là những người ở giữa cõi sống và cõi chết.

Tuổi già của những con thuyền cũng như của con người là một quá trình xuống dốc chầm chậm. Yersin, đang hết sức phấn khích với chuyện vắcxin, và không giống chúng ta, chẳng thèm bỏ thời gian lần mò trong đống lưu trữ hàng hải, dù nó cũng rất thơ mộng, cũng đầy trùng hợp ngẫu nhiên, thành thử hẳn đã không nhận thấy ở dọc con đê chắn sóng của cảng Hạ Môn, có bộ khung cũ kỹ của tàu *Volga*, con tàu can đảm đã đều đặn như cái đồng hồ đưa anh từ Sài Gòn sang Manila, nó đã bị gỡ hết thiết bị, và năm ấy bị bán với giá sắt vụn cho China Merchants Co để rồi rốt cuộc trở thành cầu tàu ở nơi đây.

Còn tàu *Saigon*, mà trên đài chỉ huy từng có thuyền trưởng Flotte tốt bụng sắp kiệt sức, thì bị đắm cùng năm đó, bị bão dạt lên bãi cát Côn Lôn. Yersin không có nỗi hoài niệm biển cả ấy. Trong vòng vài ngày, anh tiêm huyết thanh chữa dịch hạch tuyệt đối hiện đại của mình cho hai mươi ba bệnh nhân, trong số đó chỉ có hai người chết vì được cứu chữa quá muộn. Rồi anh sang Macao, chỗ của người Bồ Đào Nha, để trêu tức người Anh. Vốn dĩ anh biết rằng tin về những ca tiêm vắcxin thành công của anh sẽ được truyền qua vịnh.

Cứ để họ gọi bạn quý Kitasato đến, ông ta chẳng làm được gì đâu.

ở Bombay

Vừa về đến Nha Trang là Yersin yêu cầu Pesas tăng tốc độ sản xuất vắcxin, và Pesas, kiên định trong cương vị bác sĩ thú y, hứa với anh là sẽ tăng tốc. Rồi Yersin lên tàu đi Marseille gặt hái những vòng nguyệt quế vinh quang. Tháng Mười một, anh đến Paris cùng điều chế viên của mình, gặp lại Roux và Calmette, và cả bốn người đến tưởng niệm trước hài cốt Louis Pasteur, kể từ khi được tổ chức quốc tang nằm trong một hầm mộ ở nhà thờ Đức Bà trong khi đợi được đưa về hầm mộ ở Viện. Trên Tập san Viện Hàn lâm Y học, chỉ trong vài trang, Yersin đặt dấu chấm hết cho cái lịch sử ghê gớm của dịch hạch. Hẳn người ta sẽ trao giải Nobel cho anh nếu khi ấy đã có giải Nobel. Giải thưởng đầu tiên sẽ được trao 5 năm sau đó. Lúc này còn chưa ai biết. Alfred Nobel qua đời vào tháng Chạp, điều đó nằm trong di chúc của ông.

Sau một tháng trên biển, ba tuần trên đất liền, họ đã ở trên các bờ kè Marseille. Một cuộc đời trăm cây số giờ, cơn lốc. Phileas Fogg và anh chàng Vạn Năng của mình, mắt không rời đồng hồ treo trên các phương tiện giao thông, chạy trên thang tàu thủy, nhảy lên bậc thang xe lửa. Và ta thấy ngạc nhiên rằng ông già Jules Verne, người đã từng viết về cuộc đời Livingstone, đã không viết một cuốn tiểu thuyết về những cuộc phiêu lưu sôi nổi và huyền hoặc của Yersin, không vẽ anh thành người hùng tích cực có khả năng góp phần vào sự nảy nở tinh thần của lớp độc giả trẻ. Ở chặng dừng Colombo, một phái đoàn Anh quốc, có lẽ cưỡi voi, ra bến cảng cùng ngài tiểu vương bản địa. Một sĩ quan cao cấp lên tàu *Melbourne* xin được gặp Yersin. Đang có nạn dịch hạch ở Bombay.

Trong cabin của mình Yersin không có cả huyết thanh lẫn những con thú dùng để điều chế vắcxin. Đợi đó, tôi tới đây. Lúc anh xuống tàu ở Nha Trang, hai mươi tư con ngựa cái vừa chết vì bệnh than. Yersin yêu cầu Pesas nhanh tay hơn với những con còn lại trong đàn. "Ngay khi con tới nơi, bọn con đã chích máu cho hai con ngựa cái mà con thấy là được miễn dịch tốt nhất. Nếu huyết thanh của chúng tốt, con sẽ lấy rất nhiều máu và sẽ sang Ấn Độ ngay lập tức."

Ngay lập tức, nhưng cũng phải mất đến hàng tuần, và mỗi tháng chỉ có một chuyến tàu. Họ sản xuất huyết thanh cho tới tận tháng Hai. Yersin mang theo trong hành lý của mình vài trăm liều, trong khi có lẽ phải cần đến hàng chục nghìn liều. Cùng lúc ấy, Pesas vẫn nhanh tay, có lẽ hơi quá đà. Cũng như trong mọi thứ nghề cần sự chính xác cao, nguy cơ luôn là sự lặp lại. Ông tất bật quay cuồng, chạy từ phòng thí nghiệm sang khu nuôi gia súc. Bọn khỉ làm trò khỉ, lũ ngựa cái thì liên tục giở chứng, tung vó đá hậu làm đổ xô chậu, đám chồn hôi lội bì bõm trong máng ăn, hất đổ cả máng. Yersin còn đang trên biển thì Pesas gặp tai nạn trong phòng thí nghiệm.

Bức điện báo tin Pesas đã chết vì lây bệnh được gửi đến trụ sở Hãng Đường biển tại Colombo. Yersin đã trên đường đi Tamil Nadu, đến Madras, đi tàu hỏa ngang qua tiểu lục địa để đến Bombay. Tháng Ba, anh đóng đô ở tòa lãnh sự Pháp, tiến hành tiêm vắcxin cho cộng đồng Pháp, chữa khỏi bệnh cho cô con gái của thống đốc ngân hàng. Từ phía người Anh, phiền phức bắt đầu xuất hiện.

Bombay là một cảng biển lớn có tám trăm nghìn dân, giao dịch với London mang tầm quan trọng sống còn đối với thành phố. Gần như ở khắp nơi trên hành tinh, các đế chế thuộc địa đều tranh chấp biên giới, dàn quân đối mặt với nhau. Đây chính là Trò Chơi Vĩ Đại mà Connolly[1] miêu tả. Một năm trước đó, ở Muang Sing, người Pháp đã buộc người Anh rời Bắc Lào, phải vượt sông Mê Kông, về hướng Tây. Một năm sau, người Anh sẽ trả được hận ở Fachoda, người Pháp phải rời khỏi bờ sông Nil. Loti khi ấy còn chưa viết cuốn *Ấn Độ không bóng người Anh*. Ta có thể cảm thấy ý tưởng này hẳn sẽ không làm Yersin thấy khó chịu.

---

1. Tác giả muốn nói tới Arthur Connolly (1807-1842), sĩ quan phản gián và nhà văn người Anh. Connolly là người tạo ra cụm từ "great game" để chỉ cuộc đụng độ giữa Đế chế Anh và Đế quốc Nga nhằm tranh giành vùng Trung Á.

Từ khắp mọi nơi, các phái đoàn y tế đổ tới nơi có người Ấn Độ bị dịch hạch, bác sĩ Nga, Áo, Đức, Ai Cập, Anh và Ý, tất cả đều đã ở đây trước khi Yersin tới. Họ giành giật những người hấp hối và các bí mật y học trong bầu không khí đậm mùi âm mưu và vô vọng. Hoạt động của cơ quan y tế còn khó khăn và bị phản đối dữ dội hơn so với những gì đã xảy ra ở Hồng Kông do người Hoa gây nên. Dân cư địa phương từ chối đến bệnh viện cách ly và các trạm cách ly không tuân thủ hệ thống đẳng cấp. Mặc cho loài gặm nhấm cứ đông nhung nhúc, công tác diệt chuột vấp phải nguyên tắc của đạo Phật là coi trọng sự sống. Ngay giữa những người của cánh Pasteur cũng nảy ra cuộc tranh luận được mệnh danh là "bạch huyết Haffkine".

Haffkine, người đã kế nhiệm Yersin giảng dạy về vi khuẩn, vừa rời Viện để mở phòng thí nghiệm riêng ở Calcutta, tại đó anh sản xuất thứ bạch huyết này, bị người ta tố cáo là gây ra những tác dụng phụ tồi tệ nhất. Bác sĩ Bonneau được cử từ Paris sang. Chánh thanh tra y tế thuộc địa cùng các thanh tra trợ tá tiến hành điều tra. Chính nhóm Bonneau đã tới giải quyết các xung khắc của nhóm Pasteur. Chánh thanh tra viết báo cáo: "Tuy tin vào khả năng tiêm vắcxin cho người chống lại dịch hạch nhờ phương pháp nuôi vi trùng ở nhiệt độ cao, chúng tôi phản đối phương pháp của Haffkine vì nó quá sơ lược và quá nhanh, không đủ để tạo ra một sự miễn dịch hữu hiệu, và những mối nguy hiểm mà phương pháp ấy chứa đựng, so với các ưu điểm của nó, là quá đủ để lên án nó."

Về phần Yersin, sự hỗn loạn lớn đến mức hoạt động của anh bị những người Anh quỷ quyệt kia ngáng chặn hoàn toàn: "Bác sĩ Yersin đã gặp rất nhiều khó khăn về vấn đề này. Các ca bệnh của ông đều thuộc các bệnh viện nằm dưới quyền các bác sĩ người Anh, thành thử ông không được thoải mái để hành động như cần thiết: người ta tiêm iốt vào hạch người bệnh của ông, kê cho họ mã tiền toan, cà dược, cây vòi voi, toàn những thứ thuốc vô ích, nếu không muốn nói là gây hại, thế nên việc thống kê những ca thế này không thể hiện được toàn bộ giá trị mà lẽ ra nó đã có nếu như ông được toàn quyền tiến hành chữa trị theo ý mình." Yersin kiệt sức vì những trận cãi cọ, anh biết rõ là phải lờ chúng đi, chạy trốn, sang Cận Đông hay sang Harar.

Anh chán ngấy Bombay và người Anh đến tận cổ. Bên kia cũng thế. Người Anh rất khó chịu với mấy tay thanh niên Pháp không phải là Pháp kia, hoặc chỉ mới là người Pháp, như Yersin người Thụy Sĩ, hay Haffkine người Ukraine, đã thế vừa đến Paris họ mắc phải cái thói mà người Anh thấy tồi tệ nhất ở người Pháp, là thói to gan dạy dỗ thiên hạ, cả người Anh luôn, thói đế quốc hoặc thói Pasteur. Yersin đã rời Bombay để trốn khỏi cộng đồng y học. Anh một mình ở Mandvi, tít trên phía Bắc bang Gujarat, bán đảo Kutch, nơi nạn dịch đang giết chết một trăm người mỗi ngày. Anh nhanh chóng hết huyết thanh và quyết định rằng thế là quá đủ. Anh viết thư báo cho Calmette là sẽ ra đi. Anh đã nổi tiếng là một kẻ cô độc và thằng phá rối. Hẳn người ta thích biết là ở nhà ga, anh đã mua hai tập cuốn *Truyện rừng* của Kipling vừa xuất bản. Kipling sẽ sớm nhận giải Nobel, Yersin thì không bao giờ. Lúc này, dịch hạch đã lan tới Suez.

Viện Pasteur cử Paul-Louis Simond sang Bombay để thay anh. Calmette viết thư cảnh báo Simond: "Anh chàng Yersin tốt bụng này thực sự quá hoang dã. Thái độ của anh ta ở Bombay làm người ta rất khó chịu, và tôi e rằng anh sẽ khó mà thay đổi được cảm giác khó chịu do anh ta gây ra." Quả thật, Simond được đón tiếp rất lạnh nhạt, và hình ảnh cánh Pasteur do Yersin và Haffkine để lại hơi giống hình ảnh một nhóm thanh niên cao ngạo phách lối quá sức tự tin, chỉ nhún vai không thèm nói gì khi nhận được một lời khuyên nhủ. Simond phàn nàn việc này về Paris và Calmette trả lời anh, "về những gì anh nói liên quan tới Yersin, tôi không hề thấy ngạc nhiên. Với tính khí man dại của mình, hẳn anh ta đã phạm phải vô số điều vụng về với các đồng nghiệp người Anh". Simond sẽ phải mất trọn một năm mới vỗ về yên ổn được mọi phía. Rốt cuộc anh sẽ được chấp nhận vì phát hiện ra rằng rận chính là tác nhân truyền bệnh.

Yersin đọc báo cáo đó ở Nha Trang. Anh lắc đầu, anh đã nghĩ đến chuột mà quên mất rận. Rận là một loài côn trùng có cánh, điều này hẳn cha anh biết. Thí nghiệm của Simond rất đơn giản, nhốt một con chuột nhiễm bệnh vào một cái lồng nan, xung quanh đặt nhiều cái lồng nan khác có chứa chuột mới, người ta hay gọi lũ vật nuôi trong phòng thí nghiệm như vậy. Yersin, với tinh thần thượng võ, mau mắn chúc mừng Simond vì đã giải quyết xong căn nguyên của căn bệnh bằng sự bổ chính này.

Tay Simond này cũng đã đi không ít. Yersin tự hỏi giờ ông bạn cũ của mình có thể ở đâu. Đây đang là đầu năm 41. Yersin đã bảy mươi tám tuổi.

Liên lạc giữa châu Âu và Đông Dương gần như là không thể, hoặc chập chờn, vì có sự kiểm soát của kẻ chiếm đóng Nhật ở đầu này và của Đức ở đầu kia. Đã gần một năm kể từ khi ông ra khỏi con cá voi nhỏ màu trắng, trong cái nhàn rỗi bất đắc dĩ của mình, ông hình dung những người bạn cũ trong cỗ máy nghiền của cuộc chiến tranh. Trong ngôi nhà vuông lớn của mình ở Nha Trang, ông nghe đài Pháp và cố hiểu ý thức hệ của chính quyền Vichy, nghe đài Anh và đâm ra ngưỡng mộ người Anh, những kẻ duy nhất dám kháng cự. Đài Đức vẫn ca ngợi, để làm tuyên truyền, hiệp ước Molotov-Ribbentrop, sự cấu kết của chủ nghĩa phát xít với chủ nghĩa Stalin, rồi đột nhiên xe tăng Đức tiến vào xâm chiếm Liên Xô, hồi tháng Sáu. Yersin không hề ảo tưởng, có lẽ ông tự nhủ rằng đối với chính trị, chiến tranh cũng giống như trò thông dâm trong tình yêu, thỉnh thoảng cũng cần phải dùng đến nó. Sống lâu thế này liệu có đáng chăng?

Tất cả những tiến bộ mà ông là sứ giả liệu có đáng chăng? Thì đấy, các nhà vật lý bị nhốt ở Los Alamos đã sáng chế ra vũ khí nguyên tử. Khắp nơi, các phát minh của cánh Pasteur bị đem ra dùng để sản xuất vũ khí sinh học. Trên một đài Thụy Sĩ, ông nghe tin nhà văn Ái Nhĩ Lan từng là hàng xóm của ông ở khách sạn Lutetia chết ở Zurich, hồi tháng Giêng vừa rồi, Joyce tin rằng thế chiến là một âm mưu to lớn chống lại việc xuất bản tác phẩm *Finnegans Wake* mà cuối cùng thì ông cũng viết xong. Tất cả những chuyện đó đến trong óc ông lộn xộn, mất trật tự. Quân đội Thái Lan đồng minh với người Nhật xâm chiếm Campuchia và Lào, phá hủy sân bay Pháp ở Angkor, trạm dừng của con cá voi nhỏ màu trắng hãng Air France. Qua một bức thư của toàn quyền ở Hà Nội, đô đốc Decoux, ông được biết cái chết của Loir, người cháu của Pasteur, ông nhớ đến cái thời cả nhóm vẫn còn ở phố Vauquelin, trước khi Loir lên đường sang Úc. Theo tin gần đây nhất, ông ấy đang ở Le Havre. Khi có xung đột nổ ra, sống ở các cảng biển thật không hay ho gì. Ông biết gì về các trại tập trung Goulag và Treblinka, Yersin, lúc ấy đang ngồi một mình nghe đài trong đêm?

Ông biết rằng những người Do Thái ở Paris phải đeo ngôi sao vàng. Đã từ lâu ông không còn liên hệ với người bạn học cũ Sternberg. Ông ấy phải chăng đã trở thành một bác sĩ hưu trí ở Marburg, thoát được lệnh cấm hành nghề bởi không còn hành nghề nữa? Những lúc bắt gặp bọn *aryan*[1] trên phố, ông có phải rời vỉa hè không? Ông nhớ lại những hy vọng chung của họ, các cuộc trò chuyện về dịch hạch. Muốn dìm chó xuống nước thì cứ bảo nó bị dại. Ông biết rằng ở lối vào công viên Boucicaut, bên dưới khách sạn Lutetia, người ta đã dựng tấm biển "Vườn chơi của trẻ em, Cấm Do Thái". Sau trận Trân Châu Cảng, vào tháng Chạp, là cuộc chiến Thái Bình Dương, người Mỹ cho hạm đội tiến về phía Philippin. Tháng này qua tháng khác, tin tức luôn tồi tệ. Đã sang năm 42. Sống lưu vong bên Braxin, Zweig, người cũng giống như ông đêm đêm ngồi nghe đài, tự sát ở Petrópolis khi hay tin Singapore thất thủ, bởi có nghĩa tất cả đã mất. Yersin đã 79 tuổi.

Đô đốc Decoux, đang lánh nạn ở Đà Lạt, quấy nhiễu ông để ông viết lại lần nữa câu chuyện kỳ vĩ về nạn dịch hạch ở Hồng Kông, những lần tiêm vắcxin đầu tiên bên Trung Quốc. Ông biết rõ người ta muốn sử dụng ông cho các mục đích tuyên truyền, biến ông thành người lính trong cuộc chiến ý thức hệ. Tại cái xứ Đông Dương đang bị người Nhật chiếm đóng này,

---

1. "Chủng tộc Aryan" là chủ thuyết hình thành ở châu Âu cuối thế kỷ 19 đầu thế kỷ 20, khẳng định rằng người Đức chính là hậu duệ thuần chủng nhất và tinh túy nhất của người Aryan, và do đó xứng đáng để lãnh đạo thế giới. Hitler đã xây dựng Đảng Quốc xã dựa trên tinh thần này.

nhắc nhở việc Viện Pasteur đã thắng Viện Koch và Yersin đã thắng Kitasato, nói rằng không phải một bác học phe Trục đã chiến thắng nổi kinh hoàng màu đen, và rằng thiên tài nằm bên phía Đồng Minh.

Bởi đã đọc lại những cuốn sổ, ông viết các kỷ niệm thám hiểm, hơi có chút cẩu thả. Được đăng báo. Thêm một lần nữa, ông biết rõ rằng người ta đang lợi dụng danh tiếng là đồ đệ cuối cùng Pasteur còn sống của ông, dù đó chỉ là một ngẫu nhiên của di truyền học. Một số người Việt Nam âm mưu cùng quân chiếm đóng đẩy nước Pháp thua cuộc ra. Đối mặt với sự vô ơn của bọn người Việt, Vichy định nhắc nhở họ rằng đường sá này, tàu hỏa này, tháp nước này, bệnh viện này: liệu nhờ bọn Nhật bẩn mà có, hả?

cuộc đời đích thực

Cũng như tất cả chúng ta, Yersin kiếm tìm hạnh phúc.

Chỉ có điều, ông đã tìm được.

Sau Bombay, thế là hết. Cầu cho cả đám y khoa mắc dịch hạch. Ở tuổi ba lăm, Yersin muốn hưởng thụ đặc quyền được rút khỏi chính trị và lịch sử. Anh chọn sự cô độc, thuận tiện cho thi ca và nghiên cứu khoa học. Anh đang ở độ tráng niên. Chòm râu đen và cặp mắt xanh. Rốt cuộc, đi biền biệt cũng không hẳn là sống. Giờ đây chính những dịch chuyển không ngừng lại làm anh mệt mỏi. Anh đã dùng đủ liều. Cái đó bắt đầu làm anh bực bội. Anh biết đến thiên đường, Nha Trang, và không muốn rời khỏi nó nữa, làm cho nó đẹp thêm, lập ra một

Viện Pasteur ở đây, và dứt điểm với công việc chắp vá thủ công từng khiến Pesas mất mạng.

Ngồi trong phòng làm việc trên một chiếc ghế mây, trước mặt là đống tạp chí khoa học, Yersin nghiên cứu kiến trúc và biến mình thành nhà xây dựng. Anh bỏ căn nhà gỗ ở Xóm Cồn, vẽ một ngôi nhà hình lập phương bằng gạch cao ba tầng, chạy vòng quanh là một hành lang bán lộ thiên dưới những mái vòm rộng hai mét. Dưới là bếp, trên tầng là phòng ngủ, tầng cao nhất có phòng làm việc và thư viện đầy chặt các tạp chí khoa học. Từ trên cao có thể nhìn bao quát vẻ đẹp chói lòa, những thuyền câu tối tối lại xuôi theo dòng sông, ra khơi, những ngọn đèn treo trên các cây sào. Lúc bình minh, gió mang chúng về. Tôm cá trút đầy lên bãi biển, ngay gần công trường nơi những người thợ mộc đang ghép bè mới. Hương hoa và mùi đất sau cơn mưa rào thoảng lên đến tận phòng làm việc, nơi giờ đây Yersin đang vẽ những ngôi nhà cho các bác sĩ thú y và cánh nhân viên phòng thí nghiệm, tường quét vôi và gỗ ốp tường màu xanh lục tươi, ngói nâu và các hàng hiên, theo phong cách những tòa biệt thự ven biển vùng Normandie mà anh từng thấy ở Cabourg.

Nằm xa bờ biển, Viện Pasteur được xây lên, dài năm mươi mét, rộng mười mét, ở đó sẽ đặt các phòng thí nghiệm, các phòng để chích máu lũ vật, ngay sát là các dãy chuồng trại, bò và ngựa đang được tiêm phòng để miễn nhiễm với nhiều loại bệnh dịch. Dự án có được sự hỗ trợ của bạn anh, Paul Doumer, vẫn đang là toàn quyền, đứa con mồ côi ở Aurillac, người lập ra Đà Lạt. Yersin thuê nhân công và mã phu, đẩy mạnh chăn nuôi và nông nghiệp để nuôi gia súc. "Con đang xây một cái cối xay gió để lấy nước."

Ngồi trong phòng làm việc trên một chiếc ghế mây, trước mặt là đống tạp chí khoa học, Yersin nghiên cứu vật lý, cơ học, điện. Anh đặt một cái tủ sấy và một lò đốt, một tủ làm nước đá chạy khí ga mác Pictet, từ Paris, do tàu của Hãng Đường biển chuyển tới. Một máy bơm nước và một tuốcbin sẽ cấp điện cho Viện và cả làng chài. Anh tìm cách giảm chi phí bằng tự mình vào việc, và đó cũng là những cái diều của anh nữa: "Phần này của vật lý vẫn luôn thu hút con, và con có hiểu biết khá đủ, để tự mình có thể lắp đặt mà chẳng cần nhờ đến một kỹ sư điện chuyên môn." Anh đặt nhà sản xuất Serpollet một chiếc ôtô theo mô hình chạy bằng hơi nước đầu tiên của ông ta, một chiếc Serpollet 5 mã lực vận tốc có thể đạt hai lăm cây số một giờ.

Yersin là đấng sáng thế của một giấc mơ thức mà anh đang biến thành hiện thực. Sắp tới, anh mua được ở Suối Giao, giờ là Suối Dầu, một mảnh đất rộng 500 hécta. Khi ấy nơi đó là một bãi hoang vu toàn bụi rậm nằm cách bờ biển chừng hai chục cây số. Một dòng sông hợp lưu với con sông chảy vào Biển Đông ở đoạn ngay trước nhà anh, bởi vậy có thể đến đó bằng xuồng tam bản. Họ khai hoang, làm đất chăn thả và trồng ngũ cốc. Yersin tạo ra một tiểu hành tinh tự cung tự cấp, một hoán dụ của thế giới, một con tàu cứu rỗi, một Vườn Địa đàng không chứa chấp những con virút bị đày xuống địa ngục. Họ làm cỏ để dọn sạch các đầm lầy. Sắp tới sẽ có hàng trăm con bò, trâu, ngựa, bò cái, ba trăm cừu và cũng ngần ấy dê. Bọn thú được chia ra sống trong các khu biệt lập, mỗi khu chừng 50 con, được bảo vệ khỏi thú dữ và vi khuẩn bởi một vành đai hai lớp được canh giữ.

Sứ mệnh mới mà anh trao cho mình là sứ mệnh của nhà bác học tối cao, số nhân của tiến bộ. Vây quanh anh là những đứa con trai dân chài đã trở thành môn đệ Pasteur, cùng cánh Pasteur từ Paris và từ Sài Gòn đến. Trong các phòng thí nghiệm, họ tiến hành nghiên cứu về sài đẹn, uốn ván, than, bệnh lở miệng, trực khuẩn que. Yersin đặt mua từ Thụy Sĩ nhiều thùng chuông, được chuyển đến qua đường Marseille. "Kể từ khi lũ bò cái được đeo chuông, hổ đỡ vồ hẳn, nó có vẻ chuyển sang săn đuổi lũ ngựa của bọn con." Và rồi cứ thế, thật nhẹ nhàng, người ta chuyển thế kỷ.

Bước vào thế kỷ 20, người ta vẫn còn chưa biết đó sẽ là thế kỷ tệ hại nhất với những man rợ vô chừng, nó đến sau thế kỷ của những giấc mơ về một sự tiến bộ vô chừng. Tuy nhiên, nó được khai trương ồn ào. Đó là Thời kỳ Tươi đẹp[1]. Vẫn còn nguyên đây sự lạc quan của khoa học kỹ thuật và của bệnh tật bị trừ tiệt, những đợt tiêm vắcxin phòng và chữa bệnh.

Ngồi trong phòng làm việc trên một chiếc ghế mây, trước mặt là đống tạp chí khoa học, Yersin nghiên cứu nông học và hóa học. Anh tiến hành các thử nghiệm nhằm dùng lúa thay cho lúa mì làm thức ăn cho ngựa, làm ruộng bậc thang trên các ngọn đồi để vô hiệu hóa hoặc tận dụng các đới khí hậu. Sau thất bại với loại Arabica, họ trồng hai nghìn cây cà phê Liberia, các loại cây thuốc, trong số đó có một nghìn gốc *Erythroxylum coca* để làm cocain khi ấy vẫn được sử dụng trong ngành dược.

Sau sự lạnh lùng xảy ra bên Ấn Độ tiếp nối những thất thường

---

1. La Belle Époque: Là một thời kỳ kéo dài từ cuối thế kỷ 19 đến đầu Thế chiến thứ nhất (1914) khi châu Âu rất phát triển về kinh tế, khoa học kỹ thuật, văn hóa. Thuật ngữ này xuất hiện sau Thế chiến thứ nhất. Trong từ "tươi đẹp", phải hiểu là có một phần thực tế (phát triển, vô âu lo, có niềm tin vào khoa học).

về tính khí của anh, mối quan hệ với Paris đã được hâm nóng. "Calmette thân mến, thật không thể tin nổi nhưng lại đúng thế đấy: tôi đã nhận được một bức thư của Roux từ Ceyzérieu! Thật là một may mắn lớn đối với tôi, vì khi ông bạn Roux quyết định cầm bút thì luôn là để viết ra những điều thú vị." Anh sang Paris. "Con đã tính đi tàu xuyên Siberia, nhưng con sợ lúc ấy trời vẫn còn quá lạnh." Cày xới đất đai và bãi chăn thả không thuộc sứ mệnh hàng đầu của Viện Pasteur, cũng không phải hai nguồn sống của nó. Họ lập một hãng tư mang tên "Các ngài Yersin, Roux & Calmette".

Với độ lùi thời gian, những trao đổi giữa họ sau khi anh quay về đôi khi giống như bản kê những cú điện thoại của một tập đoàn doanh nghiệp. Roux viết cho Yersin. "Sau khi anh đi, điều đầu tiên Bertrand làm là tìm a-xít tung-x-tích. Ông ấy tìm được nó bên Anh và chúng tôi đã đặt một tấn với cái giá rất tuyệt là sáu nghìn năm trăm franc. Không thể mua được rẻ hơn. Từ Hambourg, nó sẽ được gửi sang Sài Gòn. Axít sunfuric sẽ đi từ Marseille, cũng như silicat. Anh có thể thấy rằng chúng tôi đã vô cùng mạo hiểm. Cũng không thể nói được rằng trong hoàn cảnh như hiện nay cocain mang lại nhiều lợi nhuận. Nhất là khi một đối thủ cạnh tranh rất đáng gờm vừa xuất hiện trên thị trường, dưới hình thức một chất mới được làm từ phương pháp tổng hợp, stovaïne, một thứ gây mê ít độc hại hơn cocain và nếu dùng gấp đôi liều lượng thì cũng có hoạt tính tương đương." Một bức thư thật lạ, nó đã không cho biết người sáng chế ra stovaïne, vài tháng trước bức thư này, cũng là một người trong nhóm Pasteur thuộc Viện, Ernest Fourneau, cũng là nhà hóa học giống như Pasteur.

Yersin đẩy mạnh sản xuất và tạo ra một chất cô lỏng, lẽ ra với nó anh đã có thể trở thành tỉ phú vì sáng chế ra một loại nước màu đen sủi bọt, nếu anh đăng ký bản quyền. Anh đặt cho nó cái tên Kola-Cannelle, có thể viết tắt lại thành Ko-Ca. Anh viết cho Roux từ Nha Trang. "Tôi đã gửi cho anh theo đường bưu kiện một chai Kola-Cannelle. Hãy lấy khoảng một xăngtimét khối rưỡi cho vào một cốc nước đường rồi uống lúc nào anh cảm thấy mệt. Tôi hy vọng 'thuốc trường sinh' này cũng tạo cho anh cảm giác hưng phấn giống như nó đã tạo ra cho tôi."

Yersinia coca.

Họ cũng trồng cây thuốc lá, cũng sắp bị cấm, cùng sắn, ít bị đe dọa hơn. Tuy nhiên họ cũng vấp phải nhiều thất bại, chúng được Yersin viết lại vào một quyển sổ: vani, nhục đậu khấu, cây két và ngô trồng mãi vẫn chưa thấy lên. Cả khu gồm có một cộng đồng nông nghiệp và khoa học, một trạm xá cho dân làng. Tối tối, Yersin đóng sổ và tạp chí lại, nghĩ đến tương lai vương quốc yên bình và thịnh vượng của mình, lo trời sẽ mưa.

Anh biết là cánh đồng hút nước ghê gớm khi có mưa rào.

Người ta nghĩ đến nhân vật chính trong tiểu thuyết *Vàng* của Cendrars, người đồng hương Thụy Sĩ của anh, tướng Sutter tại vương quốc của ông bên California. Đêm đến, khi Yersin buồn chán, anh vẽ sơ đồ một tháp nước. Và hôm sau, anh bắt tay vào dựng một tháp nước. Trong vòng bốn mươi năm, anh sẽ chọn ở mỗi nơi trên thế giới những gì đẹp nhất của thiên nhiên để đưa về Nha Trang, thảo mộc và thú vật, cây gỗ và hoa. Khi ấy các khoản thu nhập còn chưa bắt nguồn từ nông nghiệp. Những hoạt động đồn điền này hao tốn kinh khủng. Cũng không khác gì Pasteur với bệnh dại, Yersin vẫn chưa đăng ký sáng chế cho vắcxin của mình. Như các tu sĩ, những người đảm bảo nhu cầu cuộc sống vật chất của mình bằng cách chế ra một thứ rượu mùi, rượu *chartreuse* hay *gentiane*, ở đây huyết thanh chống dịch hạch ở bò cho phép họ có nguồn thu nhập vừa đủ để sống. Họ mau chóng bán được mười nghìn liều mỗi tháng cho dân chăn nuôi.

Lâu lâu, Yersin lại gửi một bài viết cho *Biên niên của Viện Pasteur*, nhan đề bài lúc nào cũng rất ngắn gọn. *Nghiên cứu về một số dịch bệnh động vật ở Đông Dương*. Như một nhà thơ phái Thi Sơn đã rút lui nhưng vẫn gửi vài bài thơ cho các tạp chí. Ở Pháp, thơ hiện đại chủ nghĩa đã thế chỗ thơ *alexandrin*. Yersin không biết Apollinaire và Cendrars, cũng không biết những bài thơ của ông hình tháp Eiffel cao như các vì thiên thể. Anh không biết rằng ở Montparnasse không xa Viện là bao, Rivera và Soutine, Modigliani và Picasso sẽ sống gần nhau. Tất tật những thứ tầm phào hội họa văn chương, anh đều không biết tới, Yersin ấy. Anh tự nhốt mình ở Nha Trang, mắt chăm chú vào kính hiển vi, hoặc giả, cây gậy trên tay, anh rảo bước trên những đồng cỏ.

Cũng như tất cả chúng ta, Yersin tìm cách biến đời mình thành một tổng thể đẹp và hài hòa.

Chỉ trừ một điều, ông làm được việc đó.

ở Hà Nội

Thế rồi có tin sét đánh. Một bức thư của Paul Doumer, đứa trẻ mồ côi ở Aurillac, vẫn đang là toàn quyền. Anh đã khám phá vi khuẩn dịch hạch được tám năm, được yên ổn ở Nha Trang bốn năm. Thế kỷ mới lên hai tuổi. Vẫn còn là hài nhi. Nó thật xinh xắn đáng yêu.

Nhưng đó là Doumer, và Doumer sắp ra đi. Họ đã cùng nhau lên cao nguyên Lang Bian, Doumer đã ngay lập tức cho xây liệu dưỡng viện Đà Lạt. Họ đã cùng nhau ngược sông Mê Kông, từ vùng châu thổ tới Phnôm Pênh. Doumer rời châu Á. Ông quay về Pháp khởi động lại sự nghiệp chính trị của mình, lại lao vào chuồng thú dữ một lần nữa. Gorguloff tay người Nga gàn dở lúc ấy đang ở đâu? Cái định mệnh thâm hiểm lúc đó đang ở đâu để chính xác ba mươi năm sau, nó sẽ dẫn hai người này đối mặt nhau, một người cầm khẩu *browning* trút đạn vào ngực người kia?

Trước khi sang Hà Nội nắm chức toàn quyền của cái vùng mà các nhà địa lý, cho mãi tới tận Jules Ferry, vẫn còn gọi là Ấn Độ bên kia sông Hằng, rồi sau đó là Indo-Chine rồi cuối cùng mới là Indochine[1], ở Paris Doumer từng là Bộ trưởng Tài chính trẻ trung, thuộc cánh tả cấp tiến, cũng là người nghĩ ra, sau đó thông qua bằng bầu phiếu ở Nghị viện, loại thuế đầu tiên đánh lên thu nhập để buộc người giàu phải nôn tiền. Ông muốn để lại nơi đây một dấu vết trong lịch sử thuộc địa, và trước khi đi khỏi thì kịp đặt hòn đá đầu tiên cho một hệ thống y tế rộng lớn, mà ông mong Yersin sẽ điều hành. Một trường Y và một phòng thí nghiệm trực thuộc Viện Pasteur, một bệnh viện và một trung tâm vệ sinh. Vì đó là Doumer, nên Yersin đã rời Nha Trang ra Hà Nội.

Đã lâu rồi anh chưa gặp lại thành phố xanh um và mờ sương, kể từ khi rời chỗ người Xê Đăng quay về cùng cha Guerlach, rồi cuộc gặp Lefèvre trước khi sang Hồng Kông. Khu phố mới của Hà Nội kém khu phố mới Sài Gòn hai mươi tuổi. Người Pháp ở Bắc Kỳ đã rất khẩn trương. Trong vòng hai mươi năm, cứ như thể đã nhiều thế kỷ trôi qua, với sự tự tin, quyết liệt và mù quáng của người La Mã lạc lối ở xứ Gaule, họ đã xây

---

1. Trong từ "Indochine" có "Indo" chỉ Ấn Độ và "Chine" chỉ Trung Quốc.

dựng khách sạn Métropole và tòa nhà Puginier[1], để tự trấn an mình, mở trường đua ngựa và các khu chợ, nạo vét và cải tạo hai cái hồ. Thành phố đã có đến bảy mươi nghìn dân. Yersin đã cho mang chiếc Serpollet 5 mã lực lên tàu ở Xóm Cồn. Từ Hải Phòng, một cái bè chở nó đi trên sông Hồng. Đây là chiếc ôtô đầu tiên của thủ đô. Ngồi sau vôlăng, Yersin đi chầm chậm dọc các đại lộ rộng rợp bóng cây.

Những khu phố đẹp này là những khu phố đầu tiên ở châu Á có điện, nước sạch và đèn công cộng. Lác đác dọc những phố tĩnh lặng, các biệt thự có hàng cột và gỗ tường, sơn trắng hay vàng nâu, ở sâu trong những khu vườn xén tỉa kỹ càng dọc những lối đi sạch sẽ tinh tươm. Cả các dinh thự có cốt gỗ, đằng sau dãy hàng rào sắt là những đầu hồi nhọn hoắt chĩa lên trời, bên dưới là cây cối xum xuê u tối. Một thành phố như Proust tả, cùng nỗi nhớ nhung Cabourg và Dauville vẫn hiện diện đâu đây.

Những chiếc xích lô dạt sang một bên nhường đường cho cỗ máy kêu inh tai. Những người đánh xe siết lại những mảnh vải che mắt ngựa. Những cô bán hàng đội nón, đòn gánh trên vai, ngó cái máy quá lớn so với mạng lưới chằng chịt những ngõ phố nhỏ của khu buôn bán. Giữa khu phố cổ và khu Pháp, không xa hồ Hoàn Kiếm và đền Ngọc Sơn, Yersin đỗ xe trước cửa Métropole, khách sạn cho đến nay, một thế kỷ sau khi Yersin từng ở, vẫn là khách sạn dễ chịu nhất ở nơi bây giờ là thủ đô Việt Nam. Bóng ma của tương lai, kẻ cầm quyển sổ bọc bìa

---

1. Tức Phủ Toàn quyền, nay là Phủ Chủ tịch, do nằm gần đầu đường Puginier (tức đường Điện Biên Phủ ngày nay, đoạn giao với quảng trường Ba Đình) nên cũng được gọi là Palace Puginier.

da chuột chũi, đi theo Yersin từ Morges, từng ở Zur Sonne bên Marburg, ở khách sạn Royal bên Phnôm Pênh, từng cùng ông gặp Calmette trong một phòng khách của khách sạn Majestic Sài Gòn, và hoàng đế Bảo Đại ở Lang Bian Palace Đà Lạt, và Roux tại quán ăn của khách sạn Lutetia, giờ ngồi ở quầy bar, trong khi Yersin ký phiếu ở chỗ tiếp tân.

Doumer đã đợi sẵn anh ở đây, trước một cái ly và đống bản vẽ mở sẵn.

Yersin chưa bao giờ là người thích tự hành hạ mình. Không thuộc dạng người tự tạo khó khăn cho mình. Anh thản nhiên chịu đựng thiếu thốn tiện nghi khi cần, như lán trại và những đêm lạnh giá trên núi. Anh từng biết nhà tranh và lều lán lúc nhúc côn trùng. Những lúc có thể, anh ưa thứ tiện nghi rất posh trên tàu và khách sạn sang.

Từ Métropole, anh viết cho Simond, chuyên gia về rận, giờ đã rời Ấn Độ sang Braxin. Anh những muốn thuyết phục anh ta sang đây giúp anh, thậm chí là thế chỗ anh. Với trường Y mới, kiến trúc sư "ước tính việc xây dựng sẽ tốn một triệu rưỡi franc! Thế nhưng vẫn rẻ hơn nhiều, lại hữu ích hơn nhiều so với cái nhà hát ở Sài Gòn". Anh để cho anh ta thời gian suy nghĩ, và tiến hành nghiên cứu bệnh sốt vàng bên châu Mỹ. "Tôi đã rất ấn tượng trước những chi tiết mà anh cung cấp cho tôi trong bức thư anh gửi, về việc anh tới Petrópolis và khởi đầu các công trình của anh."

Khi các cơ sở ở Hà Nội vừa được xây xong, Yersin chịu trách nhiệm điều hành khu vệ sinh, tuyển nhân viên và nhận thí sinh theo học bác sĩ và y tá. Anh lên chương trình học theo mẫu bên

Pháp, sáng khám bệnh nhân ở bệnh viện, chiều thì lý thuyết. Anh đích thân đứng lớp các giờ vật lý, hóa học và giải phẫu. Và ta hoàn toàn có thể hình dung được nỗi kinh ngạc của Roux khi nhớ rằng xưa kia từng phải mắng mỏ như thế nào Yersin trẻ tuổi mới chịu nhận dạy tiếp môn vi trùng của mình. Nhưng đó là Doumer, và Yersin đã hứa.

Cuối năm đầu tiên, một khóa gồm mười một sinh viên đã thi đỗ. "Học sinh ngành Y của bọn con rất chăm học, có những người xuất sắc ngang với những sinh viên giỏi nhất bên Pháp. Điều thú vị là ngay những người thông minh cũng học rất chăm. Gần như có thể nói rằng không có ai lười biếng." Lâu lâu, Yersin lại đáo về Nha Trang, tiếp tục mở rộng cơ ngơi, trông coi sự tăng trưởng của đám cây cao su và việc điều chế vắcxin. Hè đến, anh rời Métropole, mua vé đi Marseille. Anh mang theo một đứa con dân chài tên là Quế, được anh đào tạo thành thợ máy. Họ hẹn gặp đích thân Léon Serpollet, nhà sản xuất công nghiệp đầu tiên trên thế giới về ôtô. Trên đường từ Paris tới Beauvais, ba người, tóc bay theo gió, đạt tốc độ một trăm cây số giờ trên chiếc Serpollet 6 mã lực mới tinh, loại xe siêu tốc tuyệt đối hiện đại mà Yersin, lòng đầy hào hứng, đặt một chiếc, thuê chuyển thẳng về Hà Nội.

Sau hai năm làm giám đốc, quản lý hành chính, mọi thứ đã vào guồng, và Yersin nghĩ đã đến lúc mình có thể xin từ chức.

Như vậy anh đã có hai năm nghiên cứu ở Viện Pasteur Paris, hai năm bác sĩ trên tàu Hãng Đường biển, hai năm giám đốc bệnh viện Hà Nội. Anh nhanh chóng mệt mỏi với mọi thứ, trừ Nha Trang. Doumer đã đi rồi. Sau này, người ta sẽ lấy tên ông đặt cho cây cầu lớn bắc qua sông Hồng, cầu Paul-Doumer, nay là cầu Long Biên.

Yersin đã bốn mươi tuổi, đã không còn ở vào tuổi dãi dầu nữa. Trong sự tĩnh tại của tuổi trưởng thành, anh dồn sức phát triển những thiên bẩm khác. Cuộc sống ở Hà Nội của anh chỉ là một dấu ngoặc đơn, trong khi người khác thì lại tưởng đây là khởi đầu một sự nghiệp về bệnh viện, một tương lai ông thầy lớn trong áo blu trắng. Anh phải mất nhiều tháng nữa mới lo xong vụ kế nhiệm mình. Sắp đầy ba năm ở Hà Nội, anh quay về Nha Trang sau một chuyến sang Paris nữa và lần cuối cùng ghé Morges. Lần cuối cùng, anh ôm hôn Fanny già nua trong phòng khách đầy hoa của Nhà Cây Sung ven Hồ. Năm sau, bà qua đời.

Nó đã 5 tuổi rồi, thế kỷ mới. Thế kỷ khốn kiếp. Cho đến giờ mọi chuyện đều ổn. Nó tận hưởng. Thật khó tưởng tượng những kẻ đi tra tấn và những tên đao phủ từng là những đứa trẻ tươi cười rạng rỡ. Con quái vật tương lai lên năm tuổi: Fanny qua đời cùng năm với Jules Verne, với Brazza nữa, di hài được mang từ Dakar về Marseille. Năm ấy, thế kỷ đã bày ra những dấu hiệu nghiêm trọng, chúng được Yersin ghi lại. "Ta có thể tự hỏi liệu chiến tranh sắp nổ ra giữa Anh và Đức hay không. Miễn sao nước Pháp đừng dính vào!" Đó là lúc nổ ra cuộc cách mạng Nga thứ nhất và Trotsky cầm đầu các xôviết ở Saint-Petersburg. Giải Nobel được trao cho con lạc đà Koch cao nghều. Pasteur mất đã được mười năm. Ở Paris, Yersin gặp lại Paul Doumer mà sự nghiệp đang tiến về phía số phận bi thảm của nó. Ông đã là chủ tịch Hạ nghị viện.

Yersin viết thư cho chị gái Émilie, trước hết là để thông báo với chị rằng anh từ chối nhận gia tài, tiền của lũ khỉ cái. Có những khi chị em gái cũng chăm chút như mẹ và ta còn được đọc thư từ của họ. Tuy vậy, những bức thư ấy ít hơn, kém dài, kém thân mật, kém chi tiết hơn, chỉ trừ những khi nói đến lũ gà.

Cô chị gái độc thân, Yersin giống cái, sau khi học piano và phong thái kiểu cách ở Nhà Cây Sung, thay vì một đám môn đăng hộ đối, lại muốn dùng món tiền còm cõi của mình xây một căn nhà gỗ ở Bellevue phía trên Hồ, tưởng tượng sẽ nuôi lũ sóc đất hay ong, quyết định bước vào nghề nuôi gia cầm. Cô đã bốn lăm tuổi. Yersin, kẻ độc thân thâm niên, sau vài năm làm nghề y ở Hà Nội, quay về Nha Trang tìm lại những ý tưởng điên rồ của mình. Rau nào sâu nấy. Các ý tưởng của em trai và chị gái, đó chính là những ý tưởng của người bố, ông thầy giáo vận rơđanhgốt đen và đội mũ chỏm cao, làm trong ngành thuốc súng và ham nghiên cứu hệ thống não của loài dế đồng.

cuộc tranh cãi về gà

Người ta hay miêu tả lịch sử khoa học như một đại lộ dẫn thẳng từ sự ngu dốt đến chân lý nhưng thật sai. Đó là một mạng lưới những con đường không lối thoát nơi suy tư thường lầm lạc và rối tinh. Một đống thất bại thảm hại và nhiều khi nực cười. Có thể so sánh nó với lịch sử thời khởi đầu của ngành hàng không. Khởi đầu này lại cùng lúc với khởi đầu của điện ảnh. Của những bộ phim đen trắng cà giật, trong đó có gỗ vỡ và vải rách toạc. Của những kẻ mơ mộng như Icare, đeo cánh chim, mặc váy xòe, hai tay dang ra như các vũ nữ ba lê, chạy về một bờ vực, lao mình vào khoảng không và ngã xuống như những viên sỏi, tan thây trên nền đá phía dưới.

Émilie tiêu tán tiền của lũ khỉ cái để mua gà. Cô đầu tư món tiền còm của mình vào việc xây dựng và trang bị cho một chuồng gà lớn làm mẫu ở Lonay. Yersin tìm cách ngăn cản chị. Chẳng tích sự gì. Hai chị em như thể sinh đôi, sự bướng bỉnh của họ thật vô biên. Émilie trở thành người đầu tiên ở châu Âu nhập khẩu một thứ thức ăn hạt của Mỹ dành riêng cho gia cầm tuyệt đối hiện đại, tên là Full-o-Pep. Cô tiến hành các thí nghiệm và ngày nào cũng ghi các kết quả vào một quyển sổ, số lượng trứng và việc tăng cân của lũ gà lấy thịt. Cô đăng các bài thời luận trên tờ *Đời sống nông thôn* và *Đất Vaud*.

Tuy đặc biệt thích trứng gà, thực đơn chủ yếu của anh là trứng gà và rau, nhưng cho đến khi ấy Yersin rất ít quan tâm đến đám gia cầm trong nhà, những con gà An Nam bé nhỏ, màu xám, tầm thường, thả rong bởi đất trước nhà, nhưng anh cấm không cho vào vườn rau. Giờ, anh nhìn chúng bằng một con mắt khác, và chúng cũng vậy. Chúng nhìn anh, mắt hấp háy, gật gật cái đầu cúi xiên xiên, như bằng máy, cảm thấy rõ anh đang ấp ủ điều gì đó, biến chúng thành lũ gà khoa học. Những đồ đệ Pasteur, như ai cũng biết, nợ lũ gà rất nhiều. Yersin quyết định cải thiện bằng cách cho gà địa phương phối giống. Chị anh gửi sang cho anh một con gà trống xứ Vaud to lớn để đạp lũ gà mái tơ An Nam của anh. Và có lẽ nên hỏi ý kiến cái nhóm đồ đệ Freud về sự ủy nhiệm đậm màu loạn luân này. Lũ gà mái nhỏ xù lông kia không tiên liệu được tình thế. Chúng đâm ra khoái trò nghiên cứu khoa học.

Tuy nhiên như thế là chưa đủ, thêm một lần nữa phải quay lại với kính hiển vi và tạp chí khoa học. Ngồi trong phòng làm việc trên chiếc ghế mây, trước mặt là đống tạp chí khoa học, Yersin nghiên cứu phôi học, và nguyên tắc Haeckel, theo đó sự phát triển của một cá thể, tức cá thể tiến hóa, trong phôi thai gà con lấy lại sự phát triển của toàn bộ loài, tức hệ thống tiến hóa, và theo lối tăng tốc, ở bên trong quả trứng cái thai trải qua, ở tốc độ siêu nhanh, cuộc tiến hóa của loài gà kể từ khi còn là loài bò sát. Thích trứng, lại yêu quý chị gái, thành thử Yersin muốn biết làm thế nào mà từ lòng đỏ và lòng trắng của quả trứng lại sinh ra được mỏ, lông, cẳng, sau đó trên đĩa lại có món cánh hay đùi gà, đôi khi kèm khoai tây rán. Mỗi khi bập vào điều gì, không bao giờ anh làm nửa chừng mà xắn tay áo blu trắng lên. Lúc nào anh cũng phải biết mọi thứ, Yersin ấy, điều đó mạnh hơn anh. Người chiến thắng dịch hạch sẽ không bó tay trước gà.

Thư từ nhiều lên, cả hai tiếp tục theo đuổi các thí nghiệm của mình ở mỗi bên địa cầu. Émilie sốt sắng với máy xác định giống, đã từng dự cuộc thi Lépine[1], mà người sáng chế, một Nostradamus[2] của chuyên ngành gia cầm, khẳng định nó cho phép biết giới tính con gà tương lai ngay khi trứng vừa đẻ. Yersin lắc đầu. "Em thấy cái máy này thuộc kiểu những cái bàn quay thần diệu và những thứ lừa đảo tương tự. Phải biết nó dựa trên nguyên lý nào cơ." Anh đặt mua hai cái máy, tiến hành một cuộc nghiên cứu khoa học theo phương pháp thống kê cùng Armand Krempf, trợ lý động vật học.

Để làm điều đó, anh quay sang quan tâm đến quá trình ấp trứng. Như mọi lần, anh không làm gì nửa chừng, anh vẽ kiểu

---

1. Đó là một cuộc thi nhằm phát huy những phát minh khoa học kỹ thuật độc đáo nhất, do Louis Lépine (1846-1933), từng là tỉnh trưởng tỉnh Seine, bắt đầu tổ chức từ năm 1901.

2. Tên của một thầy thuốc và chiêm tinh gia Pháp thế kỷ 16, nổi tiếng với những lời tiên tri về tương lai thế giới.

một chuồng nuôi gà rộng hai trăm mét vuông, cao mười mét. Anh nhập về gà mái tơ Leghorn xanh lơ và gà trống Ấn Độ, một lồng ấp điện hiệu Spratt, dựng ổ đẻ và chỗ sinh hoạt của gà.

Mỗi ngày, hai người ghi số lượng và trọng lượng của trứng, dùng máy chính xác để đo, miêu tả các dị tật của một số gà con khi nở ra. Và nhà bác học kỳ vĩ mà Roux và Pasteur đã không giữ được ở bên mình, thiên tài khoa học, người từng trong nháy mắt, như mỗi khi anh thèm làm gì đó, đã giải được những bí ẩn của môn vi khuẩn học, người ấy lúc này đang chui trong chuồng gà, ủng cao su đạp lên rơm rạ và cứt gà. Lần lượt, Yersin và Krempf, mày nhíu lại, đặt cái đồng hồ lúc lắc bên trên quả trứng đã được đánh số, chép vào một quyển sổ lời tiên tri của Nostradamus trong ngành gia cầm, rồi cẩn thận đặt quả trứng vào lồng ấp Spratt như vào máng cỏ Giáng sinh của dân Kitô.

Cứ hai mốt ngày là lại có một cuộc hỗn loạn vui tươi của đám gà con mổ vỏ trứng chui ra. Hai nhà chiêm tinh phái Pasteur túm lấy chúng trước khi chúng kịp tản đi làm họ quên mất số hiệu của chúng. Các nhà bác học nghiêm nghị vận blu trắng soi kính lúp tìm gì trong cái cục bông vàng hoe kia? Một cái chim của gà con đực hoặc hai cái ti của gà con cái, ai mà biết. Dù có là gì, thì cũng sai bét. Máy xác định giống là một trò lừa đảo, thậm chí có lẽ nó còn không nhận biết nổi con gà đẻ trứng vàng, em đã nói rồi cơ mà, họ bèn cho cái của nợ ấy vào trong tủ, hoặc tặng cho lũ trẻ trong làng, chúng sẽ tìm ra cách sử dụng nó hay hơn nhiều.

Trong khi ở Nha Trang họ lội bì bõm trong cứt gà, giải Nobel bắt đầu rơi như mưa xuống cánh Pasteur ở Paris. Laveran với công trình về sốt rét. Metchnikoff với nghiên cứu về hệ thống miễn dịch. Yersin chấm dứt nghiên cứu gà và ghi lại các kết luận, gửi cho Émilie một bản. Anh dự đoán, để có được giống gà mái đẻ tốt nhất ở Đông Dương này, cần phải phối giống gà An Nam với gà Wyandotte. Anh chế ra một loại thức ăn cân bằng cho gà vịt, hiệu quả hơn nhiều so với Full-o-Pep của Mỹ, tiết kiệm hơn, cũng áp dụng được ở Thụy Sĩ, đó là một hỗn hợp chủ yếu gồm bột đậu, máu khô và lá cây xấu hổ nghiền nhỏ, viết một bài về việc này nhưng như thế thì chẳng thể nào giật được giải Nobel.

một con tàu
trong nạn hồng thủy

Cơn điên kỳ khôi của Yersin có lẽ mang tính tôn giáo. Nó bắt rễ từ những kỷ niệm xa xưa khi đọc sách thánh của Nhà thờ Tân giáo Tự do Morges. Đến một lúc, kẻ du mục thôi không di chuyển nữa để trở thành dân định cư, bỏ săn bắt-hái lượm làm chăn nuôi nông nghiệp. Abel hoặc Cain[1]. Ở cái tuổi cha anh từng đập trán xuống con dế cuối cùng, hẳn anh cũng nghĩ là

---

1. "Abel hoặc Cain" hàm ý là phải chọn một trong hai mẫu người. Nó bắt nguồn từ Kinh Thánh. Adam và Eva sinh ra hai người con, Cain và Abel. Cain làm ruộng, Abel nuôi súc vật. Cain dâng hoa màu trồng trọt từ ngoài đồng cho Thiên Chúa và Abel dâng con vật mới sinh cho Thiên Chúa. Thiên Chúa thương Abel và nhận thịt Abel dâng cúng, nhưng chê Cain và không nhận hoa trái của Cain. Vì thế Cain tức giận, rủ Abel ra ngoài đồng rồi giết em.

tới lượt mình rồi. Cũng có thể anh khái quát hóa một nguyên tắc Haeckel mới, theo đó trong đời ai cũng sẽ lặp lại lịch sử nhân loại, như một đoạn phim quay nhanh. Chứng phình động mạch không mang tính di truyền. Giờ anh đã nhiều tuổi hơn cha anh. Anh đã thả neo con tàu Nôê tại đây, Nha Trang, sống ở đây những năm dài còn lại của đời mình. Anh còn chưa biết điều đó.

Ngồi trong phòng làm việc trên một chiếc ghế mây, Yersin lật giở những tạp chí cơ khí hoặc thú y. Anh viết thư sang Paris hay Thụy Sĩ: một hôm anh nhập về lũ thỏ giống Normandie và Hà Lan, hôm khác lại một kính viễn vọng, một cái xuồng chạy bằng hơi nước hiệu Serpollet, một máy nghe nhạc và hàng chục hộp nhạc quay tay, hay một cái thời kế hiệu Ditisheim. Và mỗi lần tàu đỗ lại trong vịnh, người ta lại chuyển xuống những hòm báu vật Ali Baba, các thủy thủ chèo thuyền vào Xóm Cồn ngược hướng nắng trong ánh chiều tà đỏ tía, và các cu li nối đuôi nhau, hòm xiểng đặt trên đầu, tiến về bờ nước, phía ngôi nhà của bác sĩ Năm, đang đợi họ dưới hàng hiên. Danh sách đống đồ đạc ấy, trừ một thứ rất đặc biệt, người ta có lẽ cũng tìm thấy ở cuối một bức thư ký tên *Rimbaud, viết tại Aden, Ả Rập*: "Tôi muốn có toàn bộ những gì được sản xuất tốt nhất ở Pháp (hoặc nước ngoài), dụng cụ toán học, quang học, thiên văn học, điện, khí tượng, khí thể học, cơ khí, thủy lợi và khoáng học. Tôi không quan tâm đến các dụng cụ phẫu thuật."

Ngồi trước bàn ở hàng hiên, trước vẻ đẹp tuyệt vời của con vịnh ngập nắng, Yersin chậm rãi ăn trứng và rau, một ít thịt, chỉ uống nước lọc, đặt khăn ăn của mình xuống. Hẳn các món đều có hương vị tuyệt vời của rau răm. Phần ngày còn lại, anh chăm lo việc chăn nuôi và trồng trọt. Anh xứng đáng với danh hiệu nông dân và sống ở đồng quê, xa hẳn cái thế giới nực cười và đám đông ô trọc. Với sự tỉ mỉ thừa hưởng từ ông bố, nhà côn trùng học, và sự vô chừng mực của những kẻ xây dựng đế chế[1], Yersin bắt tay mở rộng khu đất của mình, theo mô hình các *roças* Bồ Đào Nha mà người ta vẫn thấy ở São Tomé và Príncipe. Đây đã là một dải đất dài dốc thoải từ chân dãy Trường Sơn xuống tới Nha Trang, một mẫu khí hậu, một miền đất theo chiều thẳng đứng, một tấm thảm lớn mà anh những muốn ngày nào đó từ trên đỉnh xuống trải đến tận biển. Họ vẫn tiến ngày một cao hơn về phía núi, mở rộng thêm, tạo ra những địa điểm mới. Cứ lấn rừng thêm được một chút là mảnh đất ấy liền được trồng cỏ làm thức ăn cho gia súc.

Càng ngày càng có nhiều đội làm nông. Họ lập bản vẽ một ngôi làng ở Suối Giao, ngày nay nằm giữa đường đến Viện và các đồn điền mới, nơi ấy chưa có ai từng đến ở. Trên khoảng đất trống mọc lên những ngôi nhà sàn, các hăngga, dàn phơi thuốc lá, một phòng thí nghiệm hóa có nhà ở cho các nghiên cứu viên. Yersin cho dựng ở đó một cái nhà gỗ nhỏ, vẽ một ngôi làng mẫu, một kiểu cộng hòa cổ đại, để nghị những người săn bắt-hái lượm làm nông nghiệp hoặc chăn nuôi. Abel hoặc Cain. Yersin giao cho họ chừng một trăm hécta đã khai khẩn để trồng lúa nương. Anh cũng cho trồng lanh để dệt vải.

---

1. *Những kẻ xây dựng đế chế* (Les Bâtisseurs d'empire) là một vở kịch trào lộng của Boris Vian, viết năm 1959.

Và khoác lên những con người hoang dã sự trung thực thơ ngây[1].

---

1. Hai câu cuối này của Patrick Deville phỏng theo hai câu thơ "Người đàn ông trong sáng đó tránh xa những nẻo đường xiên chéo // Khoác trên người lanh trắng và sự trung thực thơ ngây" (Cet homme marchait pur loin des sentiers obliques // Vêtu de probité candide et de lin blanc), của Victor Hugo trong tập *Truyền thuyết những thế kỷ*.

một tiền đồn
của tiến bộ

Anh bắt đầu bị trách là quá tản mát. Người ta cũng không hoàn toàn nhầm. Yersin là người khám phá trực khuẩn dịch hạch và người sáng chế vắcxin chống dịch hạch. Lẽ ra anh phải ở Paris hay Genève, đứng đầu một phòng thí nghiệm hoặc một bệnh viện, ở Viện Hàn lâm, một cây cao bóng cả, một chuyên gia hàng đầu. Người ta đồn anh rút về sống ở một làng chài ở chốn heo hút. Các nhà báo không được anh tiếp buộc phải bịa chuyện, tạo ra truyền thuyết đen. Người ta bảo đôi khi anh sống ẩn dật trong một cái chòi, bước trên bộ râu của mình. Họ miêu tả anh như một ông vua điên của một tộc người u mê, và tiến hành trên người họ những thí nghiệm tàn nhẫn và khó tưởng tượng nổi. Một kẻ huênh hoang lợi dụng khoa học và những trò xảo thuật trước các chiến binh ngây thơ, tự xưng mình là lãnh tụ thiên sứ. Một bạo chúa dùng phép thuật của ga và điện để biến vài bộ lạc khát máu thành nô lệ của mình, phải thờ cúng anh và dâng cho anh các trinh nữ. Một Kurtz hay một Mayrena, cô độc và lạc lối cả trong tinh thần lẫn trong vương quốc của mình. Đúng là tảng nước đá đầu tiên sản xuất ở Nha Trang có lẽ đã gây chấn động. Trước cái máy làm nước đá chạy ga hiệu Pictet, thảm trắng lấp lánh những mảnh đá xa lạ làm bỏng tay, trên đó lũ cá cứ thế tươi rói cho tới ngày hôm sau, chấn động cũng mạnh như khi chúng được nhân lên nhiều lần bên dòng sông Jourdain[1].

Yersin kết hợp những phép màu của thời hiện đại với sở thích cơ khí của anh, dầu nhớt và cờ lê cũng như ống tiêm và kính hiển vi, áo blu trắng và quần bảo hộ lao động xanh. Là người đầu tiên lái ôtô, đương nhiên anh phải mở xưởng sửa chữa đầu tiên. "Em vừa hoàn chỉnh thêm cho chiếc Serpollet 6 mã lực. Hôm qua em đã đi thử, chạy rất tốt. Hôm nay em đã bắt tay sửa cái xuồng, chắc sẽ mất chừng chục ngày, rồi sẽ còn phải lắp động cơ cố định để chạy một cái máy bơm ở phòng thí nghiệm, rồi sửa chiếc Serpollet 5 mã lực cũ, cuối cùng là sửa xe máy và cối xay bằng nước nữa, thế là bỗng dưng em thành kỹ sư."

Trái ngược với câu chuyện ngụ ngôn về nhà bác học điên điên mất hút trong rừng thẳm, hoạt động của Yersin, trong những năm sau Thế chiến thứ nhất này, rất yên bình và có phần buồn tẻ trong mắt phàm nhân. Anh huy động tài quan sát, sự chính xác cùng cực, sở thích những con số, tính đúng giờ có phần thái

---

1. Sông Jourdain, hay Jordan, ở Trung Cận Đông, là nơi diễn ra nhiều phép màu kể trong Kinh Thánh.

quá của mình để xây dựng chặng đường sắt nối liền Nha Trang với Phan Rang. Những công trường kiểu này thường mang tiếng là lò sát sinh. Nó là ảnh hưởng của hình ảnh một tà vẹt đổi một mạng người.

Khi tới Congo, Conrad, lúc ấy sắp viết *Một tiền đồn của sự tiến bộ* rồi *Tâm bóng tối*, đã miêu tả nỗi kinh hoàng ở công trường đường sắt của người Bỉ, chạy từ Stanley Pool ra Đại Tây Dương. Trong cuốn tiểu thuyết của mình, *Cây số 83*, Daguerches đã miêu tả cảnh chết chóc trên công trường đường sắt của Pháp nối Xiêm với Campuchia. Yersin gặp viên bác sĩ phụ trách vấn đề vệ sinh, Noël Bernard, người sau này sẽ điều hành Viện Pasteur ở Sài Gòn, rồi sẽ là người đầu tiên viết tiểu sử anh cùng tiểu sử Calmette. Yersin biết cách hòa giải chứng sợ đám đông ở mình với tình huynh đệ. Với trợ lý đồng thời là học trò của mình, bác sĩ Vassal, người vừa tiêm vắcxin cho những người bị dịch hạch ở đảo Réunion, anh tiếp các bệnh nhân của công trường tại Nha Trang. Hai người ghi chép, nghiên cứu bệnh sốt phát ban và bệnh sốt rét. "Ở đây lại đang có dịch tả. Cậu thợ máy của em sắp chết vì cái bệnh khốn kiếp này, mà bọn em lại không có nhiều thiết bị vật chất."

Và rồi mỗi năm một lần, trong khi mùa màng tiến triển, còn các nghiên cứu viên trẻ thuộc êkíp của anh tiếp tục các công trình của mình, về hóa học, động vật học, vi trùng học và nông học, Yersin lại lên chiếc tàu *Paul-Lécat* vốn là thành tựu mới nhất của Hãng Đường biển để đến với tiện nghi nơi khách sạn Lutetia. Anh về Paris một thời gian. Nhà bác học bí hiểm, nhà thám hiểm rút vào rừng rậm, đi dạo trên phố, chẳng bị ai nhận ra. Chỉ có các bạn thuộc nhóm Pasteur của anh biết, cùng ông bạn Serpollet. Người sửa chữa thiên tài, người sở hữu bằng lái xe đầu tiên của Pháp và có lẽ trên toàn thế giới, nhà sản xuất công nghiệp ôtô đầu tiên, dẫu cho những chiếc ôtô ấy chỉ được lắp ráp theo đơn đặt hàng, vừa cho ra lò chiếc Serpollet 11 mã lực, đó chính là đỉnh cao sự nghiệp của ông. Armand Peugeot mua động cơ Serpollet và bắt tay vào tự sản xuất, rồi đến Louis Renault trẻ tuổi, và nhãn hiệu Serpollet biến mất đi cùng Léon Serpollet. Một bức tượng kỳ lạ do Jean Boucher tạc được dựng ở quảng trường Saint-Ferdinand trong quận 17. Hai người đó, Yersin và Serpollet, làm thành một cặp để phi xe một trăm cây số một giờ trên đường tới Beauvais. Sau khi người bạn qua đời, Yersin mua một chiếc Clément-Bayard 15 mã lực, chuyển từ xe chạy hơi nước sang ôtô chạy xăng, rồi một chiếc Torpédo Zèbre, thế rồi một hôm thôi luôn, anh đã thử hết lượt, anh có một ý khác, mua một chiếc máy bay.

Mặc dù còn chưa biết rõ, người ta đã có thể đánh số các năm ấy theo số âm, bằng cách tính khoảng thời gian xích chúng lại gần thảm họa năm 14. Năm 10, hay năm -4, rốt cuộc khách sạn Lutetia đã được khánh thành. Yersin chọn tầng sáu và căn phòng trong góc, cái nhìn rất thoáng tới tận tháp Eiffel ở chân trời. Mùa hè năm ấy, anh có hẹn ở phi trường Chartres để thử một chiếc máy bay, mặc quần áo phi công vào, đeo bao tay và cặp kính to. Ở lần thử đầu tiên, anh thấy chưa được an tâm cho lắm, bước ra, chân mềm nhũn, và viết cho Émilie: "Những thứ máy móc này vẫn còn là mấy món đồ chơi nguy hiểm." Anh ngưỡng mộ lòng can đảm của Louis Blériot, năm ngoái đã một mình vượt biển Manche trên một chiếc diều kiểu như thế này. Anh mặc cả giá, rồi lùi dự án lại vì bên Đông Dương vẫn chưa có đường băng. Hẳn anh có thể xây đường băng cho mình ở Nha Trang, nhưng nếu chỉ có một đường băng, anh sẽ buộc phải bay lơ lửng, và như thế thì thật là chán.

Hai năm sau, tức là năm -2, bên Trung Quốc bệnh dịch hạch tái xuất hiện. Yersin sợ sẽ lại xảy ra vụ việc giống như hồi Bombay. "Ở đó đã có quá nhiều bác sĩ rồi. Tuy nhiên em vẫn viết thư cho ngài Roux, bảo là nếu ông ấy nghĩ việc em sang Mãn Châu có thể mang lại cho Viện Pasteur chút lợi ích nào đó, thì ông ấy chỉ việc đánh điện, em sẽ đi ngay." Năm tiếp theo, năm -1, Albert Schweizer bỏ đi mở bệnh viện Phi châu của mình ở Lambaréné và điều đó khiến ông được giải Nobel. Ông tìm ra nguồn tiền cho công việc xây dựng từ các buổi biểu diễn đàn organ của mình, rồi sau này là thu âm các đĩa chơi nhạc Bach. Trong lúc ấy, với Yersin, nguồn tiền là cao su.

Anh biến mình thành chủ đồn điền. Nó bắt đầu mang lại không ít tiền. Đủ để nuôi sống Viện của anh. Rồi rất nhiều. Cả một món kếch sù. Anh đã biết dự đoán sự phát triển của ôtô và xe đạp. Anh gửi các khoản lãi vào két sắt ở ngân hàng Hồng Kông Thượng Hải[1], mua các loại cổ phiếu. Rồi năm 14 đến. Gaston Calmette bị ám sát bằng súng trong phòng làm việc tại tờ *Le Figaro*. Jean Jaurès bị ám sát trong quán rượu quen. Đang là tháng Bảy, ở Sarajevo. Trong vòng bốn năm là cuộc nồi da nấu thịt và khí độc. Thỉnh thoảng Yersin chuyển cao su sang tận Clermont-Ferrand[2]. Nhưng anh sẽ không rời thiên đường của mình nữa, mà mở rộng nó, tô điểm thêm cho nó.

---

1. Hong Kong Shanghai Bank, nay được biết đến rộng rãi với tên viết tắt HSBC.
2. Ý nói Yersin cung cấp cao su cho hãng lốp Michelin nổi tiếng.

ông vua cao su

Ông, người đầu tiên ở An Nam đi xe đạp, người đầu tiên đi môtô, người đầu tiên lái ôtô, cũng khá là logic khi ông cũng là nhà sản xuất cao su đầu tiên. Kể từ khi sang Madagascar trở về, ông đã đọc các tạp chí khoa học, theo dõi chặt chẽ các bước tiến bộ của công nghiệp và ngành cơ khí, bị hấp dẫn trước mọi thứ hiện đại, tuyệt đối hiện đại, và ở đây là trường hợp cái lốp xe.

Kể từ La Condamine, và nhóm các nhà khoa học thời Ánh Sáng được cử sang Ecuador hồi thế kỷ 18, người ta đã biết đến mủ cao su do người da đỏ thu hoạch. Họ dùng chất gôm để bịt chỗ rò và xảm thuyền. Họ tìm những cây cao su mọc tự nhiên đâu đó trong bạt ngàn cây cối xanh um vùng Amazon. Người

Anh đánh cắp hạt ở Braxin và gieo thành hàng lối ở Sri Lanka. Người Hà Lan làm tương tự như vậy bên Java. Cả ở lĩnh vực này, cuộc xung đột cũng nhanh chóng có tính chính trị và địa chiến lược. Yersin bèn sang Java.

Từ Batavia ông tới Buitenzorg. "Họ trồng cấy thật giỏi. Dân cư thì hiền hòa. Thêm nữa, tại rất nhiều ngọn núi lửa có những điều kỳ lạ của thiên nhiên, chỉ riêng chúng thôi cũng đã khiến hòn đảo trở nên rất thú vị." Ông thăm các đồn điền ở Malaysia, ở Malacca, chọn các hạt *Hevea brasiliensis*. Lúc ông trồng những cây cao su đầu tiên, kỹ thuật gia giảm lưu huỳnh vào cao su đã được Goodyear sáng chế 50 năm trước đó, còn Dunlop đã làm ra lốp xe được 10 năm rồi. Yersin và cộng sự khởi đầu trên một mảnh đất rộng chừng 100 hécta. Khi chiến tranh nổ ra, mỗi tháng họ thu hoạch được khoảng hai tấn mủ cao su. Họ liên lạc với ông Michelin tài giỏi. Rồi mở rộng lên 300 hécta. Một doanh vụ bằng vàng. Yersin làm việc hiệu quả và suy nghĩ quyết liệt.

Thành công cũng có phần bắt nguồn từ cuộc gặp gỡ giữa ông và Vernet, một nhà nông học được Vilmorin cử sang châu Á để sưu tầm các loại cây. Yersin thuê anh ta làm cho mình. Ông có cái tài là biết tập hợp những người giỏi nhất và lắng nghe ý kiến của họ. Yersin không chỉ hài lòng với việc là người trồng cao su đầu tiên tại An Nam, ông còn muốn tiến hành một cuộc nghiên cứu nông học. Hai người cùng nhau lập ra các giao thức, viết các bài báo về tính hóa học của các loại đất, về các thử nghiệm phân bón, về việc thu thập hạt và các kỹ thuật làm đông mủ cao su, phương thức chích tuyến mủ. Các thí nghiệm được tiến hành trên những cái cây dùng cho nghiên cứu, lá bị vặt hết hoặc chỉ sử dụng một phần. Từ đó họ đi đến kết luận rằng "tỉ lệ gôm trong mủ cao su phần lớn phụ thuộc vào chất diệp lục: vậy nên có thể coi lá đóng vai trò chủ chốt trong việc tạo ra chất cao su".

Hai người sáng chế ra một máy đo tên là picno-dilamomètre, hiệu quả cao hơn máy xác định giống ở gà, dùng để đo mật độ mủ cao su và hàm lượng gôm. Họ in các bảng tính. Rồi họ cãi nhau. Yersin phàn nàn với Calmette. "Vernet có tính cách khó chịu vô cùng, rất phù phiếm, bướng bỉnh như lừa, đầu óc thì cực kỳ mâu thuẫn." Yersin muốn làm việc trực tiếp với Michelin, chuyên gia cao su ở Clermont-Ferrand, để nghị ông cử một kỹ sư tới Nha Trang. "Michelin chắc chắn là người có năng lực nhất trong các vấn đề cao su." Ông để nghị nhóm Pasteur trợ giúp mình. "Thế nên em đã viết một bức thư cho Michelin, nhờ ông Roux chuyển giúp."

Nhưng bên châu Âu chiến tranh đã nổ ra và Roux có nhiều bận tâm khác. Ông được điều ra mặt trận, đi khảo sát vệ sinh. Viện Pasteur, cùng với Viện Koch ở bên kia chiến tuyến, bị cuộc xung đột trưng tập để phục vụ bộ tham mưu của phe mình. Yersin bị cô lập. Nước Pháp không hồi âm. Ông cầm lại cây gậy hành hương, đi vào vùng núi cùng Armand Krempf. Từ Suối Giao, sau hai ngày đi thuyền và hai ngày leo núi, họ dựng lều ở trên cao và phát hiện ngọn núi Hòn Bà, trong cái lạnh và dưới màn mưa.

Trong vòng vài tháng, họ dựng ở đó một trạm thiên văn khí tượng, tiến hành các cuộc di thực đối với các loài thực vật và động vật, thực hiện gieo giống. Nhiệt độ ở đây xuống tới 6 độ và vào mùa đông, ngọn đồi được bao phủ trong một làn sương mù dày đặc. Không còn muỗi nữa. Một dòng sông sôi sùng sục. Yersin dựng cho mình một căn nhà gỗ kiểu Thụy Sĩ trong rừng rậm lạnh lẽo. "Em đã đánh điện cho ông Roux để hỏi liệu em có thể phụng sự một cách có ích tại Pháp trong chiến tranh hay không. Em đang đợi ông ấy trả lời." Người ta bảo ông ở lại châu Á.

Ông biết mình sẽ không đi xa được nữa, sẽ phải từ bỏ khách sạn Lutetia cũng như con tàu *Paul-Lecat*. Cuộc chiến hoặc trận cãi cọ với Vernet càng làm ông thêm ghét loài người. Ông đâm ra có thói quen đến đó nhiều tuần liền, sống ẩn dật trong ngôi nhà gỗ trên đỉnh núi, bên dòng sông nơi ông lấy nước để dùng, suy tư, không gặp một ai, không thốt ra một lời, chỉ bổ củi. Cũng như anh chàng Rousselle[1], giờ Yersin có ba ngôi nhà, ở ba vùng khí hậu khác nhau, không ra ngoài nữa, tức là không rời vùng đất giờ đã rộng năm nghìn hécta và sẽ tăng lên ba lần nữa. Chiến tranh đã sa lầy từ gần hai năm nay. Trận Verdun nổ ra. Yersin ngồi trong căn nhà gỗ của mình. Ông nghiên cứu điểu học và nghề làm vườn, viết đầy những quyển sổ. "Em đang có mấy cây cúc Nhật Bản nở hoa. Những bông hoa thật lớn, cánh rối, tuyệt đẹp. Ngồi ngắm chúng em thấy lòng mình thật vui sướng."

Có lẽ là vì ngồi không, ông xoay sang say mê hoa lan, sưu tầm, và lấy được về từ các vùng mà chiến tranh không chạm đến, nơi những lầu vọng cảnh được hải quân các bên tham chiến tôn trọng. Ông cho chuyển từ Trung Mỹ, xuyên qua Thái Bình Dương về Nha Trang, các giống hiếm của Costa Rica, dựng một nhà kính lớn, đặt vào giữa đó bộ đồ chụp ảnh của mình. Một

---

1. "Anh chàng Rousselle có ba ngôi nhà" là lời một bài hát dân gian của Pháp.

máy Vérascope Richard. Trong phòng thí nghiệm ông phóng những bức ảnh màu đầu tiên. Từ hàng chục năm chụp ảnh ấy, còn lại hàng trăm bức gần như chưa ai nhìn thấy, vẫn nằm chờ trong bóng tối kho lưu trữ của Viện Pasteur ở Paris.

Ông trồng cây sung trước nhà, nó là một cành giâm được Émilie gửi sang, từ Nhà Cây Sung ở Morges. Ông nghiên cứu nghề trồng cây, học xén tỉa cây và chiết cành, chuẩn bị các đợt cành để ghép vào các loại cây ăn quả, trồng thử nghiệm táo và mận. "Hơn cả cây đào, cây mơ thích ứng với mùa mưa rất kém." Ông tiến hành một chiến dịch trồng lại rừng, cố thuyết phục dân làng từ bỏ tập quán chặt cây đốt rừng, một thảm họa sinh thái tuy làm cho gạo trong rừng mang vị khói rất ngon vì mọc lên từ tro than. Được nhóm Nha Trang của ông trợ sức, ông thống kê các loài cây đặc hữu và mô tả chúng, lim, căm xe, giáng hương. Ở đây gỗ tếch chẳng được coi là có mấy giá trị, chỉ dùng làm cọc hàng rào ở các bãi chăn. Họ đào các vườn ươm, những đường rãnh dài tới một cây số, chất đầy lá mục và đất mùn.

Ông tiếp tục viết tất cả những điều này vào trong các thư từ gửi cho Viện Pasteur ở Paris, cứ như thể với cánh Pasteur ông duy trì dạng nhật ký mà ông từng viết cho Fanny. Ông viết cho Roux: "Càng ngày tôi càng say mê trồng hoa hơn. Tôi những muốn phủ đầy hoa lên đỉnh núi, và tôi hy vọng với thời gian sẽ làm được như vậy. Tôi đang thử nghiệm các loại cây vùng Alpes, tôi đã có cây giống của việt quất và cây long đởm nhỏ màu xanh, tôi đang lo lắng theo dõi chúng." Và ta có thể hình dung cái nhún vai của Roux trước nỗi lo lắng của Yersin. Hoặc cơn cười căng thẳng làm cả người ông rung lên khi nhớ lại sự hãi hùng của những trái đạn pháo và những cơ thể bị băm nát thối rữa trên dây thép gai. Roux đang nghỉ vài ngày, từ chiến trường trở về trong bộ quân phục lấm lem bùn và máu, tay đeo băng chữ thập đỏ, và mở chồng thư của Yersin, nỗi lo lắng của Yersin về những cây long đởm nhỏ màu xanh.

Sau biển và núi, giờ là hoa.

Vậy tại sao không cả những con chim nhỏ bé nữa.

Yersin dựng chuồng nuôi, quanh ông là những con vẹt thường và vẹt xanh. Ông cho đưa về đây những giống chim lạ từ khắp nơi và thả chúng vào trong các phòng kính trồng lan.

Cánh Pasteur không nghe ông nói nữa, thế là ông chuyển qua viết thư với Henry Correvon ở vườn trồng cây thử nghiệm, tại Yverdon bên Thụy Sĩ. Ông đặt ông ta các loại hạt và xin các lời khuyên. Những người đầu tiên viết tiểu sử ông sẽ liệt kê ở Nha Trang có cây lan cát lệ và dâm bụt, loa kèn đỏ và cây mỏ vẹt. Ở Suối Giao, trên cao hơn, thì có mào gà và cẩm chướng, cỏ roi ngựa và hoa chân bê, văn anh và hoa lồng đèn. Ở Hòn Bà là hoa hồng và hoa lan. Trong các bức thư ấy, Yersin lập danh sách những loài cây chỉ ra được lá mà không bao giờ nở hoa: quế trúc và dạ lan hương, thủy tiên và tuylíp. Ông nghiên cứu thực vật học. Những bông hoa là các cơ quan sinh dục của cây cối.

Có lẽ những bông hoa ấy, cũng như ông, đã quyết định không bao giờ sinh sản.

Ông quá biết những thứ dấm dớ mà báo chí bịa ra. Ông đã đọc những điều ngu xuẩn về huyền thoại đen bao quanh ông, rằng ông có hậu duệ, rằng một cô gái bản xứ miền núi đã sinh cho bác sĩ Năm một đứa con trai. Một phụ nữ thuộc các bộ tộc mà ngay nước Cộng hòa lẫn hoàng đế An Nam cũng chẳng buồn ghi nhận là công dân. Rồi sẽ có những điều hoang đường khác. Nước chảy chỗ trũng. Khả năng cao hơn là Yersin đã vượt lên trên những động tác sinh sản đôi phần cải lương. Ông đã dành vô khối thời gian ở phòng thí nghiệm để ghép đôi những con đực lên cơn động dục và những con cái hứng tình, gí mũi chuột đực vào âm hộ chuột cái để đẩy nhanh tốc độ cuộc thí nghiệm, và chưa bao giờ ông nhìn ra được ở trong đống vi khuẩn của mình một vi khuẩn tình yêu nào. Chắc hẳn, trong đầu ông đã nảy sinh một sự khinh bỉ sâu xa đối với những cái gương và hành động giao cấu, những thứ làm tăng dân số loài người một cách vô cớ[1].

Yersin sẽ không đi xa nữa. Ông đã đi vòng quanh thế giới và vòng quanh vấn đề. Ông biết rằng hành tinh chật hẹp lại, nơi nào cũng thế cả, và sẽ sớm phải để phòng "cái ma lực tư sản ấy ở mọi nơi mà chiếc rương đặt ta xuống"[2]. Giờ đây ông là một cái cây. Là một cái cây cũng chính là cuộc đời và cũng là không đi đâu. Ông đã đạt tới sự cô độc thật đẹp, thật kỳ vĩ. Đạt tới một sự buồn chán đáng ngưỡng mộ. Và tối đến, khi nỗi mệt mỏi rốt cuộc đã đẩy lùi xa các ý tưởng điên rồ, đầu óc con người ta quay mòng mòng mà chẳng cần uống rượu, ta hẳn sẽ muốn nói tất cả những chuyện ấy với cha mình, để hỏi ý kiến. Ta nhớ ra rằng giờ đây ta đã già hơn ông ấy ở bất kỳ lúc nào. Ta bắt đầu chờ đợi

---

1. Jorge Luis Borges viết trong tập *Fictions:* "Những cái gương và hành động giao cấu thật tởm lợm, vì chúng làm tăng dân số loài người".

2. Câu này trong nguyên bản là "La même magie bourgeoise à tous les points où la malle nous déposera" (Rimbaud viết trong tập *Les Illuminations*), ý nói dù đi đâu thì đi, chúng ta vẫn phải cảnh giác với nguy cơ trưởng giả hóa.

cái chết. Ông là chuyên gia về sự tan rã. Và ông muốn cơ thể mình tan rã ở chính mảnh đất này.

Thường thường, buổi tối ở căn nhà gỗ, một mình với lũ mèo Xiêm, ông đọc lại Pasteur. "Nếu các vi sinh vật biến mất khỏi trái đất của chúng ta, bề mặt quả đất sẽ dẫy lên chất hữu cơ chết đi và đủ mọi loại xác chết, cả động vật lẫn thực vật. Chính chúng là những tác nhân chủ yếu cung cấp cho ôxy các đặc tính ôxy hóa của nó. Nếu không có chúng thì sẽ không thể có cuộc sống, bởi vì tác phẩm của cái chết sẽ không được hoàn thành." Chính sự sống muốn được sống, rời bỏ càng mau càng tốt cái cơ thể đang già nua này, để nhảy vào một cơ thể mới và, những cơ thể ấy được sự sống, khi đi ngang qua, trả công cho sự đóng góp không chủ ý của chúng vào việc kéo dài nó, bằng cái đồng tiền lẻ là cực khoái. Chẳng có gì sinh ra từ hư vô. Mọi thứ từng sinh ra đều sẽ phải chết đi. Giữa hai trạng thái đó, mỗi người được tự do sống cuộc đời bình thản và thẳng tắp của một kỵ sĩ trên lưng ngựa. Thứ chủ nghĩa khắc kỷ cũ kỹ được Spinoza tìm lại và sức mạnh nội tại của sự sống, thứ duy nhất trường tồn. Nguyên tắc thuần túy, bản tính thiên về tự nhiên nơi mọi thứ đều dẫn đến. Cuộc đời là câu chuyện đùa ai ai cũng trải qua.

Ông thấy hơi u tối, và chiến tranh vẫn chưa kết thúc. Hai dân tộc huynh đệ đã chém giết nhau sắp được bốn năm rồi, họ ném hàng nghìn đứa con của mình vào các đường hào rác rưởi. Chắc hẳn ông sẽ chẳng bao giờ được thấy lại hòa bình, Paris và Berlin. Chiến thắng thật bất định. Clemenceau và Roux, cả hai đều là bác sĩ, đều đang xung trận.

cho hậu thế

Ông vừa đặt quyển sách gối đầu giường của mình xuống thì bức tượng Chỉ huy cao lớn hiện ra giữa đêm. Áo rơđanhgốt đen và nơ bướm, mắt xanh, lông mày nhíu lại. Cái miệng tối đen lẩm nhẩm những câu mà Yersin đã thuộc lòng. "Bởi vì dịch hạch là một thứ bệnh mà ta còn tuyệt đối chưa biết nguyên nhân, sẽ không hề phi logic nếu ta đặt giả định rằng có lẽ cả nó cũng do một thứ vi khuẩn đặc biệt gây ra. Vì mọi nghiên cứu thực nghiệm đều phải được hướng lối bằng một số ý tưởng có trước, trong lúc nghiên cứu nó, ta hoàn toàn có thể, thậm chí làm như vậy còn rất hữu hiệu, tin chắc rằng loại bệnh này có tính cách ký sinh." Khi Pasteur viết ra những câu này, trong lúc trình bày lý thuyết về vi khuẩn của mình như một giả thiết làm việc, Yersin mười bảy tuổi. Hồi ấy ông vẫn còn là một học sinh quá mức nghiêm túc bên dưới tán hàng cây đoạn của trường trung học Morges. Lúc đó là 5 năm trước khi người ta tiêm vắcxin chống bệnh dại lần đầu tiên. Mười bốn năm trước khi phát hiện trực khuẩn dịch hạch ở Hồng Kông.

Cứ như thể Pasteur đã hoàn toàn sáng chế ra ông, Yersin, đã thao túng cuộc đời ông, đời một kẻ chui rúc trong phòng thí nghiệm, cứ như thể ông già bán thân bất toại kia vì không có khả năng đi xa nên đã cử anh sang Hồng Kông thay thế mình, đã cử sang đó cặp giò trẻ trung, đôi cánh tay trẻ trung và đôi mắt xanh trẻ trung của Yersin, và nhất là cái tinh thần trẻ trung của Yersin, đã được ông huấn luyện cho khả năng quan sát. Cứ như thể cuộc đời ông là hồi ứng cho một lời tiên tri của Pasteur, kể cả trong sự ngẫu nhiên khiến anh phát hiện trực khuẩn ở nhiệt độ môi trường, trước Kitasato, khi anh không có một lò hấp ở Hồng Kông, còn Kitasato lúc ấy lại đi lạc hướng vì đâm đầu nghiên cứu ở nhiệt độ cơ thể người. Cứ như thể bản thân khám phá của anh chỉ là minh họa cho một câu mà Pasteur đã viết từ trước đó rất lâu: "Trong địa hạt của sự quan sát, sự ngẫu nhiên chỉ có thể trợ giúp cho những cái đầu đã được chuẩn bị kỹ càng."

Yersin là một phần kéo dài, một sản phẩm nhân bản của nhà nghiên cứu tinh thể trẻ tuổi từng đi khắp châu Âu thời Đế chế thứ hai và viết những câu bừng bừng lửa cháy: "Tôi sẽ đi đến tận Trieste, tôi sẽ đi đến nơi tận cùng thế giới. Tôi sẽ phải khám phá ngọn nguồn của axít raxêmic." Và chàng Pasteur trẻ tuổi nhảy phốc lên những cỗ xe ngựa chở khách, những chuyến tàu, từ Viên sang Leipzig, sang Dresden, sang Munich, sang Praha, tiến hành các nghiên cứu trong các vựa cỏ và tầng áp mái, lèn chặt trong vali những ống nghiệm, ống dẫn, kim tiêm và cái kính hiển vi vốn dĩ là mắt của mắt chúng ta, từ Chamonix vượt qua Biển Băng để lấy các mẫu không khí sạch.

Và Yersin nhận ra rằng Pasteur chưa từng bao giờ là bác sĩ thế mà đã làm đảo lộn lịch sử y học, hẳn sẽ là một nhà thám hiểm giỏi giang, rằng ông ấy mang sở thích thám hiểm, hiện ra trong những hình ảnh mà ông sử dụng để miêu tả các nghiên cứu của mình. "Khi tiến lên trong cuộc hành trình khám phá cái chưa biết, nhà bác học rất giống người lữ hành đến được những đỉnh núi ngày càng cao, đứng đó mà dõi ánh mắt tới những khoảng không gian mới mẻ cần khám phá không ngừng." Chừng chục năm trước khi qua đời, Pasteur sang Edinburgh cùng Ferdinand de Lesseps[1], hai người đang ở đỉnh cao của danh tiếng, họ đến gặp con gái của Livingstone, bác sĩ đồng thời là nhà thám hiểm và mục sư. Nhiều năm sau đó, Pasteur từng mời Yersin đi ăn tối sau khi Yersin nói chuyện ở Hội Địa lý và hỏi về những chuyến đi, đã đọc báo cáo về chuyến đi tới đất người Mọi của Yersin, và ngay lập tức hào hứng viết những bức thư giới thiệu, dùng tên tuổi lẫy lừng của mình trợ sức cho kẻ tuy vậy lại chẳng hề muốn nghe nói đến nghiên cứu khoa học nữa và đã rời nhóm nhỏ. Để bày tỏ lòng biết ơn, Yersin đã gửi cho ông một cái răng voi chạm trổ rất đẹp, giờ vẫn được treo trên tường căn hộ của Pasteur, đã trở thành bảo tàng.

Ban đêm, nằm duỗi dài một mình trong căn nhà gỗ ở Hòn Bà,

---

1. Ferdinand de Lesseps (1805-1894): một nhà ngoại giao nổi tiếng người Pháp, người cho đào kênh Suez và bắt tay làm kênh đào Panama, nhưng chưa hoàn thành.

cách xa những quả bom, đã hơn năm mươi tuổi, Yersin không nuôi ảo tưởng về bản thân mình, về danh tiếng của mình. Ông biết rất rõ rồi ra mình sẽ chỉ còn để lại ở sau lưng hai từ La Tinh, *Yersinia pestis*, những từ sẽ chỉ có các bác sĩ biết tới.

Hai luận án của Pasteur khi còn trẻ, một về hóa học, *Tìm tòi về khả năng bão hòa của axít tín thạch*, một về vật lý, *Nghiên cứu về các hiện tượng liên quan đến sự phân cực hồi chuyển của các chất lỏng*, cũng đã không hề bộc lộ ý muốn giành được thành công ngay tức thì trong công chúng.

Thầy của Pasteur là Biot[1]. Khi còn là sinh viên, ông đã dự buổi lễ tiếp nhận thầy ông vào Viện Hàn lâm Pháp và đã nghe bài diễn văn của thầy, những lời khuyên của nhà bác học già cho các khoa học gia trẻ tuổi, khuyến dụ họ phụng sự cho công việc nghiên cứu thuần túy: "Có thể quần chúng sẽ không biết tên các anh, không biết các anh có tồn tại trên đời. Nhưng các anh sẽ được biết đến, được coi trọng, được kiếm tìm bởi một ít con người sáng chói, ở rải rác khắp nơi trên mặt địa cầu, những người ngang hàng, những người đồng đạo với các anh nơi nghị viện trí tuệ quốc tế, chỉ họ mới có quyền đánh giá các anh và xếp cho các anh thứ hạng, một thứ hạng xứng đáng, mà không thế lực nào của một ông bộ trưởng, không ý chí nào của một hoàng thân, không cơn bốc đồng nào của quần chúng có thể hạ anh xuống thấp, cũng như chúng không thể nâng các anh lên cao, thứ hạng đó sẽ còn mãi, chừng nào các anh còn trung thành với khoa học, cái mang lại cho các anh thứ hạng đó".

---

1. Jean-Baptiste Biot (1774-1862): bác sĩ người Pháp, đồng thời còn là nhà thiên văn học và nhà toán học.

Và nhiều năm sau đó, đến lượt ông già Pasteur viết diễn văn khi trở thành viện sĩ Viện Hàn lâm, mặc lên người bộ lễ phục màu xanh lục và tra thanh kiếm vào vỏ, vinh danh Littré vĩ đại, nhà thực chứng luận, người viết tiểu sử Auguste Comte, chuyên gia về tự vị, người đã chọn các từ "vi khuẩn" và "vi khuẩn học". Mở đầu, bài diễn văn có giọng điệu hết sức khiêm tốn. "Cảm giác về sự bất toàn lại đang xâm chiếm lấy tôi, hẳn tôi sẽ hết sức bối rối khi đứng ở nơi đây, nếu không tự khoác cho mình bổn phận chuyển trả lại cho khoa học cái vinh dự có thể nói là phi cá nhân mà các ngài đã trao cho tôi." Lúc nào cũng vậy, thực tế luôn phức tạp hơn vẻ ngoài, và sự khiêm nhường này cũng chỉ là tu từ.

Nó che giấu một sự cao ngạo khủng khiếp. Pasteur đã dành nhiều năm cho việc dựng tượng chính mình. Với cái sở thích vô chừng của người Pháp đối với sự hào nhoáng và các loại công trình tưởng niệm, vinh quang và những cuộc tranh cãi về chính trị. Sự trộn lẫn lùng nhùng của tinh thần thế giới và tình yêu tổ quốc thiêng liêng đã khiến chàng sinh viên Louis Pasteur, con trai một lính vệ binh của Bonaparte, sau đó trở thành một người cộng hòa nhiệt thành, viết như sau: "Những từ màu nhiệm ấy, tự do và tình huynh đệ, rồi sự cải tổ của Cộng hòa này, nở bừng dưới ánh mặt trời thế kỷ hai mươi của chúng ta, những thứ ấy làm lòng ta tràn ngập những xúc cảm thật mới mẻ, và hết sức tuyệt diệu!"

Tất tật sự trò chính trị kỳ quái đó, tuyệt đối xa lạ với Yersin, đã dẫn dắt Pasteur, ở đỉnh cao danh tiếng của mình, quyết liệt vận động dư luận để được bầu vào Nghị viện, nhưng đã thất bại. Yersin biết Pasteur đã phí hoài rất nhiều thời gian cho những cuộc tranh cãi chống lại các bác sĩ, chống lại sinh sản bộc phát, chống lại Pouchet, chống lại Liebig[1], chống lại Koch. Bức tượng được dựng từ khi ông vẫn còn sống, đi kèm với nhiều lời chỉ trích rầm rộ, nhiều bài báo ngang với những nhát đục đá và cú búa đập. Những cãi vã bất tận ở Viện Hàn lâm Khoa học và Viện Hàn lâm Y học. Hệ thống phong bì đóng xi nhằm đảm bảo tính có trước cho những khám phá của ông, những cái cuối cùng mãi cuối thế kỷ hai mươi mới được mở. Tấm bằng danh dự mà ông xé nát và gửi trả về Bonn sau sự kiện Sedan và những cuộc dội bom xuống Paris, thỏa ước Frankfurt cũng gớm ghiếc như hiệp ước Versailles sau này. Việc ông ủng hộ chính trị cho người Anh, cho bác sĩ phẫu thuật Lister và câu nói của nhà sinh lý học Huxley ở Hội Hoàng gia bên London: "Chỉ những phát kiến của Pasteur thôi cũng đã đủ bù đắp cho món tiền bồi thường chiến tranh năm tỉ quan mà nước Pháp phải trả cho nước Đức." Thay vì đó nền Cộng hòa sẽ phải chi một khoản lương hưu cho người cứu rỗi nhân loại, lúc này bị tàn phế. Thế nhưng Pasteur sẽ để lại một cái tên trong Lịch sử, còn Yersin thì không.

Yersin biết rõ mình chỉ là một thằng lùn.

Thế nhưng ông là một thằng lùn khá cao.

Để được lưu danh cho hậu thế, hẳn ông sẽ phải sáng chế ra một sản phẩm tiêu dùng phổ thông. Bởi thế kỷ hai mươi sẽ là thế kỷ của man dã và các thứ nhãn mác được đăng ký. Justus von Liebig và Charles Goodyear, John Boyd Dunlop, André và

---

1. Félix-Archimède Pouchet (1800-1872): nhà tự nhiên học người Pháp; Justus von Liebig (1803-1873) là một nhà hóa học người Đức, đặc biệt nổi tiếng với sản phẩm thương mại thịt bò miếng mang tên Oxo.

Édouard Michelin, Armand Peugeot và Louis Renault. Những người ấy, quần chúng sẽ chỉ lãng quên tên riêng chứ không bao giờ quên đi cái họ.

Nếu ông đặt tên thứ nước uống Ko-Ca của mình là Yersinia và thương mại hóa nó, hẳn tên ông sẽ còn lấp lánh mãi về sau này.

Đêm đến, ông nằm duỗi dài trong căn nhà gỗ tại Hòn Bà. Ở tuổi của ông, Pasteur hay cha ông từ lâu đã mắc chứng xuất huyết não. Ông già Pasteur chờ chết trên một chiếc ghế dài sau khi rút về sống ở Villeneuve-l'Étang tại khu đất của Viện, vẫn được cánh Pasteur gọi là khu phụ Garches ở Marnes-la-Coquette và đến giờ vẫn y nguyên, ở ngay giữa thiên nhiên và đám cây lớn của khuôn viên. Đang là mùa hè. Ánh nắng nhảy nhót trên tán lá. Những vệt ánh sáng loang lổ trên mặt đất. Thật thanh bình, ông đang chờ tang lễ quốc gia và buổi lễ ở Nhà thờ Đức Bà dành cho mình. Ông đã sắp xếp mọi thứ từ trước với Roux. Thậm chí để ông an nghỉ, người ta sẽ từ chối sự chung chạ trong điện Panthéon. Một khoang mộ khổng lồ sẽ tiếp nhận di hài của ông dưới hầm của Viện. Những hàng cột đá hoa cương, thếp vàng và tranh khảm Byzance. Trong đầu, ông nhẩm những từ cổ lỗ sẽ đi kèm bài điếu văn trong tang lễ ông. Niềm vui, sự quả cảm, lòng ngay thẳng.

Họ đều tuân thủ bài học luân lý của một triết gia cũ, nó rất đơn giản và quả thật không hề tệ: Hãy hoạt động sao cho quy tắc hành động của ngươi có thể được coi như là một quy tắc hành động phổ quát[1].

---

1. Câu này là của triết gia người Đức Immanuel Kant.

rau & quả

Sáng hôm sau, Yersin tỉnh dậy trong sự tĩnh lặng yên bình. Ông mừng vì đã thành công trong việc trồng thử nghiệm khoai tây, dâu tây và phúc bồn tử quanh căn nhà gỗ. Đậu và rau diếp. Củ cải và cà rốt. "Cách đây mấy hôm, em đã ăn quả đào đầu tiên chín ở Hòn Bà." Đất rất màu mỡ, đỏ sậm bên dưới lớp cỏ xanh. Một thế kỷ sau đó, vùng Đà Lạt vẫn sống bằng làm vườn và trồng các loại rau do Yersin nhập khẩu. Đà Lạt chuyển áctisô và hoa layơn đi khắp nơi trên đất Việt Nam. Không đáng ngạc nhiên khi bức tượng chân dung ông ngự trị hồ Xuân Hương. Và ở đây tên ông được biết đến nhiều hơn cả nghìn lần so với ở Paris.

Khi xuống Nha Trang, ông ngồi trước cái đài radio bắt sóng ngắn, nghe những con số người chết đáng ghê sợ ở Chemin-des-Dames, các loại vũ khí hóa học. Cứ như thể ở đó, cuộc sống mang hai màu đen trắng còn nơi đây nó tưng bừng cả nghìn màu sắc. Ông đặt dài hạn các bản điện báo của Havas và Reuter. Sau chiến tranh, người Nga và người Mỹ có thể chia nhau châu Âu đổ nát, thống trị trên những đống hoang tàn, trên mảnh đất rung chuyển của toàn châu Âu giống như mảnh đất Verdun, trên bùn lầy, khí ga và cây chết. Cứ như thể ở đó là Tận Thế và sứ mệnh của ông là cứu rỗi vẻ đẹp của châu Âu trên boong con tàu châu Á của mình. Chỉ thỉnh thoảng mới có thư đi thư lại. Càng ngày ông càng bị cô lập hơn. "Chị yêu quý, lâu lắm rồi em không nhận được tin của chị. Chắc một hai bức thư của chúng ta đã bị thất lạc, nhiều khả năng là chui xuống đáy Địa Trung Hải rồi." Yersin ghi lại tên những con tàu chạy tuyến Marseille-Sài Gòn bị quân Đức đánh đắm bằng thủy lôi, ngày tháng chúng biến mất. Chiếc *Ville-de-la-Ciotat*, chiếc *Magellan*, rồi chiếc *Athos* chìm xuống đáy biển cùng chỗ mủ cao su xuất phát từ Suối Giao, chiếc *Australien*...

Các thanh niên đều lên đường ra mặt trận. Bên Đông Dương còn lại một nhúm thuộc cánh Pasteur đã già nua, bị đắm. Simond, chuyên gia về rận, đã rời Braxin để sang Viện Pasteur Sài Gòn. Yersin truyền sang ông sở thích hoa lan, nhiếp ảnh, và hai người viết thư trở lại. "Tôi đã viết cho Lumière để đặt các tấm kẽm mới. Tôi nghĩ sẽ nhận được câu trả lời của ông ấy trong vòng chưa đầy một tháng tới và tôi sẽ có thể thông báo cho anh là trong chiến tranh người ta vẫn tiếp tục hay ngừng sản xuất các tấm hiện ảnh."

Ông thông báo với Simond rằng mình sẽ lên đường đi chơi xa với Krempf, "để chụp ảnh tại chỗ một số giống lan thú vị của Núi Chứa Chan[1]". Cũng trong bức thư ấy, ông lại than phiền về cái truyền thuyết đen bao quanh mình, những chuyện ngớ ngẩn do cánh nhà báo gieo rắc về cuộc đời tình ái hay tình dục của ông, mà cái đời sống ấy của ông thì có vẻ, giống như ở Krempf, thuần túy mang tính vệ sinh. "Rồi chúng tôi sẽ tới chốn của những kẻ độc thân, nơi tôi vẫn xứng đáng được đến, bởi vì câu chuyện về cuộc hôn nhân của tôi với một phụ nữ người Anh là một điều bịa đặt kinh tởm!

Tôi rất muốn biết Calmette ra sao rồi. Tôi chẳng có tin tức gì về ông ấy từ khi chiến tranh nổ ra và tôi cũng không biết gửi cho ông ấy ở đâu, vì Lille vẫn bị quân Đức chiếm đóng.

Hết sức thân mến."

Trong một quyển sổ, Yersin chép lại danh sách các loài cây vẫn cự lại sự khéo léo của ông, từ chối rời châu Âu để cắm rễ vào cái góc châu Á của ông: phúc bồn tử, hồ đào, hạnh nhân. Và rồi nhất là nho. Ông sao lại danh sách ấy trong một bức thư gửi Correvon, có thể nó chẳng bao giờ tới được Thụy Sĩ. Ông khép lại quyển sổ Nông nghiệp, mở quyển sổ Dịch bệnh động vật, rồi đến quyển sổ Nuôi chim, khép chúng lại, nhíu mày, vì ông vừa nảy ra một ý. Cứ như vậy suốt, năm phút một lần. Ông bắt tay viết một bức thư gửi ông toàn quyền: "Tôi nghĩ rằng chúng ta có thể tổ chức ở đây một bộ sưu tập các loại dương xỉ

---

lạ, dùng để trang trí, nó có thể góp phần biến cái trú sở trên núi của chúng ta này trở thành một công viên quốc gia đích thực."

Bức thư được dán lại, đặt lên chốc chồng thư đợi chuyến tàu sắp tới. Nhưng bỗng dưng, ông lại nảy ra một ý mới còn hay hơn. Vì những trận chiến cứ kéo dài mãi và mở rộng không ngừng, người ta có thể nhìn rõ được những gì bị thiếu, trong số tất cả những gì chính quốc từng gửi sang xứ thuộc địa hồi trước chiến tranh. Dâu tây và phúc bồn tử thì tốt thôi. Ở đây cứ hai người thì một người mắc chứng sốt rét. Từ ba mươi năm nay Yersin đã phải uống ký ninh không ngừng. Cứ mỗi khi một con tàu bị thủy lôi đánh đắm, các lô hàng lại chìm xuống đáy biển. Khuôn mặt Đông Dương đã toát đầy mồ hôi lạnh, hai tay run lên. Rồi đến trận Dardanelles, nạn dịch sốt rét trong quân lính, họ nôn thốc nôn tháo lên làn nước xanh của biển Marmara. Nước Pháp dành sản phẩm của các phòng thí nghiệm cho đội quân viễn chinh bên phương Đông.

Yersin lục tìm trong tủ sách của mình các tác phẩm của La Condamine, mà ông biết rõ mình chính là người thừa kế bất ngờ. Cái ông Charles Marie de La Condamine ấy, cũng như ông, là nhà khoa học và nhà thám hiểm, là người đầu tiên miêu tả cây cao su và cây canhkina sau chuyến đi tới vùng Amazon. Viện Hàn lâm khoa học in bài diễn thuyết của ông ta, *Về cây canhkina* và *Báo cáo khoa học về một loại nhựa đàn hồi mới được phát hiện*. Yersin viết thư cho những người bạn của mình bên Java, nhờ gửi sang vài cây canhkina. Ông bắt tay vào tiến hành những thử nghiệm đầu tiên.

Mấy cái cây không dễ dàng mọc lên. Phải mất hàng tháng

ông mới nhận ra rằng đất ở Hòn Bà không hợp với chúng. Yersin nhờ phân tích hóa học loại đất ở Java, nơi cây mọc rất tốt, xem bảng thống kê thường niên nhiệt độ và lượng mưa, tìm một vùng ở Trung Kỳ có các con số thống kê tương tự. Bên Nga, Cách mạng tháng Mười nổ ra.

Người ta vẫn còn chưa thấy gì. Thế kỷ đã bắt đầu mang dấu ấn của nó. Nó mới mười bảy tuổi nhưng đã là một tên vô lại đáng gờm. Cát két đội hếch trên trán và thuốc lá ngậm ở mép, súng lục giắt thắt lưng. Sau hàng triệu người chết vì Thế chiến, là nội chiến suốt từ Matxcơva đến Vladivostok, nạn đói và dịch sốt phát ban. Yersin và nhóm Nha Trang tiếp tục cho hạt nảy mầm trong các khay, thay đổi công thức hỗn hợp đất mùn và tỉ lệ phân bón. Họ đi khắp vùng, lấy các mẫu đất mang về phòng thí nghiệm. Đó sẽ là ngọn đồi Dran, ở độ cao một nghìn mét về hướng Đà Lạt. Ta biết rõ việc này sẽ mất nhiều năm, cũng sẽ lâu dài như tiến lên thiên đường vô sản. Họ tìm được một nơi còn thích hợp hơn nữa ở Di Linh, cách Nha Trang tám mươi cây số. Một tối, qua đài họ biết rằng hôm đó là ngày 11 tháng Mười một và Hiệp ước Đình chiến đã được ký kết. Cũng hôm ấy, Apollinaire được chôn cất, với cái đầu bị đạn pháo xuyên thủng. Bốn hôm sau đó, tại căn nhà gỗ của mình ở Hòn Bà, Yersin lại cầm lấy bút và tờ giấy in sẵn dòng tiêu đề của Viện. "Calmette thân mến của tôi, tôi rất vui mừng và xúc động vì có thể nối lại liên lạc với anh sau hơn bốn năm cách biệt."

Liên lạc được nối lại và những người sống sót quay về với đời sống dân sự. Yersin thuê một nhà nghiên cứu chuyên ngành sinh học-thực vật, André Lambert, một người đã bắt đầu sự nghiệp ở Hội Canhkina. Đó là mở đầu của một tình bạn kéo dài mười lăm năm. Hai người cùng thích thứ công việc chỉn chu và những chuyến đi lang thang trong vùng núi. Họ tiến hành trở lại các nghiên cứu, bắt đầu ký tên chung dưới các bài báo đăng trên *Tạp chí thực vật học ứng dụng*.

Yersin giao quyền điều hành các Viện Pasteur ở Đông Dương cho người sau này sẽ viết tiểu sử ông, Noël Bernard, khi ấy vừa từ mặt trận trở về, người sẽ vinh danh ông như thế này: "Chắc chắn rất hiếm có những người ít tư lợi đến thế. Ông xóa mờ mình đi để những người khác được tự do sáng kiến, tự do mà chính bản thân ông hết sức gắn bó." Yersin muốn bước vào nghiên cứu ký ninh. Ông ở một mình tại nơi trú ẩn trên cao ngày càng thường xuyên hơn, và ngày càng lâu hơn. Giữa đống lồng chim và lũ mèo Xiêm của ông. Kể từ khi chiến tranh kết thúc, ông lại thư từ với Roux và Calmette. Những bức thư đó vừa thân ái vừa nhiều tính chất khoa học và tạo thành nhật ký của ông. "Điều chế viên vừa qua đời không phải hạng tầm thường: đó là một trong các hoàng tử của cựu hoàng An Nam đấy." Anh ta đã vì vô tình mà mắc dịch hạch. Yersin đòi tất cả phải được ghi vào hồ sơ lưu trữ, để không ai được lãng quên những người đã ngã xuống trên mặt trận khoa học. "Anh ta tên là Vĩnh Tham, một chàng trai đầu óc rất cởi mở, thông minh."

Ở Pháp, sau ông già Roux và ông già Calmette, đã xuất hiện một thế hệ mới những người theo phái Pasteur mà Yersin không quen biết. Bordet nhận giải Nobel cho công trình về kháng thể. Louis-Ferdinand Destouches, nhà văn Céline tương lai, và André Lwoff, giải Nobel tương lai, được cử sang Roscoff nghiên cứu các loại tảo. Yersin không còn đủ dũng khí để đi xa nữa. Đám tàu bè vẫn chậm chạp như xưa và đoàn tàu Xuyên

Siberia đang nằm trong tay Hồng quân. Hơn ba mươi năm sau lần đầu tiên bước lên boong con tàu *Oxus*, sự hào hứng của ông đã tan biến. "Những chuyến hải hành thật dài ấy đơn điệu phát khiếp. Giá như mà có dịch vụ máy bay được tổ chức tử tế nhỉ!" Ông những muốn lập ra hãng Air France mười năm trước khi nó ra đời, Yersin ấy.

Rốt cuộc, vì lời đề nghị của Viện, ông quyết định đặt một chỗ. "Con tàu phù hợp với tôi hơn cả, tàu *Porthos*, sẽ rời Sài Gòn ngày 30 tháng Mười một. Thế nên tôi sẽ tới Paris ngay sát dịp lễ năm mới, như vậy sẽ thật nản, vì mọi thứ đều sẽ đóng cửa và tôi sẽ mất rất nhiều thời gian! Tôi sẽ ở khách sạn Lutetia, như những lần trước đây, và nếu ngài Roux muốn, tôi sẽ ăn tối với ông ấy."

Trước khi khởi hành, ông đón tiếp ở Nha Trang một bác sĩ thú y, Henri Jacotot, cũng từng nghe Roux giảng bài, vừa nhận trách nhiệm đào tạo các điều chế viên và thanh tra vệ sinh. Đồn điền và khu chăn nuôi tiếp tục được mở rộng. Kể từ khi tàu thuyền không bị đánh thủy lôi nữa, họ đã nhập về được lũ cừu giống Kelantan hay Bidê, bò cái Bretagne và một con bò tót Savoie nhằm tăng sản lượng sữa tiệt trùng. Yersin là một mục đồng già mang chòm râu trắng và cầm cây gậy dài, chăn một đàn hơn ba nghìn cừu. Kể từ khi bắt đầu thu được tiền lời nhờ cao su và sau đó là ký ninh, công ty mà "Các ông Yersin, Roux & Calmette" từng đầu tư được nhượng lại cho Viện Pasteur để hỗ trợ các hoạt động nghiên cứu, với cái giá tượng trưng một quan. Họ tiếp tục khai hoang đất đai vì phải nuôi tất cả chỗ thú vật kia. Họ gieo các cánh đồng cỏ lùng, cỏ ba lá và cây hoàng hoa.

Ông buộc phải nhận huy chương của một hiệp hội nông nghiệp, Yersin ấy, và trong lúc đó, Nicolle, một người nữa thuộc phái Pasteur, nhận giải Nobel cho công trình về sự lây truyền của bệnh sốt phát ban.

ở Vaugirard

Mùa đông đã đậm đà. Không phải cái thứ mùa đông tự tạo như ông đã làm ra ở Hòn Bà, thứ mùa đông rốt cuộc cũng khiến ông tin như thể đúng là mùa đông ở Lausanne. Giờ thì lạnh cắt da cắt thịt thực sự. Phải rắc muối lên vỉa hè cho đỡ trơn. Giờ đây Yersin đã là một ông già sáu mươi tuổi vận áo bađờxuy đen, đội mũ và khăn trùm mũi. Đã bảy năm ông không quay về châu Âu, lâu rồi ông không ăn mặc kiểu này, cũng không đeo găng tay.

Ông lại chậm rãi bước đi trên Paris, theo ông là đám mây nhỏ hình thành từ hơi nước toát ra từ hơi thở của ông. Ông đã quên điều này, nó nhắc ông nhớ đến tuổi thơ bên bờ Hồ. Ông mỉm cười, lưỡng lự băng qua các đại lộ trước đám taxi đông đảo phóng như điên, cả chúng cũng có làn khói trắng thoát ra từ ống xả tan vào làn không khí lạnh giá. Ông nghĩ đến toàn bộ số tiền mà lẽ ra ông bạn Serpollet đã thu hoạch được. Ông nhìn những cái lốp, trong đó một số được làm từ cao su Suối Giao. Những đèn màu trang trí nhấp nháy trên những cành cây trụi lá. Yersin từng nghe trên đài về cái thứ hiện đại này, cũng như sự cuồng nhiệt tiếp ngay sau cuộc nổi da nấu thịt mới đây. Quãng giữa những năm hai mươi mà người ta hay gọi là Những năm điên rồ ấy. Tòa tháp cao bằng sắt được chiếu sáng rực rỡ, ông còn nhớ mình từng dõi theo việc xây dựng nó, rồi lễ khánh thành được tổ chức bốn năm sau khi ông tới Paris, cái mùa hè khi ông đã tuân lời, thay thế Roux để giảng về vi trùng. Đó là mùa hè dịp Kỷ niệm Trăm năm. Ở đây nhiều hơn ở Nha Trang, ông thấy thấm thía sức nặng của Lịch sử, hoặc giả chỉ là sức nặng đời mình, trên hai vai. Ông đã ở vào cái tuổi của Wigand và Pasteur khi ông bắt đầu quen biết họ, ở Marburg và Paris. Ông đi dọc quảng trường Concorde, đó từng là quảng trường của Cách mạng và bất hòa[1], ra bờ ke Mégisserie để xem lũ thú. Trời quá lạnh. Các chuồng thú bị giữ bên trong.

Mặc dù chưa bao giờ thực sự phân biệt giữa mình và Viện, từ khi cộng dồn tiền thu nhập từ vắcxin thú y, cao su và ký ninh, Yersin là một người giàu có. Ông ít khi tận dụng điều này. Ở cửa hàng Vilmorin, ông chọn các loại hạt và củ, cây ráy và thu hải đường, mào gà và dã yên thảo, anh thảo, bách hợp, thược dược, kim tước và anh túc đỏ. Ông cho chuyển một lô

---

1. Ở đây tác giả chơi chữ: quảng trường Concorde ở cuối đại lộ Champs-Élysées có nghĩa "hòa giải", "hòa hợp", còn "bất hòa" là "discorde", từ trái nghĩa với "concorde".

tới Marseille, đến bờ ke của Hãng Đường biển và một lô khác sang Thụy Sĩ, một lô hạt và củ tặng chị gái mình. Ông về khách sạn. Ông không quen biết những người khách quen mới của Lutetia. Trong số họ có những nhà văn đang rất thời thượng. André Gide, những lúc không ở bên Congo, và Blaise Cendrars, những lúc không ở bên Braxin. Hai nhân viên trông thang máy là những thương binh, những người cụt tay cụt chân vì chiến tranh, đeo huân chương đầy ngực. Đã bảy năm rồi Yersin chưa quay lại Paris. Đã bảy năm rồi ông chưa gặp lại những khuôn mặt thân thiết, Calmette và Roux ở Pháp, Émilie bên Thụy Sĩ. Đã quá lâu. Ông hơi mất phương hướng.

Buổi sáng, ông đi qua phố trước khách sạn, xuống các bậc thang của bến tàu điện ngầm Sèvres-Babylone, mua một vé hạng nhất, lên tuyến đường số 12, hồi ấy vẫn được gọi là tuyến Bắc-Nam. Thẳng tới Viện luôn. "Trên tàu điện ngầm mà em vẫn hay dùng, đám đông thật là khó tả. Trên các đại lộ, người đông nghẹt lại và tạo thành một dòng chảy không ngớt. Ở khu phố có Viện Pasteur, sự náo nhiệt giảm xuống, gần như có thể tưởng tượng là đang ở nông thôn." Chính trên các phố ấy, trong sự tĩnh lặng, ông lại muốn đi dạo. Phố Dutot, phố Volontaires, và các phố ngang rồi những phố dọc, phố Mathurin-Régnier, phố Plumet hay phố Blomet. Xã Vaugirard bắt đầu trực thuộc Paris dưới thời Đế chế thứ Hai, năm sáu mươi của thế kỷ trước, cái năm Mouhot phát hiện đến đài Angkor, năm Pasteur đi qua Biển Băng. Hai mươi năm sau, cuộc quyên góp quốc tế đã cho phép người ta mua ở đó vài hécta đất trồng rau để dựng Viện giữa những cánh đồng bắp cải.

Giữa những năm hai mươi ấy, chỉ cách vài bước chân những

bàn thí nghiệm trắng được khử trùng, bơm kim tiêm đã tiệt trùng và kính hiển vi, trật tự và sự sạch sẽ của các phòng thí nghiệm, vàng và đá hoa cương đen của hầm mộ kiểu Byzance, là các tòa nhà xập xệ và xưởng sản xuất đã trở thành xưởng nghệ sĩ quanh quán rượu Vũ hội Da đen. Những kẻ ở trong những nhà máy bị bỏ hoang hồi chiến tranh, được xây dựng lại xa hơn ngoài ngoại ô, trong đó các nhà công nghiệp thiếu nhân lực sau cuộc nổi da nấu thịt đút cả đống nhân công Bắc Phi, là các nghệ sĩ còn chưa đủ tiền để thuê phòng ở Lutetia và chắc hẳn sẽ chẳng bao giờ kiếm đủ tiền. Đó là những kẻ vô danh phải sống trong cảnh bần cùng. Tất tật những thứ ngớ ngẩn hội họa và văn chương ấy. Cái nhóm nhỏ phố Blomet. Masson, Leiris, Desnos, Miró, và hẳn ông già vận bađờxuy đen đã bắt gặp họ ở bến tàu Volontaires, những người trẻ tuổi mặc veston đang rời các toa tàu điện ngầm hạng hai ấy. "Bến Volontaires và những lối xuống nổi tiếng của nó khiến tôi nhớ đến Gaudí vĩ đại, người đã gây ảnh hưởng to lớn lên tôi", họa sĩ người Catalan[1] sẽ viết như vậy, lúc ông cũng đã trở thành một nhân vật thời thượng.

Bóng ma của tương lai, cái gã cầm quyển sổ bìa bọc da chuột chũi đi theo Yersin như cái bóng của ông, và cũng từ Nha Trang đi sang đây, chân giá lạnh, đi cùng Yersin trong những cuộc dạo chơi của ông. Phố Plumet, bởi vì quả thật trời quá lạnh, hai người đẩy cánh cửa của Sélect, một quán rượu nằm ngoài thời gian, bài trí hẳn vẫn giống hệt như hồi những năm hai mươi ấy. Họ gọi cà phê.

---

1. Chắc hẳn tác giả đang muốn nói đến họa sĩ Joan Miró.

Bóng ma của tương lai chép vào quyển sổ của mình mấy câu của nhà thơ Robert Desnos rồi cho Yersin xem. "Người bộ hành vào một buổi chiều thơ thẩn trên phố Blomet có thể trông thấy, không cách xa quán Vũ hội Da đen là bao, một tòa nhà lớn bị đổ. Cỏ đã mọc đầy ở đó. Những lùm cây duyên nhà kế bên mọc cao quá tường và đằng sau cánh cổng có một cái cây lực lưỡng. Tôi đã ở số 45 phố Blomet nhiều năm, nơi hơn một người từng là bạn tôi, và vẫn là bạn tôi, sẽ nhớ mình từng đặt chân tới." Những người ấy thuộc về một nhóm nhỏ khác. Artaud, Bataille hay Breton, và như họa sĩ người Catalan sẽ nhớ lại khi ông đã trở thành một nhân vật thời thượng, bởi người ta rất thích, chừng nào đã trở thành thời thượng, nhớ rằng trong quá khứ không phải lúc nào mình cũng thời thượng: "Chúng tôi nốc rượu rất ghê. Đó là thời của rượu mạnh và rượu quất curaçao. Họ tới bằng tàu điện ngầm, cái tuyến Bắc-Nam lừng danh, cầu nối khu Montmartre của cánh siêu thực với những kẻ cổ lỗ bên Montparnasse."

Yersin nhún vai, nhấc áo bađờxuy, đội mũ lên đầu. Ngày nay, một vườn trẻ và trụ sở Hiệp hội Bi sắt của quận 15 được đặt ở chỗ xưa kia từng là các xưởng. Nơi đây người ta đã dựng một tác phẩm điêu khắc của họa sĩ người Catalan kia, *Con chim mặt trăng*, vinh danh Desnos qua đời vì sốt phát ban ở Theresienstadt sau khi bị tống đi trại tập trung Buchenwald. Bóng ma của tương lai nhìn ông đi xa dần, ních trong chiếc bađờxuy đen. Yersin đi ngược lên về hướng phố Dutot, vào phòng gác cổng chào hỏi Joseph Meister. Sau cuộc họp bàn công việc với Roux, và với Eugène Wollman, đang tiến hành nghiên cứu thể ăn khuẩn về con vi khuẩn của Yersin, bởi vì cái lũ sinh vật nhỏ xíu xấu xa kia không ngừng ăn lẫn nhau, ông vào phòng làm việc rất ấm của Calmette, "ở đó em đã tìm được một góc bàn để viết thư."

Trước khi quay về Đông Dương, ông ăn trưa với ông bạn Doumer, vẫn chưa ngán món chính trị. Bốn trong số các con trai của ông đã ngã xuống ngoài chiến trường vinh quang. Ông vừa lập ra Liên minh cánh tả. Ông lại được cử làm Bộ trưởng Tài chính trong nội các của Aristide Briand. Giá biết điều gì đang chờ đợi mình, hẳn ông cũng đã chọn chăm sóc khu vườn của mình, đến cửa hàng Vilmorin mua hạt giống. Hoặc giả rút về sống ở Đà Lạt, tại Lang Bian Palace mà ông đã cho xây.

Nhờ các công trình trồng thử nghiệm cây canhkina, Yersin được nhận huy chương của Hội Địa lý Thương mại, một vinh dự rất khiêm nhường, trong khi Calmette được bầu vào Viện Hàn lâm Khoa học. Người ta đã quên mất ông, Yersin. Đó là con người của một thế kỷ khác. Ông chiến thắng dịch hạch đã được ba mươi năm rồi.

Yersinia pestis.

máy móc & dụng cụ

Thời gian của khoa học và tư duy không phải thời gian của đồng hồ và lịch. Ông đã tự tách mình khỏi Lịch sử, Yersin ấy. Đó là một nhà bách khoa toàn thư thế kỷ Ánh Sáng. Trước ông, La Condamine xuất bản, tùy theo tâm trạng, các công trình về địa lý và thực vật học, về vật lý và toán học, về y học và hóa học. Như Pasteur, ông từng là thành viên của cả Viện Hàn lâm Khoa học lẫn Viện Hàn lâm Pháp. Nhưng người bạn của Voltaire là một nhà Bách Khoa Toàn Thư viết hoa[1] và cộng tác với Diderot cùng d'Alembert. Yersin thì lại là một người cái gì cũng biết,

---

1. Nhà Bách Khoa Toàn Thư (viết hoa) là chỉ những người đã tham gia (trong đó có La Condamine) vào bộ Bách Khoa Toàn Thư (L'Encyclopédie) dưới sự lãnh đạo của Diderot và d'Alembert từ 1751 đến 1772, vào thời kỳ văn hóa Pháp phát triển rực rỡ, thường gọi là Thế kỷ Ánh Sáng. Còn nhà bách khoa toàn thư (không viết hoa) là chỉ những người có tinh thần bách khoa, hiểu biết sâu rộng nhiều lĩnh vực của tri thức.

một chuyên gia về nông học nhiệt đới và nhà vi trùng học, một nhà dân tộc học và một nhiếp ảnh gia. Những công trình xuất bản uy tín nhất của ông là trong ngành vi trùng học và thực vật học. Ông nảy ra một ý mới. Được rảnh rỗi nhờ phép màu của hòa bình đưa các cộng tác viên trở về, ông lên mái nhà, ngồi trên ghế mây, dán mắt vào kính thiên văn.

Ông trao lại quyền điều hành nghiên cứu y học cho Noël Bernard, nghiên cứu thú y cho Henri Jacotot, ký ninh cho André Lambert, việc quản lý chung, tổ chức và kế toán thì giao cho Anatole Gallois, một nhà báo trụy lạc ở tờ *Hải Phòng báo*. Đây chính là nhóm mới của ông. Ông chẳng còn muốn nghe nói về đám thú vật nữa, mà tập trung toàn bộ đầu óc cho nghiên cứu khí tượng. Ông đã mang từ Paris về một máy điện lượng kế hai sợi do Wulf sản xuất. Ông đặt làm những cái diều thật lớn, dây buộc bằng cáp thép quấn vào những cái tời. Ông thả chúng lên giữa những đám mây cao một nghìn mét, lũ trẻ trong làng vỗ tay hoan hô. Ông muốn đo điện khí quyển và dự đoán giông bão. Calmette và Roux thấy lo lắng về sự im lặng của ông. "Tôi thả những cái diều lên để đo lường khí tượng."

Hoàn toàn giống dịch hạch thời Trung Cổ, các tảng thiên thạch cũng là những thảm họa gây chết người. Hạn hán hay băng giá, mưa đá và những cơn bão là nguồn gốc của nạn đói và chiến tranh. Nơi đây, dân chài mất tích trong những xoáy lốc vụt đến. Nếu có được những dự đoán khả tín, người ta sẽ phụng sự được rất nhiều cho hòa bình và sự thịnh vượng.

Yersin đã thuyết phục được Fichot, một kỹ sư thủy văn phục vụ trong hải quân và rất say mê thiên văn học, đến sống với ông ở Nha Trang. Có một cầu thang dẫn lên sân thượng căn nhà vuông. Một mái vòm che cho ống kính đặt mua từ hãng Carl Zeiss bên Iéna và một máy quan tinh có lắp thấu kính. Đêm đêm họ cùng quan sát. Yersin nghiên cứu môn lôgarít, tiến bộ về toán học và đặt mua những tác phẩm quan trọng. Ông những muốn rằng phần bầu trời phía trên vương quốc của ông cũng sẽ được tính vào lãnh thổ vương quốc ấy, cùng cả những vì sao và các sao chổi. Ông mơ thấy Kepler và Tycho Brahé[1], và những muốn trở thành cả hai người ấy cùng một lúc. Con người quan sát và con người tính toán. Dưới đất cũng như trên trời. Thỉnh thoảng ông đã thấy những gì con người từng tưởng là mình thấy. Mong rằng đến một ngày người ta sẽ tưởng nhầm ông là nhà thiên văn học của Vermeer[2] và một bảo tàng sẽ nêu tên ông trên bảng vàng. Từ kính hiển vi đến kính thiên văn, ông nhận ra sự gần gũi đáng kinh ngạc về mặt hình học của cái vô cùng lớn và cái vô cùng bé. Và chúng ta, loài người, chúng ta trôi nổi như lũ sứa giữa hai thứ ấy. Tuy nhiên ông vẫn giữ hai chân chạm đất, ghi chép đầy những quyển sổ, tiến bộ về toán học lý thuyết, đăng các ghi nhận và quan sát bầu trời trên *Tập san thiên văn học* được Henri Poincaré thành lập, người báo trước thuyết tương đối. Ánh sáng của Yersin hãy còn chưa tắt.

Nếu đã không được nhận một giải Nobel y học, thì tại sao lại không thể là một giải Nobel vật lý.

---

1. Johannes Kepler, nhà thiên văn học người Đức thế kỷ 17, đề ra các định luật về chuyển động thiên thể. Tycho Brahé, sống ở thế kỷ 16, là một nhà quý tộc Đan Mạch, nhà thiên văn học, nổi tiếng với những phép tính chính xác.
2. Ý muốn nói đến một bức tranh rất nổi tiếng vẽ nhà thiên văn học của danh họa Hà Lan thế kỷ 17 Johannes Vermeer.

Rồi mái nhà bị nứt. Nó phải gánh quá nặng. Với ông thế là kết thúc luôn môn thiên văn học. Ông nảy ra một ý mới. Ông cho tháo toàn bộ đồ nghề và xếp lại dưới sân, làm đồ chơi cho bọn trẻ con đã quá chán cái máy xác định giống ở gà từ rất lâu rồi, một trò chơi cực ngu. Khi già đi, ông đâm ra thích trẻ con. Ông dẫn lũ trẻ trong làng đi cùng mình trên chiếc xuồng chạy bằng hơi nước hiệu Serpollet để câu cá ở các hòn đảo trong vịnh. Ông đã mang từ Paris về một máy chiếu phim, và chiếu cho chúng xem các bộ phim tài liệu, phim của Sáclô. Lũ trẻ cười nghiêng ngả. Chiếu thêm một phim nữa nhé. Và rồi những cái diều nữa. Không còn biết dừng nữa, bọn trẻ ấy. Giờ thì đủ rồi nhé. Ông nảy ra một ý mới. Nào nào. Tất cả ra ngoài nhé.

Ông cho dựng một hệ thống điện tín không dây từ Nha Trang tới Suối Giao và Hòn Bà. Một nhân viên ngành Viễn thông đến cả ba ngôi nhà của ông để lắp máy phát, máy thu rồi huấn luyện ông và các đồng sự của ông sử dụng máy. Kể từ nay họ đã có thể trao đổi tin tức và dự đoán thời tiết. Họ thay nhau đeo tai nghe vào. "Thật không may là chúng tôi ở quá xa nên không nghe được các buổi hòa nhạc phát trên nhiều kênh châu Âu và Mỹ." Yersin lao vào đọc những cuốn sách kỹ thuật, viết cho Calmette: "Phòng thí nghiệm riêng của tôi về điện đang dần được hoàn chỉnh, tôi tìm thấy rất nhiều niềm vui ở đó. Tôi đã bắt được các đài ở Bordeaux. Vẫn còn chạy chưa được ổn định lắm, vì mùa này quá nhiều áp thấp nhiệt đới, nhưng nếu không có các khó khăn phải vượt qua, thì còn gì là vui thú nữa."

Ở hoàn cảnh ấy, một gã ngốc hẳn sẽ cắm một lá cờ. Hắn sẽ tuyên bố là lãnh tụ, tuyển lính, đặt hàng một bản quân nhạc, kéo cờ lên chiến hạm của mình, in tiền. William Walker và nước cộng hòa ngắn ngủi, Basse-Californie-et-Sonora[1]. Mayrena và vương quốc Xê Đăng. James Brooke và vương quốc Sarawak[2]. Một cái bục và một cái micro. Quân phục và kính râm. Một Người Dẫn Đường, một Raïs, một Bảo Đại. Thêm một cô vợ là đào Hollywood nữa, tại sao lại không nhỉ. Bởi vì vương quốc của ông rộng bứa bố hơn nhiều, so với Monaco.

Nói chuyện với nhau qua điện đàm thì hay rồi. Nhưng từ Nha Trang đến Suối Giao, rồi từ Suối Giao đến Hòn Bà, thì vẫn phải chèo thuyền độc mộc hàng giờ liền rồi đi ngựa tiếp, để mang cây giống lên và mang đồ thu hoạch xuống. Giờ đây ông ước tính vùng đất của mình đã rộng hai mươi nghìn hécta, kể cả vùng núi nằm trong "tầm ảnh hưởng" của ông, và chưa tính khoảng trời ở trên đầu. Khi Viện Hàn lâm Khoa học trao cho ông giải thưởng vì một phát hiện nào đó, ông dùng tiền làm một con đường ngoằn ngoèo dài ba mươi cây số. Thế là ông biến thành kỹ sư cầu đường. "Thay vì thuê các nhà thầu làm việc ấy, đích thân tôi đã chỉ đạo công việc, với sự giúp đỡ của các cai An Nam. Tôi sẽ làm một con đường có độ dốc rất đều, ở mức mười phần trăm." Đôi khi phải dùng bộc phá để nổ phá đá. "Các mảnh vụn thì chúng tôi dùng để xây tường chống mà chúng tôi dựng bằng đá khô." Ông kết thúc bức thư gửi Roux như thế này: "Nhờ vậy công trình này sẽ đỡ tốn kém hơn và có lợi cho người của chúng tôi, thay vì phải trả tiền cho đám trung gian, mà đám ấy thì có chịu trả tiền cho các cu li của mình đâu.

---

1. William Walker (1824-1860): luật gia và nhà phiêu lưu người Mỹ, từng lập ra nhiều cộng đồng nói tiếng Anh ở Trung Mỹ (gọi là filibustering), làm Tổng thống Nicaragua.

2. James Brooke (1803-1868): nhà thám hiểm người Anh, trở thành lãnh tụ da trắng đầu tiên của vương quốc Sarawak ở đảo Borneo. Sarawak nay là một bang của Malaysia.

Để dựng đồ án tôi sử dụng một thứ dụng cụ rất hữu dụng của ngành xây dựng bên Anh, nó tên là Improver Road Tracer."

Con đường sẽ cho phép chuyển một máy phát điện lên đến tận căn nhà gỗ, lắp đặt hệ thống đèn đóm để mua vui cho lũ vẹt xanh, và khởi động một máy dẫn nước để tưới các lô đất và đám cây hoa hồng. Yersin đặt từ bên Pháp một chiếc xe ôtô bánh đặc biệt có xích hiệu Citroën, cùng loại với "những chiếc xe đã băng qua sa mạc Sahara". Bởi vì tuy có vẻ tầm thường, thậm chí còn chẳng hề coi đó là mục đích, ông vua cao su và canhkina đã kiếm được rất nhiều tiền. Yersin nhà khắc kỷ đã một tay gây dựng một đế chế bên trong Đế chế.

Nếu được nhận giải Nobel chắc ông sẽ cho xây một sân bay nho nhỏ.

ông vua canhkina

Đám cây canhkina đã được mười lăm tuổi, cho sản lượng lớn. Thế kỷ đã ba mươi tuổi còn Yersin thì sáu mươi bảy. Chỗ ấy cho nhiều tấn ký ninh mỗi năm. Cũng như đối với cao su, mọi chuyện phụ thuộc vào tình hình thời tiết và động vật. "Vào lúc này ở Suối Giao chúng tôi đang bị một đàn voi rừng lớn gây ra nhiều thiệt hại, làm sập đường và hỏng đường dây điện báo."

Vào cái năm ba mươi ấy, một nhà cách mạng không ai biết đến, từng nhiều lần thay tên đổi họ, lúc này mang tên Hồ Chí Minh, mười năm trước đó từng dự Hội nghị Tours thành lập Đảng Cộng sản Pháp, bí mật lập nên Đảng Cộng sản Đông Dương. Thời mang tên Nguyễn Ái Quốc, ông học ở bên Pháp, có sống cả ở London và Le Havre. Ông từng là bồi bếp trên tàu thủy và rất có thể Yersin từng bắt gặp ông trong một chuyến đi. Ông đã có dáng vẻ thanh mảnh của cây tre và nụ cười rạng rỡ, và còn chưa có râu theo kiểu Trotsky. Yersin không tin lấy một giây vào mấy cái điệp khúc cách mạng. Giết người để nuôi sống những giấc mơ. Không hề giống Rimbaud trẻ tuổi, tác giả một Dự thảo hiến pháp cộng sản năm mươi năm trước khi có Hội nghị Tours. Lẽ ra người ta phải truy tặng cho chàng tấm thẻ đảng số không. Cũng năm ba mươi ấy, Doumer, tên xã hội phản thùng, đang là chủ tịch Nghị viện. Boëz, một người theo phái Pasteur, vì bất cẩn mà mắc chứng sốt phát ban. Boëz yên giấc nghìn thu ở Đà Lạt, sẽ gặp các chiến binh ngã xuống trên mặt trận vi trùng học trên tờ *Lưu trữ các Viện Pasteur tại Đông Dương*.

Năm tiếp theo, bên Paris tổ chức Đấu Xảo Thuộc địa, dưới sự chủ trì của ông già Lyautey. Trong rừng Vincennes, người ta dựng mô hình Angkor Vat. Yersin và Lambert không tới dự, nhưng nhân dịp này cho in một cuốn sách nhỏ về vấn đề trồng cây canhkina, văn phong vẫn giống như một thứ thơ ca hữu ích: "Tác dụng của axít phốtphoric ít tan, của phốtphát ở Bắc Kỳ, không hề rõ ràng. Chất pôtát, dưới hình thức muối Alsace, chỉ có tác dụng rất nhỏ, vôi thì lại không có vẻ gì là phản ứng có lợi mặc dù đất không có chất này. Xyanamít, nitrát vôi có tác dụng rõ ràng là gây hại, nhiều cây của loạt này đã chết, nhiều cây khác phát triển rất chậm so với các loạt khác." Nghe cũng gần sống động như một câu thơ của Cendrars, và cũng hoàn toàn có thể là một tiểu sử Yersin. "Tiếng cồng tiếng trống tam-

tam zanzibar con thú dữ trong rừng rậm tia X tốc hành con dao mổ."[1]

Rồi Lambert qua đời ở tuổi bốn mươi sáu. Quanh Yersin bắt đầu là nghĩa địa. Ông viết cáo phó cho bạn mình, đăng trên tờ *Lưu trữ*. Tình bạn là thứ tình cảm độc nhất duy lý một cách nghịch lý và không cuồng nhiệt. Yersin đang đau khổ nhớ mình từng "bị chinh phục bởi những phẩm chất đẹp của người đồng sự và của người bạn". Chân dung về bạn luôn luôn là một tự họa, ta gán vào đó những phẩm cách mà ta những muốn nhìn thấy bằng phản chiếu. "Người có tính cách và đầy tinh thần bổn phận, chỉ kết giao một cách đầy ý thức nhưng khi đã kết bạn với ai thì sẽ thủy chung như nhất với người ấy, kiên quyết mà bình thản, tận tâm nhất mực."

Bởi xét cho cùng, dù có hay không vắcxin phòng bệnh dại thì ta cũng biết rõ là sẽ không bao giờ tìm được loại vắcxin chống lại cái chết của bạn bè, rằng tất cả những cái đó hơi có chút vô vọng. Ta muốn tin vào một thành công mẫu mực. Nhưng có lẽ không. Lý trí của ông, ngay từ nhỏ, đã có những vách kín ngăn lại sự cuồng nhiệt. Thứ thép không gỉ. Sẽ chẳng bao giờ tâm phản ứng vượt ra ngoài vòng ranh giới, bằng không mỗi kẽ nứt nhỏ cũng sẽ là thảm họa, nổ, diệt trừ, trầm cảm, u sầu hay tệ hại hơn, những thứ ngớ ngẩn văn chương và hội họa, trong khi những ý tưởng khoa học điên rồ, thứ áp suất giống như ở xúpáp mà ý nghĩ phát thành tia rời rạc trong chuyển động chuyển hồi

---

1. Nguyên bản "Gong tam-tam zanzibar bête de la jungle rayons-x express bistouri". Đây là một câu thơ của Blaise Cendrars trong bài *Tháp Eiffel* viết năm 1913 để vinh danh họa sĩ Robert Delaunay.

phóng lên mọi thứ, có thể sáng chế ở bất kỳ lĩnh vực nào. Và hẳn ông chẳng quan tâm quái gì, Yersin ấy, đến việc tên mình có dẫn đầu bảng hay không. Hẳn ông làm tất cả những chuyện ấy chỉ bởi vì ông thấy những việc lớn người khác đã làm.

Nhân loại đang lao đến cuộc thế chiến mới. Yersin gửi sang Pháp mấy bài viết mà không biết rằng đó bây giờ là thơ ca vị lai, như *Vài quan sát điện khí quyển ở Đông Dương* được Viện Hàn lâm Khoa học xuất bản. Doumer được bầu làm Tổng thống nước Cộng hòa. Trên đỉnh Hòn Bà, Yersin tiếp tục giữ khoảng lùi và độ cao với mọi sự. Thế giới xoay chuyển sau lưng ông. Ông chẳng quan tâm. Toàn bộ sự bẩn thỉu của Lịch sử và chính trị này, ông đã tưởng có thể lờ đi vĩnh viễn. Nếu đã từng đọc Baudelaire, hẳn Yersin đã gia nhập chủ nghĩa cá nhân mà thi sĩ cho là tiến bộ đích thực chỉ tồn tại trong cá nhân và bởi chính cá nhân mà thôi. Yersin là một con người đơn độc. Ông biết rằng không sự kỳ vĩ nào được thực hiện ở số nhiều. Ông căm ghét bè nhóm, ở đó hàm lượng trí tuệ tỉ lệ nghịch với số lượng thành viên tạo nên đám đông ấy. Thiên tài luôn luôn đơn độc. Khuyên nhủ cũng đâu khác gì đàn gảy tai trâu, nước đổ đầu vịt.

Một tối, nhờ nghe đài người ta biết được rằng Doumer vừa bị bắn hạ bằng súng lục bởi tay bác sĩ người Nga tên Pavel Gorguloff, không bao giờ người ta biết đó là một kẻ điên hay một tên phátxít.

Doumer là bạn của các nhà văn và Loti từng để tặng ông cuốn tiểu thuyết *Người khách hành hương Angkor*: vào ngày ông bị sát hại, đứng gần ông là Farrère, bạn của Loti và cũng là thủy thủ trên vịnh Bosphore, Farrère viện sĩ hàn lâm, người đoạt giải Goncourt hồi trước chiến tranh với bộ tiểu thuyết *Những kẻ văn minh* lấy bối cảnh Sài Gòn, Farrère cũng ăn một viên đạn vào ngực, nhưng đã hồi phục, theo như đài nói. Cách đó đã lâu rồi, Doumer và Yersin từng cùng nhau leo qua những ngọn đồi, đến tận cao nguyên Lang Bian để dựng lên Đà Lạt. Trước đó rất lâu, họ từng cùng nhau ngược dòng Mê Kông từ Sài Gòn sang Phnôm Pênh, đứa con mồ côi của Morges và đứa con mồ côi của Aurillac.

Năm mươi năm trước đó, ở Aurillac, những người nuôi cừu từng mời Pasteur về để cảm ơn ông giúp họ thoát được chứng bệnh than. Họ tặng cho ông một cái cúp lớn chạm trổ hình kính hiển vi và bơm tiêm. Dưới bóng những cây tiêu huyền treo đầy cờ xí, trước dàn kèn đồng xếp hàng ngang, và vài con cừu chiến thắng ở cuộc thi nông nghiệp, ông thị trưởng cất lời, quay đầu về phía chiếc rơđanhgốt màu đen, nơ bướm, cặp mắt xanh: "Thành phố Aurillac của chúng tôi quá mức nhỏ bé, ngài sẽ không thấy ở đây những cư dân xuất chúng như ở các đô thị lớn, nhưng ngài có thể tìm thấy ở đây những trí tuệ đủ khả năng cảm nhận những điều tốt đẹp ngài đã làm và lưu giữ chúng trong ký ức của mình." Trong đám người đứng đó, đứa trẻ mồ côi Doumer lúc này là một thầy giáo toán trẻ tuổi. Và kỷ niệm ấy, quả thật ông vẫn còn lưu giữ, đến mức hai mươi năm sau đó đã cho xây dựng hệ thống y tế ở Hà Nội và giao cho Yersin trách nhiệm đứng đầu nó.

Cùng cái năm ba mươi hai ấy, năm Doumer bị sát hại, Émilie qua đời bên Thụy Sĩ giữa đống chuồng gà của bà, và thế là hết thư từ qua lại. Cũng năm ba mươi hai đó, một người từng là bác sĩ phái Pasteur, từng theo phái Pasteur nhưng phản bội, trở thành nhà văn, tiểu thuyết gia, cho xuất bản cuốn *Hành trình tới tận cùng đêm tối*.

Alexandre & Louis

Ở tuổi mười tám, đứa con trai của một bà thợ làm đăngten ở ngõ Choiseul nhập ngũ với thời hạn ba năm. Anh được xung vào trung đoàn bọc thép số 12 đóng ở Rambouillet với cấp bậc thầy đội đầy khiêm tốn. Dĩ nhiên là có chỗ ở và cơm ăn nhưng đó thực không phải là một ý hay. Thế rồi đến năm 1914. Anh đã hai mươi tuổi, được gắn huân chương chiến công và mang tỉ lệ thương tật bảy lăm phần trăm. Điều đó khiến chân dung anh được lên bìa tờ tạp chí *Minh Họa*. Nhưng ít ra anh sẽ không phải chứng kiến Verdun. Người anh hùng mê nước Anh được cử sang Anh. Anh tới Camơrun, người Đức đang bị đuổi đi khỏi đó, trở thành nhà phiêu lưu phục vụ hãng Oubangui-Sangha, cuốc bộ suốt ba tuần để tới Bikobimbo. Tại đó anh bị mắc bệnh sốt rét và kiết ly.

Ở châu Phi, Louis-Ferdinand Destouches đã biết đến thứ mà Yersin từng khám phá bên châu Á và viết về cho Fanny: "Kiểu tự do hoang dại của họ là không thể hiểu nổi ở châu Âu nơi mọi thứ đều được văn minh điều chỉnh."

Châu Âu đã đánh mất hai con người ấy.

Sau chiến tranh, hồi đầu những năm hai mươi, nhà văn Céline tương lai, đang là sinh viên y khoa, đến Viện Pasteur để thực tập. Anh được cử sang Roscoff cùng André Lwoff trẻ tuổi, mới mười tám, để nghiên cứu tảo và các loại vi khuẩn. Louis-Ferdinand Destouches đang chuẩn bị luận án về Ignace Semmelweis, bác sĩ chuyên về vệ sinh người Hung, người đi trước Pasteur, thiên tài bất đắc chí, bị nhốt vào bệnh viện tâm thần, nơi ông làm loạn và chết vì bị nhân viên ở đó đánh đập. Bởi thiên tài là như vậy, hoặc thế này hoặc thế kia, hoặc vàng đá hoa cương điện Panthéon hoặc áo kiềm chế người điên, khác nhau có mấy đâu. Trong luận án của mình, Céline viết, với tư cách đồ đệ Pasteur, để vinh danh chiếc rơđanhgốt đen và cái nơ bướm. "Pasteur, với một ánh sáng mạnh mẽ hơn, hẳn sẽ còn soi rọi cả năm chục năm sau, lên chân lý vi khuẩn, một cách không thể chối cãi, và toàn diện."

Anh trở thành bác sĩ phụ trách vấn đề vệ sinh ở Hội Quốc Liên tại Genève, thực hiện nhiều công vụ tại Hoa Kỳ, Canada, rồi Cuba. Có lẽ từng có lúc anh mơ tới một sự nghiệp khoa học, một giải Nobel, rồi bỏ. Anh sẽ mau chóng làm nổ tung tiểu thuyết, giống Rimbaud từng làm nổ tung thơ ca. Anh mở một phòng khám ở ngoại ô Paris và tối tối ngồi mày mò viết lách đủ kiểu, không còn muốn nghe nói đến nghiên cứu y học nữa.

Và ta nghĩ tới Yersin vào cái thời được Calmette và Loir không ngừng mời mọc: "Vả lại, con cương quyết sẽ không quay về Viện Pasteur nữa."

Trong tiểu thuyết, Louis Pasteur trở thành Bioduret Joseph. Một ông bác sĩ ngoại ô trở về từ chém giết và bùn đất và những cuộn thép gai của cuộc chiến năm 14, sống cuộc đời của những người nghèo, vẫn y hệt dù là trước hay sau chiến thắng, trước hay sau các công trình tưởng niệm và những lá cờ và những lời dối trá chính trị. Thằng bé Bébert sắp chết. "Vào khoảng ngày thứ 17, tôi bỗng tự nhủ chắc phải đến hỏi ý kiến Viện Bioduret Joseph về một ca sốt phát ban kiểu này."

Cách miêu tả Viện thật là thảm họa. Viên bác sĩ ngoại ô nói về sự bẩn thỉu và mùi hôi thối, trong đó các nhân viên phòng thí nghiệm lợi dụng khí ga miễn phí để nấu món thịt hầm giữa "những xác động vật nhỏ bị phanh bụng, những đầu mẩu thuốc lá, những cây đèn khí sứt mẻ, những lồng và lọ bên trong đầy chuột đang chết ngạt". Cánh Pasteur có thể gọi đây là một bê bối, là một sự phản phé, nhưng ta cũng có thể nhớ tới một câu của Yersin: "một khi đã được nếm mùi tự do và hít thở khí trời, cuộc sống trong phòng thí nghiệm, với tôi, thật không chịu nổi"

Viên bác sĩ gặp nhà bác học già vỡ mộng Parapine, từng là thầy của anh ta vào cái thời anh ta vẫn còn tin tưởng vào những chuyện này. Cái áo bađờxuy đen hai bên vai thông xuống phủ đầy gầu, bộ ria bạc nhuốm vàng vì thuốc lá, ông ta chế nhạo điều chế viên trẻ tuổi đầy tham vọng của mình. "Bất cứ cái trò khỉ nào của tôi cũng làm hắn ta ngất ngây. Mà chẳng phải cũng giống y như vậy ở tất cả các thể loại tôn giáo sao? Chẳng phải từ lâu lắm rồi đám linh mục nghĩ đến mọi thứ ngoại trừ Đức Chúa lòng lành, cái ông Chúa mà thủ hạ của ông ta vẫn còn tin tưởng... Và tin như đinh đóng cột?"

Còn đây là Yersin: "Nghiên cứu khoa học thì rất thú vị, nhưng ngài Pasteur đã hoàn toàn có lý khi bảo rằng, trừ khi là một thiên tài, thì phải rất giàu thì mới nên làm việc trong một phòng thí nghiệm, nếu không sẽ phải kéo lê một cuộc đời thảm hại, dẫu là có chút danh tiếng khoa học."

Céline: "Chính là bởi cái lão Bioduret này mà nhiều thanh niên đã chọn con đường nghiên cứu khoa học từ nửa thế kỷ qua. Số người xôi hỏng bỏng không cũng lớn ngang bằng số kẻ thi hỏng ở Nhạc viện. Và lại, rốt cuộc thì tất cả chúng ta đều giống nhau hết, sau một số năm thất bại."

Viên bác sĩ trẻ tuổi đầy giận dữ đến thăm "nấm mồ của nhà bác học vĩ đại Bioduret Joseph ngay dưới hầm Viện, giữa đám vàng và đá hoa cương. Ngông cuồng tư sản trộn thêm Byzance ở hạng cao cấp". Hầm mộ và những bức đá ghép mà ông già Joseph Meister, tám năm sau khi cuốn tiểu thuyết được xuất bản, lúc quân Đức tiến vào Viện, đã không muốn bị vấy bẩn.

Điều gì đã lướt qua đầu ông già ấy, trước khi bắn viên đạn cuối cùng? Và tại sao ông lại mang khẩu súng tối tàn về từ cuộc chiến tranh 14? Tại sao từ hơn hai mươi năm ông đã lau chùi, tra dầu cho nó, bọc nó vào một tấm giẻ và nhét vào tận trong cùng một cái ngăn kéo? Hẳn ông đã nghĩ khẩu súng sẽ phục vụ cho cái nghề gác cổng của mình, nghề gác đền thiêng, thành lũy tối hậu. Có thể, vì là người Alsace, ông biết rằng chiến thắng chỉ là tạm thời và rồi một ngày nào đó lại phải tiếp tục. Rằng như thế ông sẽ canh giữ tốt hơn hài cốt của Pasteur, giờ đã qua đời được bốn mươi lăm năm. Đám lính Đức cười khẩy vào ông già đang tìm cách chặn đường chúng, cứ như tin rằng một mình ông còn mạnh hơn cả phòng tuyến Maginot. Chúng xô ông, đẩy ông. Chúng bước xuống bậc cầu thang, về chỗ có vàng và đá hoa cương. Ông già đi khỏi. Có phải ông nhìn thấy lại con chó dại, răng nanh và bọt mép sùi ra nhểu quanh mõm? Tiếng súng vang lên. Bọn chúng mở chốt an toàn súng máy, hò hét ra lệnh, chạy tán loạn trên các cầu thang. Chúng được biết rằng cái ông già đang nằm giữa vũng máu kia đã sống chỉ để hoàn thành một sứ mệnh duy nhất: là người đầu tiên được cứu thoát khỏi bệnh dại. Bằng chứng cho lý thuyết của Pasteur. Một vật thí nghiệm.

gần như một dwem

Từ nhiều năm nay, Bernard và Jacotot chịu trách nhiệm điều hành công việc và phát triển các loại vắcxin, xây chuồng trại để nghiên cứu bệnh dại ở chó hay cho bệnh dịch hạch ở lợn. Đã từ lâu, thủ công đã nhường chỗ cho công nghiệp, từ một nghìn liều trước năm 14 lên hơn một trăm nghìn liều. Các thành viên của êkíp được đào tạo ở Nha Trang: Bùi Quang Phương sẽ ở lại đây làm bác sĩ thực nghiệm suốt hai lăm năm cũng như các điều chế viên, Lê Văn Da và Ngô Dai[1], cùng các nhân viên phòng thí nghiệm. Họ còn trẻ, và cũng như tất cả chúng ta, còn chưa hình

---

1. Tên người trong nguyên bản.

dung được điều gì đang chờ đợi mình. Khi có cuộc chiến Đông Dương thì họ đã là những ông già.

Bởi người ta còn chưa thấy gì hết. Thế chiến thứ nhất chỉ là tập huấn thôi. Nước Nga máu lửa từ Matxcơva đến Vladivostok, thế vẫn chưa là gì cả. Rồi một hôm, thế kỷ được ba mươi ba tuổi. Đó là tuổi khi Chúa Jesus và Alexandre Đại đế qua đời. Nhưng định mệnh buộc các thế kỷ phải sống một trăm năm. Tên vô lại đang tuổi tráng kiện trở thành thủ lĩnh ăn cướp. Tại Berlin, bọn sưu tầm nghệ thuật Hitler và Göring lên nắm quyền và ở Paris, cùng năm ấy, Calmette và Roux qua đời, cách nhau hai tuần.

Cũng như Pasteur, Roux được hưởng chế độ quốc tang. Ông được chôn ở sân Viện. Đây là người cuối cùng được chôn trong sân. Nếu không như vậy, các thế hệ sau này sẽ phải giẫm lên hài cốt các nhà bác học thì mới tới được phòng thí nghiệm. Tên ông được lấy để đặt cho đoạn nằm giữa phố Dutot và đại lộ Pasteur. Trong tiểu thuyết của Céline, Roux là Jaunisset, và Parapine "chỉ trong nháy mắt, biết rằng tay Jaunisset nổi danh này là kẻ giả mạo, kẻ cuồng ám thuộc thể loại đáng gờm nhất, tin hắn phạm những tội ác đáng ghê tởm, chưa từng có và bí ẩn, đủ để lấp đầy một nhà tù khổ sai trong vòng một thế kỷ." Còn Yersin thì: "Trong thế giới của các nhà bác học, có thể sự ganh tị, sự ngụy tín và lừa lọc còn nhiều hơn bất kỳ nơi nào khác."

Kể từ khi Calmette và Roux mất đi, Yersin là người cuối cùng còn sót lại của nhóm Pasteur và ông sẽ đảm trách vai trò này trong vòng mười năm. Người ta phong cho ông chức danh giám đốc danh dự Viện ở chính quốc. Hàng năm, ông đi máy bay hãng Air France, rời Sài Gòn để rồi xuống khách sạn

Lutetia, chủ trì cuộc họp ở Đền Thánh trước giám đốc các Viện Pasteur ở Casablanca và Tananarive, Alger và Téhéran, Istanbul và những nơi khác, rồi ở Hà Nội và Đà Lạt và Sài Gòn, mà đích thân ông đại diện, cũng như các phòng thí nghiệm trực thuộc nằm ở Huế, Phnôm Pênh và Viêng Chăn.

Sau cuộc họp cuối cùng vào tháng Năm năm 40, và lần cuối cùng ông quay trở lại trên con cá voi nhỏ màu trắng thân bọc đuyra, Yersin, đeo tai nghe, đã giữ liên lạc bằng điện đài từ ngôi nhà vuông lớn. Đã sang năm bốn mươi ba. Nếu phe Trục chiến thắng, các Viện Pasteur sẽ biến mất, hoặc trở thành các Viện Koch hay Viện Kitasato.

Nhưng năm ngoái, quân Đồng Minh đã đổ bộ xuống Bắc Phi. Tình hình xoay ra tệ hại đối với người Đức và người Nhật. Vào đúng thời điểm chiến tranh đổi chiều ấy, Eugène Wollman, một người thuộc cánh Pasteur, nghiên cứu hiện tượng thể ăn khuẩn ở con vi khuẩn của Yersin, cũng như mọi người Do Thái của Viện, đã được khuyên là nên rời Paris xuống vùng tự do, lúc vùng tự do còn tồn tại, và đã từ chối, bị cảnh sát Pháp bắt tại Viện và bị tống đến Drancy cùng vợ. Ông sẽ chết ở trại Auschwitz. Những người trong tương lai sẽ được phong anh hùng hay nhận giải Nobel vi trùng học đều đã gia nhập Kháng chiến. Êkíp của André Lwoff bí mật sản xuất vắcxin cho quân du kích. Chuyện này dĩ nhiên Yersin chẳng hề biết. Từ hơn ba năm nay, ông quay vòng vòng. Ông sắp tròn tám mươi và đang chờ đợi đoạn kết, đoạn kết của đời ông hoặc đoạn kết của cuộc chiến tranh, trong ngôi nhà vuông lớn với nhiều vòm tường, ngay bên bờ nước, ông ngồi trên chiếc ghế bập bênh ngoài hiên mà chờ đợi.

Từ mười năm nay, Calmette đã trở thành một *dwem*. Roux cũng đã trở thành một *dwem*. Đã từ lâu, kể từ khi phát hiện thứ "posh" rất thịnh hành trên những con tàu, Yersin đã biết đến thói quen hay thấy trong tiếng Anh, tạo từ bằng cách ghép các chữ cái đầu. Nhưng *dwem* lại là một từ Mỹ, và nó nhét chung vào một giỏ người Anh, người Pháp, người Đức hay người Ý: dead white european males[1]. Giống hệt nhau hết, Roux và Calmette, Dante và Vinci, Pasteur hay Wollman, Pascal, Goethe hay Beethoven, Marat, Cook, Garibaldi, Rimbaud, Cervantès, Magellan, Galilée hay Euclide, Shakespeare hay Chateaubriand, tất cả những ai xưa kia từng được gọi là các vĩ nhân bị ghim, giống như một loài côn trùng, các *dwem* bị ghim lên mảnh bìa, cánh dang rộng, một bộ sưu tập vô ích và kỳ cục của thời xưa. Yersin bắt tay viết di chúc.

Roux cũng như Pasteur từng sùng bái nền Cộng hòa cùng ba từ khẩu hiệu của nó. Và ba từ ấy nếu tách rời thì vô nghĩa. Tự do thì không phải thứ giấy phép và kẻ bất công không thể tự do, mà là nô lệ cho các dục vọng bản thân. Bình đẳng phải là bình đẳng về cơ hội ở điểm khởi đầu và về tôn trọng công trạng ở điểm đến, bởi vậy mà quyền thừa kế bị loại bỏ, trừ khi đó là thừa kế về mặt tình cảm và chỉ đáng giá ba xu. Những gì tinh túy phải được truyền lại cho cả cộng đồng.

"Tôi để lại cho Viện Pasteur Đông Dương, rồi Viện sẽ làm những gì cảm thấy thích hợp, những ngôi nhà mà tôi đã cho xây, toàn bộ đồ đạc của tôi, tủ lạnh, máy thu TSF, các máy ảnh, và bao gồm cả tủ sách của tôi, tất cả máy móc khoa học của tôi.

---

1. Đàn ông châu Âu da trắng đã chết.

Các máy khoa học của những môn: vật lý trái đất, thiên văn học, khí tượng thủy văn, v.v... có thể được trao cho Đài Thiên văn trung tâm Phù Liễn nếu không có ai ở Viện Pasteur đủ khả năng sử dụng chúng. Tôi mong muốn những người An Nam từng phục vụ tôi, đã già và trung thành, những món tiền trợ cấp trọn đời từ tiền lãi một trái phiếu mà tôi đã mua cho mục đích này tại Hongkong Shanghai Bank ở Sài Gòn, ghi người đứng tên là ông Gallois ở Suối Giao. Ông Jacotot sẽ phụ trách việc phân chia những món tiền này cho họ: hạng nhất là Nuôi, Dũng, Xê, tiếp theo là Trịnh Chi, người làm vườn, rồi Dũ, người chăm sóc lũ chim, sau đó là Chút và tất cả những người sống quanh tôi mà ông Jacotot cho là xứng đáng được nhận tiền."

Phong bì được gắn xi và trao cho Jacotot kèm với một bức thư: Yersin đòi được chôn cất theo nghi lễ Việt Nam, có khói hương và lễ cúng bốn chín ngày, treo phướn trắng. Người ta sẽ đốt vàng mã, đặt lên bàn thờ người đã khuất một bát cơm, một quả trứng luộc, một con gà luộc, một nải chuối. Ông muốn được chôn ở Suối Giao, nửa đường từ Nha Trang đi Hòn Bà, ngay giữa trung tâm của thế giới và của khu đất. Giờ thì mọi thứ đều đã vào trật tự. Ông đã chọn địa điểm và vạch ranh giới cho nó. Ông đã chọn biến vương quốc của mình từ hàng chục nghìn héc ta thành chỉ còn hai mét vuông.

Giữa toàn bộ cảnh đẹp này ông chờ đợi, Yersin ấy. Một thiên tài và, có lẽ xét cho cùng, một kẻ điên. Chẳng khác nhau mấy đâu. Một thiên tài sẽ có đoạn kết êm đềm hơn đoạn kết của Semmelweis. Nhưng ta có thể hình dung được rằng, nếu sự tình cờ từng giam ông vào một viện tâm thần, thì hẳn ông cũng sẽ nổi loạn. Ông từng muốn bảo vệ mình khỏi thế giới và rào kín trạm cách ly của mình lại, một khu vườn cắt rời thế giới, khỏi những con virút và khỏi chính trị, khỏi tình dục và khỏi chiến tranh, nhốt mình thật kỹ suốt bốn chục năm với những ý tưởng điên rồ mà ông theo đuổi. Rất có thể sẽ có một sự suy sụp sau vinh quang. Điều đó vẫn thường hay thấy. Một điều gì đó như trong tiểu thuyết, một vụ giết người, một cú nhảy vọt, trác tuyệt hoặc thô kệch, một vụ trộm lố bịch. Yersin trở thành kẻ mắc tật thích ăn cắp hay một kẻ nghiện rượu. Nhưng không, Yersin không rơi xuống và tuy thế, từ đầu đến cuối, ông vẫn rất con người.

Bên cạnh tất cả những cuộc đời và cơn lốc xoáy ấy, cuộc đời Yersin không tệ hơn cũng không tốt hơn. Ông là một người lý trí không bao giờ bị dục vọng lôi kéo. Ông là một người của ánh sáng Hy Lạp và trong số bốn cột trụ, ông chọn phái khắc kỷ và khoái lạc chứ không nghiêng về Aristote hay Platon. Trong chuyến đi cuối cùng, ông mang về các tác giả cổ điển. Đó là một bí mật. Đêm đến, trong ngôi nhà vuông lớn, đôi mắt mỏi mệt đeo kính, Yersin giở những trang sách tiếng Hy Lạp và tiếng La Tinh, che đi phần dịch tiếng Pháp và tự mình dịch, viết bằng bút chì. Đây là bí mật cuối cùng và bí ẩn cuối cùng. Ông chỉ còn phải chết đi để trở thành một *dwem*. Chỉ còn thiếu chữ cái đầu của tên ông.

ngoài hiên

Ông đã dựng nó thật vững chãi, ngôi nhà vuông lớn có nhiều vòm tường. Đủ rộng để chứa tất cả dân chài Xóm Cồn cùng gia đình họ trong những đêm bão tố đến trú, đủ để tiếp lũ trẻ con tới đây đọc những tờ họa báo được mang từ Paris về cho chúng. Yersin đợi. Ông biết rõ là mình sẽ chết, nhưng mãi mà cái chết chưa chịu tới. Ông đã sống suốt từ Đế chế thứ hai tới Thế chiến thứ hai. Một đời người là đơn vị đo lường của Lịch sử. Người Nhật vẫn chưa đến được Nha Trang. Đây chính là cuộc chạy đua giữa cái chết và người Nhật. Giờ đây ông đã trở thành một nhân vật của Gracq[1]. Ông dõi nhìn ra biển, có thể kẻ thù sẽ xuất hiện từ hướng ấy.

Bên châu Âu chiến tranh vẫn tiếp tục, còn ở đây cuộc chiến Thái Bình Dương đã nổ ra. Người Mỹ tùy cơ ứng biến. Họ chi tiền ủng hộ Việt Minh của Hồ Chí Minh, lúc đó đang chiến đấu ở Bắc Kỳ chống lại quân Nhật chiếm đóng. Mọi thứ đều có thời điểm của nó. Rồi sẽ lo đối phó với người Pháp sau. Trong chiến khu, người Việt theo phái Stalin xử người Việt theo phái Trotsky. Nhóm Nha Trang nằm ngoài những thứ đó. Tối đến, sau khi đã dọn dẹp và lau chùi bàn thí nghiệm, Jacotot và Bernard tới gặp ông thầy già của mình ngoài hàng hiên.

Đôi khi cùng với họ còn có nhà văn trẻ tuổi Cung Giũ Nguyên. Nhà văn ấy sẽ qua đời ở tuổi chẵn một trăm năm vào thế kỷ tiếp theo. Ông sẽ biết đến ba cuộc chiến tranh Đông Dương, chống Pháp, chống Mỹ rồi Khmer Đỏ. Ông sẽ sống lâu đến mức được chứng kiến sự xuất hiện của chủ nghĩa tư bản cộng sản, điều mà Hồ Chí Minh chưa từng tưởng tượng đến. Trong những cuộc trò chuyện buổi tối, họ nói tiếng Pháp. Yersin nói một thứ tiếng Việt thực dụng, hiệu quả, không tinh tế mấy. Nguyễn Phước Quỳnh, trước khi trở thành nhà báo, thuộc vào số những đứa con ngư dân từng chơi bời chạy nhảy trong ngôi nhà lớn nhiều vòm tường. Ông nhớ rằng "một trong những đặc điểm trong cách nói tiếng Việt của Yersin là ông

---

1. Julien Gracq (1910-2007): nhà văn nổi tiếng người Pháp, các tác phẩm của ông chủ yếu lấy đề tài Thế chiến thứ Hai, ý mà tác giả nói ở đây rút từ câu chuyện của *Bờ biển Syrtes*, miêu tả sự chờ đợi chiến tranh ở ven bờ biển.

thường sử dụng từ *người ta* cho cả ba ngôi số ít lẫn ba ngôi số nhiều, và dùng cho cả người lẫn con vật".

Họ đang ở trước biển, giữa hoa lá và lồng chim. Con vẹt và tiếng sóng. Jacotot và Bernard ghi chép, mỗi người sẽ viết riêng một cuốn về cuộc đời Yersin. Mẹ ông và chị ông đã qua đời từ lâu. Nhà Cây Sung của Fanny đã bị bán, cũng như ngôi nhà gỗ của Émilie, chết mà không con cái. Có thể bên châu Âu không còn lại dấu vết nào của ông. Và chăng cũng có thể không còn lại dấu vết nào của châu Âu. Năm ấy, người ta vẫn còn tự hỏi phe nào sẽ chế tạo được vũ khí hạt nhân trước. Oppenheimer bên phe Mỹ hay Heisenberg bên phe Đức. Có lẽ chỉ châu Á là thoát. Khi ấy, làm sao mà hình dung nổi là Mollaret, một người thuộc cánh Pasteur, sẽ có ngày phát hiện toàn bộ chỗ thư từ được bảo quản rất cẩn thận ấy, rồi gửi chúng về kho lưu trữ của Viện Pasteur?

Yersin tin rằng tất cả những bức thư ông gửi cho Fanny và những bức thư cho Émilie, những lá thư tạo lại câu chuyện đích thực về cuộc đời ông, đã biến mất từ lâu. Thế nên ông trả lời những câu hỏi của Jacotot và Bernard. Ông đã phát hiện trực khuẩn và chiến thắng dịch hạch như thế nào. Rời Thụy Sĩ sang Đức, rời Viện Pasteur vào làm cho Hãng Đường biển, rời y học qua dân tộc học, rời dân tộc học qua nông nghiệp và nghề trồng cây. Ở Đông Dương ông đã làm thế nào để trở thành một nhà phiêu lưu về vi trùng học, nhà thám hiểm và người vẽ bản đồ. Chuyện ông đã bỏ hai năm đi khắp vùng đất người Mọi rồi lại chuyện qua vùng đất của người Xê Đăng. Hai nhà khoa học hỏi ông rất kỹ về những ý tưởng điên rồ và các sáng chế của ông, làm vườn và chăn nuôi, cơ học và vật lý, điện và thiên văn học, lái máy bay và nhiếp ảnh. Làm sao mà ông lại trở thành vua cao su và vua canhkina. Bằng cách nào ông đi bộ được từ Nha Trang đến Mê Kông và Phnôm Pênh, để rốt cuộc sống suốt 50 năm tại ngôi làng bên bờ Biển Đông này. Hai nhà khoa học ghi chép đầy vào những quyển sổ của mình. Họ nhìn thấy cặp mắt xanh của Yersin, cặp mắt từng nhìn thấy cặp mắt xanh của Pasteur.

Bóng ma của tương lai ngắm nghĩa ông già đang ngồi kia trên chiếc ghế bập bênh của mình, từ lúc bình minh mới ửng hồng cho đến buổi tối màu đồng. Trong niềm hạnh phúc cổ xưa của tháng ngày. Yersin biết rõ mình sẽ không còn lên căn nhà gỗ ở Hòn Bà, cũng sẽ không tới trang trại ở Suối Giao. Ông hình dung bước chân chậm rãi của những đàn thú trên nền cỏ. Sự tăng trưởng còn chậm hơn nữa của rau, hoa và trái cây. Ông, kẻ biết con người là gì bên trong cái túi da đựng họ, ông đang ngồi đó trước biển và chân trời, và ông ý thức được rằng các tế bào của mình đang biến mất, hoặc ngày càng tự sinh sản chậm hơn, với ngày càng nhiều nhầm lẫn hay tiếng ồn trong thông điệp bằng ADN mà lúc đó người ta còn chưa biết đến. Nhưng kể từ Pasteur ta biết rằng chẳng có gì sinh ra từ hư vô và rằng mọi thứ đang sống đều phải chết. Ông hít lấy mùi hương buổi tối hội hè[1], để mặc gió mơn man trên mái đầu để trần.

Yersin không phải một nhân vật của Plutarque[2]. Ông chưa từng bao giờ muốn quẩy đạp trong Lịch sử. Khác với những

---

1. "Mùi hương buổi tối hội hè" (nguyên tác "L'odeur de soir fêté") là một câu trong bài thơ nổi tiếng của Rimbaud, *Mùa địa ngục*.

2. Plutarque: nhà văn, triết gia Hy Lạp, tác giả bộ sách *Những cuộc đời song hành đối chiếu các nhân vật Hy Lạp và La Mã*.

Cuộc Đời được Plutarque đặt song chiếu với nhau, đời những kẻ phản bội và đời những người anh hùng, cuộc đời Yersin chẳng hề là một tấm gương để tránh xa hay để noi theo, chẳng có bài học đạo đức nào cần tuân thủ: một người tìm cách đơn độc chèo lái con thuyền của mình và chèo lái tương đối ổn thỏa. Đằng sau ông, mặt biển xóa mất dấu vết của ông. Tối tối, ông được đỡ để tới phòng làm việc. Ông học lại tiếng Hy Lạp và tiếng La Tinh.

bóng ma của tương lai

Vào thời của Yersin, Nha Trang thật xa xôi. Bởi nó xa châu Âu. Ngày nay nó đã trở thành trung tâm thế giới. Ven bờ Thái Bình Dương, nơi đã kế tục Đại Tây Dương, Đại Tây Dương thì từng kế tục Địa Trung Hải. Mêhicô nằm đối diện bên kia biển. Acapulco. Chính châu Âu mới trở nên quá xa xôi. Bên kia của thế giới, ở phần bị che khuất của trái đất. Ở Đà Lạt thời gian như dừng hẳn lại trên mặt nước êm đềm của Hồ, trong các phòng khách của Lang Bian Palace, còn ở đây thành phố tuyệt đối hiện đại.

Hẳn Yersin sẽ cảm thấy bớt xa lạ hơn nếu hôm nay ông ở Paris, lấy lại căn phòng của mình ở khách sạn Lutetia.

Ở đây, bóng ma của tương lai, đã lẽo đẽo theo ông vòng

quanh thế giới, có thể đến ở khách sạn Yasaka, nằm ở góc giao của phố Yersin và đại lộ ven biển, một cái tháp bằng kính theo kiểu mà ta vẫn hay thấy ở Bangkok hay Miami, mọi nơi mà cái rương tư sản được chở theo đường hàng không đặt ta xuống. Nha Trang là một thành phố ven biển được nhiều người Nga và người miền Bắc Việt Nam lui tới. Cam Ranh, căn cứ quân sự lớn của Mỹ, ở cách đây ba mươi cây số, sau thống nhất đã trở thành một căn cứ của Liên Xô. Đường bay quốc tế duy nhất đến Nha Trang xuất phát từ Matxcơva. Người Nga đến đây để tận hưởng những vui thú vừa đậm mùi nhiệt đới và mang tính chất búa liềm hoài cổ trên những lá cờ đỏ treo dọc bờ biển. Thực đơn của quán Yasaka viết bằng ba thứ tiếng, Việt, Anh và Nga. Tuy nhiên, trong các phòng tắm, người ta chỉ viết dòng chữ "Nước trong vòi không uống được" bằng tiếng Anh - một động thái rất đáng khen ngợi, nó thúc đẩy người Nga cố mà học lấy nhiều ngoại ngữ, hoặc giả đó cũng là một sự đùa cợt trớ trêu gửi tới người anh cả xưa kia.

Ở góc phố Yersin giao với phố Pasteur, vào tháng Hai năm 2012 này, công nhân đang làm việc ngày đêm ở công trường xây dựng Nha Trang Palace. Bóng ma tiến về phía Viện Pasteur ngay gần đó. Khi ngôi nhà lớn nhiều vòm tường ở Xóm Cồn bị phá đi cách đây vài năm, tất cả những gì còn lại bên trong đã được chuyển về khu nhà phụ của Viện, từ cái kính thiên văn cho tới các dụng cụ khí tượng thủy văn, và người ta mở một viện bảo tàng Yersin nho nhỏ. Ở đó phòng làm việc của ông được dựng lại. Toàn bộ bằng gỗ sẫm màu và các thiết bị khoa học của một thời xa xưa làm bằng đồng vàng và đồng thau. Bóng ma của tương lai ngồi xuống cái ghế bập bênh của

Yersin. Hắn nhìn những tấm bản đồ vạch lại các chuyến đi của ông treo trên tường. Trên một cái bàn là quyển sách của ông về người Mọi. Từ ấy giờ đã trở nên cổ lỗ sĩ lắm rồi, "người Thượng, người miền ngược". Ngày nay người ta ưng dùng "các dân tộc thiểu số" hơn. Quanh Đà Lạt là người Lát, người Chill, người Sré. Ở Suối Dầu là người Gia Rai.

Trên các giá sách, hàng trăm tác phẩm bằng tiếng Pháp và tiếng Đức, phủ đầy địa hạt của những ý tưởng điên rồ. Những sách Lịch sử. Nhưng tủ sách này có thể cũng chính là tủ sách của những người cánh Pasteur đầu tiên ở Nha Trang, của Bernard, của Jacotot hoặc của Gallois. Yersin có từng đọc cuốn *Trên đường trở về - nhật ký đi biển* của Alain Gerbault[1] kia hay không?

Trên bàn làm việc của ông là những bài thơ của Virgile được gõ máy chữ, bằng tiếng La Tinh, theo lối cách dòng, và lời dịch được viết bằng bút chì, hết câu thơ này đến câu thơ khác, ở khoảng trống giữa các dòng. Các danh sách câu tiếng Việt để ghi nhớ. Một bức ảnh chụp ông ở Paris cùng Louis Lumière. Tấm vé máy bay cuối cùng của ông, ghi ngày 30 tháng Năm năm 1940. Yersin có chỗ ngồi tốt nhất trong tổng số mười hai chỗ, ghế K, riêng lẻ một mình ở phía sau bên tay trái trên máy bay. Tấm vé liệt kê các loại rượu mà hành khách được dùng, các nhãn whisky, cognac và sâmbanh, hẳn đã được những người trốn chạy giàu có vui vẻ uống hết cốc này đến cốc khác trên chuyến bay cuối cùng của hãng Air France ngay trước mũi lính

---

1. Alain Gerbault (1893-1941): nhà phiêu lưu, nhà vô địch quần vợt người Pháp, từng đi vòng quanh thế giới bằng thuyền một tay chèo.

Đức. Một bức ảnh chụp ông vào lúc ông quay trở về vào tháng Sáu năm 40, trên cái thang của con cái voi nhỏ màu trắng ở Sài Gòn.

Từ đó có thể đi tiếp thêm ba trăm mét về phía Bắc theo hướng bờ sông. Ở nơi từng có ngôi nhà vuông nhiều vòm tường giờ mọc lên một nhà khách cho các cảnh sát đáng khen ngợi trên khắp nước Cộng hòa Xã hội Chủ nghĩa Việt Nam. Ngoài hiên giờ là quán Svetlana, ngay sát mép sóng, nghe rõ tiếng sóng đập vào bờ, hiện đang đóng cửa vì không phải mùa du lịch. Người gác cửa cho kẻ lạ mặt vào đó tránh cơn mưa bụi, nhưng có bao giờ người ta từ chối được một bóng ma điều gì đâu. Hắn ta ngồi đó, trước tiếng ầm ào của sóng biển. Chỉ cảnh tượng nhìn về phía chân trời là còn nguyên vẹn.

Những người dân chài đã bị chuyển tới một ngôi làng mới ở bên kia sông, để nhường chỗ xây các khách sạn. Dưới chân cầu, trong một cái quán hơi chút xập xệ chỉ phục vụ hai loại nước uống, trà và cà phê, trên tường treo năm bức chân dung các *dwem* khá là lộn xộn: Bach, Beethoven, Einstein, Balzac và Bonaparte. Không có Yersin lẫn Pasteur. Thế nhưng hai người này được ngưỡng vọng ở Việt Nam, được đặt tên phố ở khắp mọi nơi. Pasteur là một thánh của đạo Cao Đài, chủ yếu thịnh hành ở vùng châu thổ sông Mê Kông. Yersin là một vị Bồ Tát tại ngôi chùa Suối Cát không xa đây bao lăm. Ngồi trên một cái ghế nhựa vỉa hè, bóng ma của tương lai quan sát dòng xe cộ ngược xuôi không ngớt chạy lên cầu sang bên kia sông. Yersin là người đầu tiên mang xe ôtô đến đây. Người đầu tiên chụp ảnh cái vịnh tuyệt đẹp này.

Từ chốn từng là Xóm Cồn, nay không còn ngư dân nữa, để sang Hòn Bà, phải đi qua cả thành phố, tới đường cái quan, đi theo hướng Bắc, hướng Hà Nội, rẽ phải, rồi thêm ba mươi cây số đường ngoằn ngoèo leo lên núi. Những dân tộc thiểu số đốt và khai hoang những ngọn đồi thấp để trồng cây, bạch đàn, keo và đào lộn hột. Những đồng chuối, ngô, cỏ mọc cao và sắc. Trước những cái lán tre lũ gà chạy nháo nhác, lũ bò nghe tiếng động cơ xe thì giậm chân ngơ ngác sợ hãi. Đi được một tiếng, sẽ thấy thanh barie của bảo vệ sơn hai màu đỏ trắng và một trạm gác. Quá đó là đá lở và những quãng trơn trượt thường gặp vào cái mùa mưa này. Lên cao hơn, ta tưởng đâu mình đang lạc vào những cánh rừng rậm nổi tiếng ở Honduras hay El Salvador, và rồi ở mỗi đoạn đường quanh cao hơn nhiệt độ lại giảm đi một chút và bầu trời phủ mây, sương thì sà thấp xuống. Có cảm tưởng như là sẽ cứ như thế mãi cho đến lúc nghe tiếng chó sủa trong màn sương, con đường kết thúc ở một vũng bùn lớn.

Ở nơi đây, cách xa mọi thứ, có bốn người đang sống, hai người gác căn nhà gỗ được dựng lại của Yersin và trên một chỏm đất đối diện có hai người gác rừng trong chòi mặc đồng phục. Giữa họ có một ấm trà chắc đã trăm năm tuổi. Trong nhà là vài thứ đồ gỗ bằng gỗ màu đen và cái giường của Yersin, máy móc khoa học, một cái vali cũ để trong một cái tủ. Mây phả vào nhà qua những cửa ra vào và cửa sổ để mở. Sương giống như làn khói thuốc lá cuộn vào căn nhà gỗ, làm mọi thứ ướt sì và chảy nước, như đánh vécni. Trong khu rừng có nhiều cây dương xỉ cao, dưới màn mưa, mấy người gác tìm lại dấu vết những chuồng trại xưa, những máng uống, những tảng đá lõm dùng làm khay gieo những mầm cây canhkina đầu tiên. Những con thằn lằn to màu nâu bị lũ chó đánh động vọt lên cây. Thấp hơn là dòng sông ấm nóng màu cam xỉn. Một lúc sau, ngồi trong căn nhà gỗ ướt sũng trước tách trà nóng rẫy, người ta gỡ lũ đỉa bám vào bắp chân, cứ như thể lũ ngu ngốc ấy tưởng là có thể hút máu được từ một bóng ma vậy.

Nửa đường về Nha Trang, ở Suối Giao, nay là Suối Dầu có một hàng rào sơn xanh ở lối vào một cánh đồng, một ổ khóa, một số điện thoại để gọi vào thông báo cho người gác cửa. Bên kia hàng rào, một người mục đồng đội nón cầm cây gậy dài đang lùa một đàn cừu, có một bầy chim lớn màu trắng bay theo. Lối đi hướng về trang trại thử nghiệm chạy dọc các luống đất đang nở hoa ngũ sắc, rồi mía, thuốc lá, lúa chưa trổ đòng đòng. Rồi tới một sườn dốc lát đá bên cạnh có những người nông dân vung lưỡi hái một cách ẩn dụ. Ngôi mộ màu xanh da trời nằm trên một ngọn đồi nhỏ. Không có lời tưởng niệm nào. Chỉ có duy nhất dòng chữ viết hoa này:

ALEXANDRE YERSIN
1863 – 1943

Bên trái, một ngôi miếu màu cam và vàng cắm đầy que hương. Hai mét vuông màu xanh da trời lãnh thổ Việt Nam, trước đây là trung tâm của vương quốc. Ông đã tìm thấy sự an nghỉ nơi đây, tìm được địa điểm và cách thức. Hẳn người ta có thể viết một Cuộc đời Yersin như một Cuộc đời vị thánh. Một ẩn sĩ rút vào sống trong một căn nhà gỗ nơi khu rừng rậm giá lạnh, thoát khỏi mọi ràng buộc xã hội, đời ẩn sĩ, một con gấu, một người man dã, một thiên tài độc đáo, một người rất kỳ quặc.

cái nhóm nhỏ

Còn hơn cả cuộc đời mình, hẳn ông rất thích người ta viết về nó. Cái nhóm nhỏ tập hợp xung quanh hiện thân của khoa học, áo rơđanhgốt đen và nơ bướm. Nhóm nhỏ ấy tản ra khắp thế giới để tiệt trùng, quét sạch lũ vi khuẩn khỏi thế giới. Nhiều người là con mồ côi hoặc dân nhập cư tự chọn cho mình một người cha và qua đó là một quê cha. Bên cạnh đó, những kẻ liều lĩnh, những gã phiêu lưu, bởi vì thời ấy, xáp lại gần những căn bệnh truyền nhiễm cũng nguy hiểm ngang với việc lái một chiếc máy bay bằng gỗ. Một nhóm toàn những con người cô độc. Những cuộc cãi cọ nặng nề và những tình bạn không rời. Cái nhóm nhỏ xíu đầy năng nổ của cuộc cách mạng vi khuẩn.

Từ vụ phun trào núi lửa hùng vĩ ở Paris, những con người ấy chính là những hòn than cháy rực rơi ngẫu nhiên xuống sa mạc và rừng rậm. Những con người trẻ tuổi can đảm nhét vào vali của mình ống nghiệm, nồi chưng và kính hiển vi, nhảy lên những chuyến tàu hỏa và tàu thủy, nhảy bổ xuống những nạn dịch. Một điều gì đó đậm nét hiệp sĩ và truyền giáo. Giương bơm tiêm ra như tuốt kiếm. Những nhà quý tộc mất rễ, những kẻ lưu vong, những tay tỉnh lẻ và người nước ngoài lên đường chu du khắp thế giới. Từ Paris, Roux, đứa trẻ mồ côi ở Confolens, điều hành và tập trung mọi khám phá lại. Một phường hội. Khắp nơi, nhóm Pasteur đều ở vào thế cạnh tranh với nhóm Koch, nên phải nhanh chân nhanh tay lên. Trên bản đồ atlas vẫn còn những khoảng trắng và những thứ bệnh chưa được biết đến. Mọi thứ vẫn là có thể và thế giới y học còn là mới toanh. Điều này sẽ không kéo dài lâu. Họ biết rõ là như vậy. Họ ở đó vào đúng thời điểm, để rồi tên của họ, viết bằng tiếng La Tinh, được gắn cho một con vi trùng. Họ áp dụng phương pháp Pasteur được hoàn thiện với bệnh dại. Lấy mẫu, xác định, nuôi virút, làm chúng suy yếu để chiết xuất vắcxin. Họ được hưởng thành quả từ những phương tiện vận tải ngày càng chạy nhanh hơn, được hưởng động cơ hơi nước, nó cho phép họ đến được nơi ngay khi tại đó một trận dịch vừa mới chớm. Trong vòng vài năm, những thảm họa lừng lững như những con quái vật thời Homère lần lượt bị hạ đo ván, bệnh hủi, sốt phát ban, sốt rét, ho lao, thổ tả, bạch hầu, uốn ván, dịch hạch.

Không ít người đã để lại xương thịt mình ở đó. Roux sang Ai Cập để nghiên cứu bệnh tả cùng Louis Thuillier. Thuillier, đỗ đầu kỳ thi sư phạm ngành vật lý, vừa từ một chiến dịch tiêm phòng vắcxin bên Nga trở về. Anh hăm sáu tuổi, đã phát hiện vi trùng ở lợn hay còn gọi là bệnh đỏ, cùng ký tên với Roux, Pasteur và Chamberland bài viết *Những hiện tượng mới để phục vụ cho hiểu biết về bệnh dại.* Hai người vừa tới Alexandria, anh đã mắc bệnh tả và chết. Họ đang ở xa Sedan, xa mấy cái món chính trị. Đang là thời kỳ đình chiến. Hai êkíp giao hảo với nhau. Theo như Roux kể lại trong một bức thư mà ông mau chóng viết cho Pasteur, "Ngài Koch và các cộng sự đã đến đây khi tin tức lan truyền trong thành phố. Họ đã tìm ra những từ đẹp đẽ nhất để tưởng niệm người quá cố thân thiết của chúng ta". Và trước khi miêu tả vi trùng bệnh tả, vì lần này ông là người chiến thắng, "ngài Koch đứng giữ một góc mảnh vải liệm. Chúng tôi đã quàn xác người đồng chí của mình. Anh ấy nằm trong một quan tài kẽm bọc chì". Hãy yên nghỉ, bạn hiền. Hãy gặp lại Pesas và Vĩnh Tham, những người chết vì dịch hạch ở Nha Trang, và Boëz say ngủ giấc ngàn thu ở Đà Lạt.

Khi Pasteur qua đời, cái nhóm nhỏ những tông đồ thế tục tỏa đi trên mọi châu lục để mở các Viện, rao giảng khoa học và lý tính. Họ không ngừng thư từ qua lại với nhau từ đầu này sang đầu kia thế giới, qua những con thuyền sắp khởi hành. Những bức thư được viết một mạch bằng bút lông, trong thứ ngôn ngữ thực chứng luận của nền Cộng hòa thứ Ba, với cú pháp tuyệt hảo. Nếu tất cả không phải là Michelet thì họ cũng đều là Quinet[1] cả. Những nhà khoa học thấm đẫm văn chương ấy biết rằng tình yêu, khoái lạc và đàn oóc khi chuyển sang số nhiều đều

---

1. Michelet là một sử gia rất nổi tiếng của Pháp vào thế kỷ 19, còn Edgar Quinet (1803-1875) cũng là một sử gia lớn.

thành giống cái[1]. Cũng như các thủy thủ, họ cho biết vị trí lúc đó của mình. Calmette ở Alger rồi Sài Gòn, rồi Lille. Carougeau rời Nha Trang sang Tananarive. Loir thì sau Sydney lập ra Viện Pasteur ở Tunis, nghiên cứu bệnh dại ở Rhodésie trước khi lên đường đi dạy môn sinh học ở Montréal. Nicolle ở Istanbul, nơi Remlinger thay thế ông, rồi sang Tanger. Haffkine, người Do Thái gốc Ukraine, mở một phòng thí nghiệm ở Calcutta. Wollman, người Do Thái gốc Belarus, được cử sang Chilê. Sau nhiều năm ở Guyane, Simond khép lại lịch sử dịch hạch ở Karachi và lên đường nghiên cứu bệnh sốt vàng bên Braxin.

Ở Nha Trang, những bức điện mang đến cho Yersin tin tức về cái chết của tất cả những ông bạn già và sự phân tán của những người còn sống, trẻ hơn. Cũng như Roux, ông sẽ không để lại hậu duệ, hay nếu có, thì là huyền thoại. Đứa con mồ côi ở Confolens và đứa con mồ côi ở Morges đã chọn Pasteur làm người cha tinh thần và những đứa con trai mà họ có thì cũng theo nghĩa tinh thần. Các nhân viên phòng thí nghiệm rồi sẽ trở thành các nhà nghiên cứu. Yersin đã quá già trong một thế giới không còn là của ông nữa. Là cộng sự cuối cùng của Louis Pasteur còn lại trên đời. Ông sẽ không viết hồi ký. Hẳn ông sẽ chẳng thích thú gì cuốn sách này. Nhưng mắc mớ gì đến anh.

Chắc hẳn là nên viết về cả chuỗi thì hơn là chỉ viết về các mắt xích riêng lẻ. Một chuỗi kéo dài một thế kỷ rưỡi. Pasteur chọn Metchnikoff, Metchnikoff thì chọn Wollman, Eugène Wollman. Khi từ Chilê trở về, Wollman nghiên cứu hiện tượng thể ăn khuẩn ở con vi khuẩn của Yersin trước khi bị đẩy đến Auschwitz

---

1. Đây là một hiện tượng ngữ pháp trong tiếng Pháp.

trong khi con trai ông gia nhập Kháng chiến. Sau chiến tranh, đứa con trai ấy, Élie Wollman, đã được André Lwoff chọn, và tại phòng thí nghiệm của mình ông làm việc cùng François Jacob, người đã gia nhập Lực lượng Pháp tự do ở London, chiến đấu từ Libya sang đến Normandie. Cùng nhau, họ tiếp tục công việc của Eugène Wollman. Jacob nhận giải Nobel cùng Lwoff và Monod. Monod đã thám hiểm Băng Đảo cùng Paul-Émile Victor trong những năm ba mươi trước khi gia nhập Kháng chiến. Hai mươi năm sau khi nhận giải Nobel, Lwoff viết bài báo *Louis-Ferdinand Céline và nghiên cứu khoa học*, bởi vì, dù có làm gì đi nữa, giống như trong một nhóm khủng bố, dù cho có tìm cách chạy trốn đi thật xa như Yersin, hay xoay sang nói xấu như Céline, phản bội và chuyển qua văn chương, thì người ta cũng đâu có thoát khỏi được sự lưu tâm của nhóm.

Đó sẽ là điều bí ẩn cuối cùng của cuộc đời Yersin. Văn chương. Phải sau khi ông đã qua đời, trong lúc sắp xếp tài liệu lưu trữ của ông, người ta mới phát hiện được điều đó. Ông đã dính mũi vào văn chương và cả ở đây ông cũng mắc nghiện. Giờ đây ông biết rằng "đâu phải chẳng đáng gì". Rimbaud thì xuất phát từ tiếng La Tinh, còn Yersin thì kết thúc đời mình ở thứ tiếng đó. Cơn nghiện tối hậu mạnh hơn cả cocain, thất bại duy nhất của ông.

Trong lúc thu dọn phòng làm việc của ông, Jacotot sẽ phát hiện cái xưởng dịch thuật nho nhỏ bí mật. Những quyển sách và những tờ giấy lớn, trên bìa có hình cú mèo hoặc sói cái. Ở tuổi tám mươi, ông lại học tiếng La Tinh và tiếng Hy Lạp, che đi trang bên trái. Dịch cũng giống như là viết một Cuộc đời. Sự sáng tạo bó buộc, tự do nhưng cũng giống chơi violon với tổng phổ trước mặt, kéo cây vĩ, những hợp âm nhẹ của dây mi, hợp âm của các nốt trầm. Lòng chất chứa kinh ngạc, Jacotot thành kính chép lại các món kiểm kê được: Phèdre và Virgile, Horace, Salluste, Cicéron, Platon và Démosthène. Hẳn Yersin đã đọc thấy ở đó những giá trị cổ đại cũng chính là các giá trị của con người ông, sự giản dị và ngay thẳng, sự bình thản và sự chừng mực. Rốt cuộc ông đã đem lòng yêu mến văn chương và vẫn yêu mến sự cô độc.

biển

Thỉnh thoảng, những vết thương cũ trong trận chiến với Thục lại trở đau, cái vết giáo đâm vào mạng sườn và ngón tay cái bị phạt đứt. Chân ông không còn đứng vững được nữa. Ông ngồi trên cái ghế bập bênh. Không phải vì thế mà ông có thể lì ra đó chẳng làm gì. Ở góc thật sâu của bộ não già nua vang lên câu nói của Pasteur như một mệnh lệnh: "Ngày nào không làm việc, tôi thấy như thể mình vừa phạm tội ăn cắp." Ông vừa nảy ra một ý, ý cuối cùng. Quan sát thủy triều lên xuống.

Ông sẽ chấm dứt cuộc đời hạnh phúc của kẻ cô độc trong sự giản đơn của ngày tháng và sự hiếu kỳ khôn thỏa. Đó chính là Kant ở Königsberg nhưng không gặp vấn đề với đám cây đoạn hay lũ bồ câu nhà hàng xóm. Ông là chủ cả vùng đất và khung cảnh. Từ sân hiên của ngôi nhà lớn vuông vắn, về phía tay trái, cửa sông và núi thoải dần về mé nước, bên phải là hàng cây số bờ biển. Đây chính là vị trí lý tưởng để nghiên cứu thủy triều lên xuống, đúng cái góc vuông của cửa sông hợp với biển. Ông chép lại các thông số mặt trăng và đo mực nước cạn, các hệ số, mực nước cao, cho cắm những cái thang chia độ xuống giữa dòng nước, treo đèn trên đó. Ngồi trên cái ghế bập bênh, quyển sổ mở sẵn trên đùi, ông dùng ống nhòm đi biển quan sát những tia sáng trong đêm.

Đô đốc Decoux, toàn quyền của xứ Đông Dương bị xâm chiếm, rút về Đà Lạt, gửi đến cho ông lịch thiên văn của hải quân. Ông ta đang buồn chán, Decoux ấy. Đã rời cung điện Puginier ở Hà Nội để không còn phải chứng kiến tụi samurai diễu hành trong thành phố. Ông ta và nội các của mình chạy lên đóng ở Lang Bian Palace ngay phía trước Hồ. Với một vị đô đốc thì một cái hồ là quá nhỏ, đáng cảm thấy nhục nhã. Trong khi những quả bom nổ ở khắp nơi trên hành tinh, những xe tăng Đồng Minh đã chiếm lấy Koufra rồi tiến về phía Bắc, các phi công cảm tử lao thẳng xuống các tàu khu trục Mỹ, Hồng quân xuyên thủng mặt trận Đức và tiến vào Ba Lan, Pétain bị nhốt lại ở khách sạn Parc de Vichy thì Decoux ở Lang Bian Palace, Đà Lạt, ngay trước cái Hồ. Sự vĩ đại của nước Pháp bị rút giảm về những thành phố nghỉ dưỡng của nó giống như những người bệnh chán nản choàng áo tắm màu trắng và đi dép lê, bên dưới trần nhà thạch cao. Phải nghĩ ra việc mà làm.

Decoux cho phá các đường phào và những trang trí theo phong cách Belle Époque ở Palace. Ông ta đòi phải làm như vậy ở Nhà hát Sài Gòn, quảng trường Francis-Garnier, sau này sẽ trở thành trụ sở Quốc hội. Phải chấm dứt cái thứ ẽo uột cổ hủ chắc hẳn lấy cảm hứng từ lũ Do Thái hoặc Tam điểm này, cái thứ sẽ lôi tuột nước Pháp xuống đáy vực nếu không có ngài Thống chế. Ông ta muốn thay bằng các góc chặt chẽ, giản dị, ảm đạm, khổ hạnh như sở thích của người Đức. Chính những thất thường của Lịch sử và sự mù quáng này sẽ đưa nước Pháp, mười năm sau đó, đến chỗ trang hoàng và mở rộng sân gôn Đà Lạt trong khi đang diễn ra trận Điện Biên Phủ. Bởi vì Bộ Tham mưu tính là sau chiến thắng mình tha hồ mà hưởng thụ. Đà Lạt, thành phố không tưởng, được dựng lên trên trang giấy xanh lục hoang vắng của Lang Bian, từng một thời người ta định biến thành thủ đô của toàn cõi Đông Dương, giờ trở thành một hòn đảo nhỏ cả đến người Nhật cũng không mấy quan tâm. Viên đô đốc đi theo các hành lang của khách sạn, vận bộ quân phục trắng chỉn chu tuy có thể chỉ cần mặc pyjama. Ông ta lo lắng về kho dự trữ rượu cônhắc và sâmbanh, chúng sẽ phải được ném xuống đáy hồ khi có tên samurai đầu tiên xuất hiện. Như là người ta đánh đắm một con tàu để không phải giao nộp nó vào tay kẻ thù. Ông biết Toulon và Mers el-Kébir. Nhưng mãi mà bọn Nhật không chịu đến.

Chuyện ấy sẽ xảy tới trong vòng hai năm nữa, sáu tháng trước Hiroshima, sáu tháng sau khi giải phóng Paris, các đội quân của Hirohito, tháo chạy trên mọi mặt trận, sẽ điên cuồng tấn công vào các trại lính Pháp, họ đã chờ đợi đối phương từ 5 năm rồi và đã lơi lỏng canh gác từ rất lâu. Quân Nhật sẽ thảm sát cánh quân sự và nhốt giới dân sự vào các trại. Lúc này, các nhân viên bản địa, ban ngày thì rất vâng lời, đêm đến thì cung cấp thông tin cho Việt Minh. Bọn họ lục thùng rác đựng giấy tờ và phòng làm việc của đô đốc, tìm được bức thư cuối cùng của Yersin, báo cho quân du kích là tụi đế quốc đang nghiên cứu thủy triều ở Nha Trang, có lẽ là đang chuẩn bị cho một cuộc đổ bộ.

Vài hôm trước khi qua đời, Yersin cảm ơn viên đô đốc nước ngọt[1] đã gửi các lịch biểu cho mình. Đây là bức thư cuối cùng của ông. "Tôi sẽ tự cho phép mình cung cấp cho ngài các kết quả những quan sát này dưới dạng bảng biểu chừng nào tôi đã tập hợp được đủ số lượng." Người ta sắp kỷ niệm sinh nhật thứ tám mươi của ông. Ông rất ngờ là sau lưng mình họ đang chuẩn bị một buổi lễ nào đó. Giữa các buổi quan sát bằng ống nhòm cùng người trợ lý Trần Quang Xê, ông dịch các tác giả Hy Lạp. Tác phẩm duy nhất in sau khi ông qua đời không phải là một tự truyện: Jacotot sẽ chọn một cái nhan đề kiểu hậu-Rimbaud mà cánh Pasteur rất khoái: *Các biểu đồ mực thủy triều quan sát được ở Nha Trang, thực hiện theo các ghi chép của bác sĩ Yersin trước nhà ông ở Nha Trang*. Anh gửi nó đến *Tập san của Hội nghiên cứu Đông Dương*.

Vào lúc nửa đêm, rồi sáu giờ sáng, sau đó là sáu giờ tối, Yersin ghi chép những gì quan sát được và viết đầy vào một quyển sổ giờ đang nằm ở nhà bảo tàng nhỏ bé tại Nha Trang. Đôi khi ông ngủ thiếp đi. Đầu óc ông đã hơi lơ mơ. Thường thì lúc chết người ta hay bị đau. Ông đã thấy điều đó tại các bệnh viện. Ông bồng bềnh trong tiếng sóng biển. Trên boong một con thuyền Normandie hay trong một cabin hạng nhất, đồ đạc

---

1. Tác giả có châm biếm là đô đốc thì phải đi biển, mà ông Decoux này lại loanh quanh luẩn quẩn chết gí một xó.

bằng đồng hoặc gỗ đánh véc ni của tàu *Oxus*, tàu *Volga* hay tàu *Saigon*. Những đợt sóng đen chậm chậm trào dâng như tiếng thì thầm. Nước mặn vỗ vào cửa sông, hòa vào với nước ngọt. Một cơn ngủ thiu thiu và rồi ông nhẹ nhàng chìm đắm vào một nỗi buồn kỳ khôi đang nổi lên như mặt biển. Đôi khi là một câu của Pasteur. "Chủ yếu là nhờ các hoạt động lên men và cháy chậm mà mọi thứ gì từng sống hoàn thành được quy luật tự nhiên về tan rã và quay trở về trạng thái khí."

Giờ đây ông đang biến thành chất liệu của những giấc mộng[1]. Những người dân chài thắp đèn, chèo thuyền đi ra biển. Nếu có ai bị thương người ta sẽ tiêm vắcxin chống uốn ván cho anh ta, vắcxin đang có sẵn trong tủ lạnh. Ngày mai cá bóng loáng trên nước đá và tôm bật tanh tách dưới đáy giỏ. Những tia sáng nhảy nhót trên biển hoặc sau mí mắt ông. Ông vừa nảy ra một ý mới. Ngày mai ông sẽ ăn tôm hoặc xơi rễ bồ công anh[2]. Ông tự hỏi chẳng biết mình đã nghĩ đến việc trồng thử nghiệm bồ công anh ở Hòn Bà hay chưa. Giờ đây ý nghĩ của ông hơi rối, một cơn lụt chậm rãi, nước đen và tiếng thì thầm của thủy triều bên dưới vòng tròn trắng của mặt trăng. Nước dâng lên chạm cầu chì trong xưởng điện của ông. Sẽ phải tắt cầu dao, phải đứng dậy, rời cái ghế bập bênh. Không sao mà làm nổi. Chập điện, lửa lóe lên. Một mạch máu nổ tung trong óc. Khi ấy là một giờ đêm. Ánh sáng đã tắt./.

---

1. Hình ảnh "Chất liệu của những giấc mộng" (nguyên văn "l'étoffe des songes") có lẽ được tác giả lấy từ một câu của Shakespeare: "Chúng ta và những giấc mộng của chúng ta được làm ra từ cùng một chất liệu".

2. Nguyên văn "manger des pissenlits par la racine" (ăn rễ bồ công anh), tiếng lóng, có nghĩa là chết.

lời cảm ơn

Xin gửi những lời cảm ơn đầu tiên tới giáo sư Alice Dautry, tổng giám đốc Viện Pasteur, người đã cho phép tôi tham khảo kho lưu trữ ở phố Émile-Roux, tới Agnès Raymond-Denise, thủ thư, và tới Daniel Demellier vì đã hỗ trợ nghiên cứu này, cùng những lời khuyên quý giá. Tôi cũng xin gửi lời biết ơn tới Hoa Tran Huy, Hoan Tran Huy và Minh Tran Huy ở Paris. Ở Morges, tôi cảm ơn Guillaume Dollmann vì đã tiến hành điều tra về ngành thuốc súng, cũng như vì đã cùng tôi sang Ecuador, từ Quito đến Mitad del Mundo theo dấu chân La Condamine. Ở Sài Gòn, tôi cảm ơn những người bạn của tôi, Philippe Pasquet và Trần Thị Mộng Hồng. Ở Đà Lạt là Nguyễn Đình Bổng, giám đốc Viện Pasteur, và Đào Thị Vi Hoa, phó giám đốc. Ở Nha Trang là Trương Thị Thúy Nga, phụ trách bảo tàng Yersin của Viện Pasteur. Tôi cũng cảm ơn Trần Đình Thọ Khôi, cựu học sinh trường trung học Yersin Đà Lạt, giáo sư, thông dịch viên đầu tiên của tôi ở đó, và những người lính biên phòng Hòn Bà, tôi rất biết ơn họ vì đã đón tiếp tôi, mời tôi uống trà, vì đã cùng tôi đi vào rừng dưới cơn mưa để tới chỗ di tích của Yersin.

lời bạt

"Tuyệt đối hiện đại!"
Đọc *Yersin: dịch hạch & thổ tả* của Patrick Deville
ĐOÀN CẦM THI

> *"Viết về một cuộc đời cũng giống như*
> *vừa kéo violon vừa nhìn bản nhạc".*
>
> —*Patrick Deville*

1. Nhiều cuộc đời trong một cuộc đời

Alexandre Yersin (1863-1943), người Pháp gốc Thụy Sĩ, là một nhà khoa học lỗi lạc, đam mê và giản dị. Ông là người đầu tiên xác định được dịch hạch là do trực khuẩn ở chuột gây ra tại Hồng Kông, 1894. Cũng chính ông sau đó sẽ phát minh ra vắcxin chống lại căn bệnh kinh hoàng đã từng tàn sát nhân loại này: tên ông đã được dùng để chỉ trực khuẩn dịch hạch, *Yersinia Pestis*. Riêng với Việt Nam, ông là người thành lập ra chi nhánh viện Pasteur Nha Trang, khai sinh trường Đại học Y Hà Nội, khám phá ra Đà Lạt khi nó chỉ là một cao nguyên hoang sơ, vạch ra con đường bộ đi từ Trung Kỳ sang Campuchia[1]. Ông từng đưa vào Việt Nam nhiều loại cây quý như cao su, canhkina. Ông nghiên cứu vi khuẩn học, thủy văn khí tượng, dân tộc học, nhiếp ảnh, thực vật học, dựng chuồng trại nuôi bò, cừu, gà,... trong một đồn điền rộng 20.000 hecta tại Nha Trang. Điều đặc biệt, mỗi khi quan tâm đến một ngành khoa học nào, Yersin bao giờ cũng nghiên cứu hết mình và luôn đạt đến mức cao nhất, ví dụ khi quay sang quan sát thiên văn, bài của ông đã được đăng tải trong *Tập san thiên văn học* của nhà toán học lừng lẫy Henri Poincaré, người "báo trước" thuyết tương đối.

Tuy được chính quyền thuộc địa nâng niu, ông gắn bó với thiên nhiên và sống hơn 50 năm cuối đời tại Nha Trang, nơi những người dân gọi ông là "ông Năm" hay "bác sĩ Năm". Yersin chạy trốn vinh quang nhưng không bao giờ chạy trốn thời đại của mình. Những năm bình minh của thế kỷ 20, ông là người lái những chiếc ôtô đầu tiên trên đường phố Hà Nội: hai chiếc Serpollet, chiếc đầu 5 mã lực do ông chuyển từ Nha Trang ra, sẽ nhanh chóng được thay thế bằng một chiếc 6 mã lực, đời mới, có thể chạy 100 cây số giờ, do ông đặt mua tại Paris. Suốt 5 thập kỷ sống tại Việt Nam, ông không ngừng nhập về đây những máy móc tân tiến nhất của châu Âu. Ở tuổi bảy mươi, ông dùng thủy phi cơ để di chuyển giữa Paris và Sài Gòn, có ý định xây

---

1. Trước đó, sông Mê Kông là con đường duy nhất để đi từ biển Đông sang Phnôm Pênh.

sân bay ở Nha Trang. "Cả đời mình, Yersin sẽ chọn những gì mới mẻ và *tuyệt đối hiện đại*"[1], Patrick Deville viết.

Lựa chọn của Alexandre Yersin, vì vậy, thể hiện thái độ của người trí thức trước lịch sử. Qua tài năng và nhân cách của ông, Patrick Deville mô tả một thế hệ nhân sĩ Pháp trong hoàn cảnh lịch sử đặc biệt, từ những năm 1860 – được coi là hoàng kim của đế chế Pháp – đến Thế chiến thứ hai – khi đế chế đó bắt đầu lụn bại. Một thế hệ, trước công cuộc đồng hóa và thuộc địa hóa của nhà cầm quyền, lại nuôi dưỡng những khát vọng khoa học nghệ thuật, với hoài bão thay đổi thế giới bằng trái tim và trí tuệ.

Nếu quả đúng là chỉ trong cuộc đời mình Alexandre Yersin đã thực hiện được một khối lượng không gian và công trình khổng lồ, ngang với nhiều cuộc đời cộng lại, thì Patrick Deville cũng cho ông song hành với những cuộc đời khác để làm nổi bật một thế hệ, rộng hơn nữa, một thời đại. Tiểu thuyết, ngoài chương "những cuộc đời song chiếu", còn có những chương mang tên: "Albert[2] & Alexandre", "Arthur[3] & Alexandre", "Alexandre & Louis[4]". Nhưng những tứ văn bay bổng nhất có lẽ dành cho sự giao thoa giữa hai số phận nhiều tương đồng là Yersin và

---

1. Cụm từ này - "Il faut être absolument moderne", có nghĩa là "Phải tuyệt đối hiện đại"-, xuất phát từ Rimbaud, được Patrick Deville dùng như sợi chỉ đỏ xuyên qua suốt tác phẩm.

2. Tức nhà khoa học Albert Calmette, người phát hiện ra độc tố bạch hầu và vắcxin phòng bệnh lao.

3. Tức nhà thơ Arthur Rimbaud.

4. Tức bác sĩ Louis-Ferdinand Destouches, nhà văn Céline tương lai - tác giả của tuyệt tác *Hành trình đến tận cùng đêm tối*.

Rimbaud. Hai chàng trai, hai đứa trẻ mồ côi cha[1], một nhà khoa học và một nhà thơ, nhưng cùng niềm ham muốn điên cuồng được ra đi. *"Yêu những bình minh ngập nắng và nghề đi biển, thực vật học và nhiếp ảnh (...) Cả hai người, ở những chỗ xa lắc, cứ năm phút lại có một ý tưởng mới"*, Patrick Deville viết.

Tuy không bao giờ thấy mặt nhau và có lẽ cũng chưa bao giờ biết đến sự tồn tại của nhau, nhưng theo Patrick Deville họ gặp nhau trong một câu của nhà văn Ý Sciascia: *"Ai cũng biết khoa học, cũng như thơ ca, chỉ ở cách bệnh điên một bước chân."* Họ gần nhau đến mức câu của Yersin *"Đời mà không đi thì còn gì là đời nữa"* có thể làm ta tưởng đó là Rimbaud viết, hoặc ngược lại câu *"Phải tuyệt đối hiện đại"* hoàn toàn có thể gán cho Yersin. Cả hai thiên tài trẻ tuổi sẽ từ bỏ cuộc sống êm đềm điền viên - Yersin rời Viện Pasteur Paris danh tiếng đang lên còn Rimbaud vứt lại nhóm Thi Sơn đang trưởng giả hóa - để thám hiểm những miền đất mới. Và họ đã sống những thời khắc mạnh mẽ nhất, dù cho cuộc đời quá ngắn (Rimbaud chết vì ngã ngựa tại châu Phi khi ba bảy tuổi) hay thật dài (Yersin sống từ Đế chế thứ hai đến tận Thế chiến thứ hai).

Người đọc hẳn tự hỏi vì sao Patrick Deville đã chọn hai câu thơ của Laforgue - *"À! vâng, trở thành huyền thoại / Ở ngưỡng những thế kỷ bịp bợm!"* làm đề từ cho tiểu thuyết của mình. Như một lời chiêm nghiệm - của Yersin và Rimbaud - về những phù du của hậu thế? Như một dự đoán về sự lãng quên?

---

1. Patrick Deville thường nhấn mạnh chi tiết này khi phân tích nhân cách của Yersin và một số "đứa trẻ mồ cha" khác, cùng thời với ông như Roux (nhà khoa học), Haffkine (nhà khoa học) hay Rimbaud (nhà thơ), Doumer (nhà chính trị). Theo ông, hoàn cảnh mồ côi cha là nguyên nhân chính biến họ thành những kẻ liều lĩnh, phiêu lưu, ham chinh phục.

2. "Tiểu thuyết chính là hình thức!"[1]

Tác phẩm của Patrick Deville đã phác họa một Alexandre Yersin như thế. Tuy nhiên, phải nói ngay rằng đây không phải là cuốn sách đầu tiên về nhà khoa học thiên tài ẩn dật[2]. Nhưng chỉ lần này, với Patrick Deville, chân dung của ông mới được độc giả và giới phê bình Pháp đón nhận thật sự nồng nhiệt[3]. Điều gì đã làm nên thành công này?

Nếu giống như các tác giả trước đó, Patrick Deville xây dựng tác phẩm dựa trên các sự kiện và tư liệu hoàn toàn có thật, đặc biệt qua thư từ trao đổi giữa Yersin với mẹ, chị gái và đồng nghiệp, thì ông có lẽ là nhà văn duy nhất đã lần theo chân nhân vật của mình gần như trên khắp thế giới. Chính những chuyến thực địa này tạo ra chất tươi mới cho tác phẩm của Patrick Deville. Nếu chưa đặt chân tới Hà Nội, tác giả hẳn khó có được những cảm xúc rất riêng về *"thành phố xanh um và mờ sương"*

---

1. Xem Alain Nicolas, "Patrick Deville: 'Ce qui fait le roman, c'est la forme'", *L'Humanité*, 27/10/2011.

2. Đã có nhiều cuốn sách và bài viết về cuộc đời và sự nghiệp của Alexandre Yersin. Ví dụ: Noël Bernard, *Yersin: pionnier, savant, explorateur*, La Colombe, 1955; Christian Colombani, "Saint Yersin de Nha-Trang", *Le Monde* du 28 décembre 1991; Emile C. Bonard, "La peste et Alexandre Yersin (1863-1943)", *Revue Médicale de la Suisse romande*, 1994, p. 389-391; Alexandre Yersin, "La peste bubonique à Hong Kong", *Revue Médicale de la Suisse romande*, 1994, p. 393-395; Bernardino Fantini, "Un jeune pastorien chez Koch: Yersin, 1888", *Revue Médicale de la Suisse romande*, 1994, p. 429-437; Jacqueline Brossolet, "Autour des lettres d'Alexandre Yersin à sa famille", *Revue Médicale de la Suisse romande*, 1994, p. 445-450; Henri H. Mollaret et Jacqueline Brossollet, *Alexandre Yersin ou le vainqueur de la peste*, Fayard, 1985; Elisabeth Du Closel, *Docteur Nam*, éditions Albin Michel, 1996.

3. Tác phẩm đã lọt vào chung khảo giải Goncourt và nhận giải Femina năm 2012, hai giải thưởng văn học danh giá nhất của Pháp. Ngoài ra nó còn nhận "Giải của Các giải văn học" (Le Prix des Prix littéraires) và "Giải tiểu thuyết" của tập đoàn Fnac (Prix du roman Fnac).

này: *"Một thành phố như Proust tả, cùng nỗi nhớ nhung Cabourg và Deauville vẫn hiện diện đâu đây"*.

Nhưng có lẽ tính độc đáo nằm trong chính hình thức của nó. Nói rộng ra, là kết cấu, nhịp điệu, văn phong, cách kể chuyện, mà tác giả đã đem lại cho câu chuyện về cuộc đời Yersin.

Không dưới một lần, Patrick Deville vứt bỏ các nhãn mác mà người ta hay gán cho tác phẩm của ông: tiểu sử, du hành, phiêu lưu, lịch sử. Tuy phi hư cấu, nó trước hết là một tiểu thuyết, ông khẳng định[1]. Nói cách khác, sáng tạo nghệ thuật là ý đồ lớn nhất của tác giả. Patrick Deville thường ví công việc của mình như thao tác của một nhạc sĩ: nếu nguyên tắc chung là tôn trọng cái đã có, thì nhà văn và nhạc sĩ lại tuyệt đối tự do trong việc diễn giải. Giống như cùng một bản nhạc violon của Lizst, nhưng mỗi nhạc sĩ thể hiện một cách khác nhau. Nó có thể tầm thường hay tuyệt vời, điều đó tùy thuộc vào tài năng của người trình diễn.

Đảo lộn trật tự thời gian và không gian chính là nét nổi bật đầu tiên trong phong cách Patrick Deville. Dù tiểu thuyết chỉ kể sự thật, nó không bắt đầu với ngày nhân vật chào đời, cùng gia thất và tuổi thơ như trong các tiểu sử thường gặp. Chương đầu: *"Chuyến bay cuối cùng"* – tháng Năm năm 1940 khi Yersin rời *"bầu trời giông bão"* của nước Pháp quay lại Sài Gòn. Chương kết: *"Biển"* – năm 1944 khi ông ngồi trước hiên nhà tại Nha Trang ngắm thủy triều lên để từ từ *"biến thành chất liệu của*

---

1. Xem Emmanuel Hecht, "Patrick Deville, aventurier dans l'âme, remporte le Prix du roman Fnac", *L'Express*, 29/08/2012; Nicolas Blondeau, "Mon livre est un roman sans fiction", *Le Progrès*, 05/11/2012.

những giấc mộng" như trong thế giới của Shakespeare. Trời và biển được Patrick Deville chọn là hai yếu tố chính, tượng trưng cho bản thể phiêu lưu và cô đơn của Yersin.

Trong suốt tác phẩm, người đọc liên tục bất ngờ trước cách xử lý thời gian và không gian tuyệt đối tự do của tác giả. Hai sự kiện khác nhau như việc Yersin thử nghiệm trồng cây canhkina ở Hòn Bà và Cách mạng tháng Mười bùng nổ ở Nga được Patrick Deville xếp liền nhau, không một lời giải thích. Ngòi bút của ông linh hoạt, phóng túng, và độc giả dễ dàng lạc lối trong tiểu thuyết, ví dụ như trong đoạn văn này: *Hai mươi bảy tuổi (...) Yersin tản bộ trong cảng Marseille (...) cánh cửa mở ra thế giới rộng lớn. Mười lăm năm trước, chính nơi đây Conrad đã bắt đầu sự nghiệp thủy thủ của mình. Mười năm trước đó, Rimbaud từng lên tàu sang Biển Đỏ và xứ Ả Rập. Brazza cũng lại lên đường sang Congo mấy tháng trước đó (...) Yersin xuống tàu Oxus sang Viễn Đông*". Cũng dễ hiểu vì sao để tái tạo vận tốc như lốc cuốn của nhân vật, Patrick Deville chọn thời hiện tại mặc dù phần lớn các sự kiện đều thuộc về quá khứ.

Dẫu không giấu niềm ngưỡng mộ trước con người đa tài đó, Patrick Deville không bao giờ quên vai trò nhà văn của mình và Yersin trước hết là một nhân vật. Sau khi tả Yersin thập tử nhất sinh vì một mũi giáo trên vùng người Xê Đăng, ông viết một cách hóm hỉnh: *Nhiều sự nghiệp các nhà thám hiểm bỏ người viết tiểu sử họ bơ vơ như vậy sau vài trang (...) Yersin hồi lại dần. Người viết tiểu sử anh thở phào*". Tác giả cũng từ chối cho nhân vật được biết trước tương lai. Khi thuật lại chuyện Yersin thả neo tại Nha Trang, nơi chàng trai sẽ sống những năm dài còn lại của đời mình, Patrick Deville bình luận: *Nhưng anh* còn *chưa biết điều đó".* Cụm từ *"chưa biết"* thường được dùng để chỉ trạng thái của Yersin, như để nhấn mạnh rằng "người hùng" của tác phẩm cũng chỉ là người trần mắt thịt như bao kẻ khác, và Patrick Deville khước từ việc phong thánh. Mặt khác, như một nhà văn đích thực, ông không phanh phui nhân vật của mình, tôn trọng phần bóng tối trong anh ta, để cho đến cuối cùng, Yersin vẫn là một ẩn số. Ở tuổi tám mươi, Yersin học lại tiếng La Tinh và tiếng Hy Lạp. Điều gì đã làm cho ông, kẻ suốt đời coi văn chương nghệ thuật là một *"thứ phù phiếm",* lại đem lòng yêu mến Virgile, Horace, Cicéron và Platon? Patrick Deville từ chối giải đáp câu hỏi này, ông viết: *"Đêm đến, trong ngôi nhà vuông, đôi mắt mỏi mệt đeo kính, Yersin giờ những trang sách tiếng Hy Lạp và tiếng La Tinh. Đây là bí mật cuối cùng và bí ẩn cuối cùng".*

Để kể về cuộc đời khổ hạnh của Yersin, Patrick Deville đã chọn một bút pháp chính xác, lịch lãm, nhưng đậm đặc chất thơ. Nhịp câu trong tiểu thuyết khi thì dồn dập như ta đã thấy, lúc lại trầm buồn lướt trên những tứ thơ của các thi sĩ cùng thời. Đoạn văn sau với 8 từ cuối vay mượn của Baudelaire: *"Đó là chuyến đi chậm xuôi theo Ấn Độ Dương, đường xích đạo, con tàu trượt trên vàng ròng và làn nắng óng".* Đặc biệt, tiểu thuyết không bao giờ thiếu chất hài, ngay cả ở những đoạn cần nghiêm trang nhất, như phút hấp hối của Yersin: *"Những tia sáng nhảy nhót trên biển hoặc sau mí mắt ông. Ông vừa nảy ra một ý mới. Ngày mai ông sẽ ăn tôm hoặc xơi rễ bồ công anh*[1]*. Ông tự hỏi*

---

1. Nguyên văn "manger des pissenlits par la racine" (ăn rễ bồ công anh), tiếng lóng, có nghĩa là "chết".

chẳng biết mình đã nghĩ đến việc trồng thử nghiệm bồ công anh ở Hòn Bà hay chưa".

Tác giả có thể viết về một chủ đề khô như ngói với những hình ảnh ngộ nghĩnh, những so sánh bất ngờ. Đây là cách Patrick Deville tả bồ câu, một loài chim có thể nói là tầm thường nhất ở châu Âu: *"Bồ câu hơi giống như là chuột trên trời, một loài chuột đã được gắn thêm cánh rồi sơn xám. Loài có cánh nhưng lại rất thường xuyên ở dưới đất, đi lại chệch choạc, lảo đảo trên mấy cái chân bị cụt, như người bị hủi không có nạng. Dẫu vậy, giữa hai loài này, một khác biệt đáng kể: chim, khác hẳn với con vật gặm nhấm kia, được miễn dịch tự nhiên trước bệnh dịch hạch".*

Còn đây là đoạn Patrick Deville viết thật hóm hỉnh về gà, thứ gia cầm bình thường chẳng nhà văn nào thèm ngó đến: *"Pasteur là người đầu tiên, bằng cách nhét khắp nơi nhiệt kế vào lỗ huyệt và lỗ đít chim, nhận ra rằng nhiệt độ thân thể cao của một số loài chim ngăn các loại virus phát triển. Người ta tiêm mầm bệnh than cừu vào một con gà: nó chẳng hề quái gì, còn cười nữa. Nó thấy buồn buồn. Người ta nhúng nó vào một bồn nước lạnh: con gà liền bớt ngạo nghễ và lăn ra chết vì bệnh than".*

Tình yêu, chủ đề thường được độc giả ngóng chờ nhiều nhất và vì vậy được khai thác mùi mẫn nhất trong văn chương, được viết như thế này: *"Yersin đã dành vô khối thời gian ở phòng thí nghiệm để ghép đôi những con đực lên cơn động dục và những con cái hứng tình, gí mũi chuột đực vào âm hộ chuột cái để đẩy nhanh tốc độ cuộc thí nghiệm, và chưa bao giờ ông nhìn ra được ở trong đống vi khuẩn của mình một vi khuẩn tình yêu nào".*

Có thể nói, với Patrick Deville, lời thách đố nằm ngay từ cái tựa buồn như chấu cắn mà ông cố tình chọn cho tác phẩm của mình. Đương nhiên, nó gợi đến hai nhan đề nổi tiếng của văn học thế giới: *Dịch hạch* và *Tình yêu thời thổ tả*. Nếu Camus được nói đến trực tiếp trong tác phẩm, thì Patrick Deville quả quyết: chính Yersin đã khám phá ra chuột là nguyên nhân của dịch hạch, và Camus phải nợ ông điều đó khi viết cuốn tiểu thuyết của mình. Còn Marquez, tuy không nhắc đến, nhưng tên sách của Patrick Deville giống như một nháy mắt gửi đến nhà văn Colombia: không tình yêu, thời thổ tả vẫn còn hấp dẫn!

Biến câu chuyện về cuộc đời nghiêm nghị, gần như khổ hạnh, của Yersin thành một trong những tác phẩm hay nhất của văn học Pháp những năm gần đây, Patrick Deville đã chứng tỏ bản lĩnh của một nhà văn lớn.

3. Bóng ma của tương lai

Xuyên qua suốt tác phẩm, một nhân vật tồn tại dưới cái tên: "bóng ma của tương lai". Một cái tên hiếu kỳ, vì "bóng ma" thường gắn với dĩ vãng. Nếu tất cả – từ nhân vật, ngày tháng, sự kiện – đều có thật trong tiểu thuyết, thì "bóng ma của tương lai" hẳn là hư cấu duy nhất. Nhân vật này được kể ở ngôi thứ ba - "hắn". Anh ta có nghề nghiệp cụ thể: *Một điều tra viên, chuyên nghề viết lách, cầm cuốn sổ tay bìa bọc da chuột chũi*", đặc biệt anh ta có khả năng *"đi xuyên qua tường, xuyên qua thời gian"*, thường *"đọc trộm qua vai Yersin"* để chép lại cho chúng ta những trang viết của ông, hay kể cho chúng ta những cảm xúc của ông.

Lần đầu tiên, khi anh ta xuất hiện, là ở Berlin: *"một bóng ma của tương lai trên đường dò lại dấu vết Yersin"* tại nhà trọ nơi chàng sinh viên *"mặc sức buồn chán"*. Anh ta sẽ đi theo Yersin như hình với bóng tới Sài Gòn, Đà Lạt, Hà Nội,... Ở Paris, anh ta chép vào quyển sổ của mình mấy câu của nhà thơ Robert Desnos *"rồi cho Yersin xem"*. Anh ta có mặt ở Nha Trang trong những ngày cuối cùng của Yersin, khẳng định ông đang hưởng niềm *"hạnh phúc cổ xưa của tháng ngày"*.

Không nghi ngờ gì nữa, "bóng ma của tương lai" chính là "bản sao" của tác giả. Một lần nữa Patrick Deville bất ngờ với chúng ta, vì ông đã hóa thân trong tác phẩm, nhưng lại ở ngôi thứ ba, để tạo khoảng cách không những với nhân vật mà chính với bản thân mình. "Bóng ma của tương lai" vì vậy có thể lâm vào những hoàn cảnh khá hài hước: đóng vai một nhà báo theo chân Yersin đến khách sạn Lang Bian Palace ở Đà Lạt những năm 1930 nhưng anh ta lại quên tắt điện thoại di động với một lý do rất dớ dẩn là *"vì quá tự tin hay vì uống quá chén"*!

Nhưng điều bất ngờ nhất là Patrick Deville đã cho chương 42 mang tên "Bóng ma của tương lai" với một nội dung đặc biệt: nước Việt Nam năm 2012. Ở đây, đột ngột rời quá khứ, tác giả phác thảo một Việt Nam qua vị trí mới trên bản đồ chính trị thế giới: *"Vào thời của Yersin, Nha Trang thật xa xôi. Bởi nó xa châu Âu. Ngày nay nó đã trở thành trung tâm thế giới. Ven bờ Thái Bình Dương, nơi đã kế tục Đại Tây Dương, Đại Tây Dương thì từng kế tục Địa Trung Hải. Mêhicô nằm đối diện bên kia biển. Acapulco. Chính châu Âu mới trở nên quá xa xôi. Bên kia của thế giới, ở phần bị che khuất của trái đất"*. Một Việt Nam hừng hực sức sống: *"Ở góc phố Yersin giao với phố Pasteur, vào tháng Hai năm 2012 này, công nhân đang làm việc ngày đêm ở công trường xây dựng Nha Trang Palace..."*.

Chính sự lựa chọn này làm nên một phần thành công của tác phẩm. Viết về một nhân vật của quá khứ, nó không nhuốm màu hoài cổ. Hướng về tương lai, Patrick Deville lại một lần nữa khẳng định tinh thần Yersin, một tinh thần hiện đại, *tuyệt đối hiện đại.*

Đ.C.T

mục lục

YERSIN
PESTE & CHOLÉRA

PATRICK DEVILLE
ĐOÀN CẦM THI - HỒ THANH VÂN dịch

Chịu trách nhiệm xuất bản:
Giám đốc - Tổng biên tập NGUYỄN MINH NHỰT
Biên tập: NGUYỄN TRUNG QUÝ
Biên tập tái bản: LÊ HOÀNG ANH
Bìa: KIM DUẨN
Sửa bản in: HỒNG HÀ
Trình bày: ĐỖ VẠN HẠNH

NHÀ XUẤT BẢN TRẺ
Địa chỉ: 161B Lý Chính Thắng, Phường 7, Quận 3, Thành phố Hồ Chí Minh
Điện thoại: (08) 39316289 - 39316211 - 39317849 - 38465596
Fax: (08) 38437450 – E-mail: hopthubandoc@nxbtre.com.vn
Website: www.nxbtre.com.vn

CHI NHÁNH NHÀ XUẤT BẢN TRẺ TẠI HÀ NỘI
Địa chỉ: Số 21, dãy A11, khu Đầm Trấu, Phường Bạch Đằng,
Quận Hai Bà Trưng, Thành phố Hà Nội
Điện thoại: (04) 37734544 – Fax: (04) 35123395
E-mail: chinhanhhanoi@nxbtre.com.vn

CÔNG TY TNHH SÁCH ĐIỆN TỬ TRẺ (YBOOK)
161B Lý Chính Thắng, P.7, Q.3, Tp. HCM
ĐT: 08 35261001 – Fax: 08 38437450
Email: info@ybook.vn – Website: www.ybook.vn

Khổ 14cm x 20cm, số xác nhận ĐKXB: 30-2016/CXBIPH/12-02/Tre.
Quyết định xuất bản số: 245A/QĐ-NXBT, ngày 5 tháng 4 năm 2016.
In 1.500 cuốn, tại Công ty Cổ phần In Gia Định,
9D Nơ Trang Long, Quận Bình Thạnh, TP.HCM.
In xong và nộp lưu chiểu quý II năm 2016.